ఇరుగు పొరుగు

తెలుగు కన్నడ తులనాత్మక వ్యాసాలు

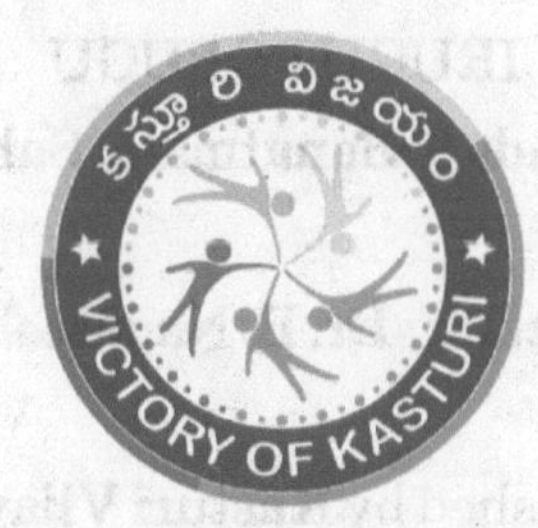

డా॥ బి. నాగశేషు

IRUGU PORUGU
(Telugu–Kannada Tulanatmaka Sahitya Vyasalu)

Author: **Dr. B. Nagaseshu**

Published by **Kasturi Vijayam**

ISBN: 978-93-5407-719-7

దాక్షిణాత్య భాషాసాహిత్యాల – సౌందర్య సమ్మేళనం

ఆచార్య.కె. ఆశాజ్యోతి

తెలుగుశాఖ,బెంగళూరు విశ్వవిద్యాలయం

''ఇరుగు పొరుగు'' తెలుగు కన్నడ భాషా బాంధవ్యాలను, సాహిత్య దృశ్యాలను, ఆదాన ప్రదాన సమీకరణాలను, దాక్షిణాత్య సాహిత్య సంబంధాలను పుష్టిగా పరిశీలించి, విశ్లేషించిన వ్యాస సంకలనం. తెలుగు కథల్లో దళిత బహుజనవాదం ఆలోచనాత్మక వ్యాసం, దళిత బహుజనకథా సాహిత్యాన్ని లోతుగా పరిశీలించిన వ్యాసమిది, విశ్లేషణాత్మకకోణంలో సాగిన వ్యాసం. ఆంధ్ర తెలంగాణ కథతోపాటు రాయలసీమ ఫ్యాక్షనిజం దళిత జీవితాలను క్రూరంగా బలి తీసుకున్న వైనం, కళ్లకుకట్టిన కథలను నాగశేషు చర్చించాడు. బహుజనుల వాస్తవజీవితచిత్రణ విమర్శనాత్మకంగా చర్చించాడు. వివిధ వృత్తులపై వచ్చిన కథాసాహిత్యాన్ని విశదీకరించాడు. వృత్తులు జీవనోపాధికి అవసరమే అనుకున్నా, వృత్తి నేపథ్యంగా జరిగే అవమానాలు చరిత్రలో లిఖింపబడిన సాక్షాలు.

తెలుగు కన్నడ సాహిత్యాలలో, ముఖ్యంగా పత్రికారంగంలో స్త్రీల ప్రాతినిధ్యం ముఖ్యమే కాదు బలమైన అంశం కూడా! తొలితరం రచయిత్రులను అంటే ఆధునికకాలంలో ప్రారంభమై దేశ స్వతంత్రం పొందిన సందర్భం వరకు సాగిన తెలుగు కన్నడ పత్రికా రంగాలలో మహిళా సాహిత్యం చేసిన కృషి, సాధించిన ఘనత అందుకోసం సమాజం ఫలితాలను అందించే తీరు అద్భుతం. అలాగే ప్రాచీనతెలుగు కవయిత్రుల తులనాత్మకఅధ్యయనం బలమైన రెండుభాషాసాహిత్యాల మహిళా స్వరాన్ని వినిపించింది. 12 శతాబ్దంలో వచ్చిన ప్రాచీన కన్నడ మహిళా సాహిత్యం కన్నడ సాహిత్యంలోనే ఒక మైలురాయి! బలమైన స్త్రీ స్వరం సుమారు 35 నుంచి 40 మంది దాకా భక్తి మాధ్యమంగా సమాజ దురాగతాలను ప్రశ్నించే సందర్భం కనబడుతుంది. ఈ స్థితి ఏ ఇతర సాహిత్యంలోను లేదని గమనించవచ్చు. ప్రాచీన కన్నడ కవయిత్రుల సాహిత్యసేవను వ్యాసకర్త ఉటంకించడం ప్రశంసనీయం. తెలుగు కన్నడ కథలు బహుజనవాదం విశ్లేషిస్తూ రెండు ప్రాంతాల కథలు బహుజనుల కష్టనష్టాలు వివరిస్తూ తెలుగు సాహిత్యంలో ప్రజ్వరిల్లిన ఉద్యమకోణం కన్నడ సాహిత్యంలో అంత ఉద్ధృతంగా లేదని వ్యాసకర్త గమనించడం, దానిని ప్రస్తావించడం అతనిలోని పరిశోధన దృక్కోణాన్ని

తెలుపుతుంది. దాక్షిణాత్య భాషల్లో దేశీ కవిత్వాన్ని పరామర్శించడం ఈ వ్యాస సంకలనంలో కనబడుతుంది. తెలుగు కన్నడం తమిళ భాషల్లో శైవసాహిత్యంపై చేసిన పరిశీలన పరిశోధనాత్మకంగా ఉంది. అంతేకాకుండా స్వాతంత్రం పూర్వం కన్నడ మహిళా నవలలు అనే వ్యాసం కన్నడ భాషకు స్త్రీల సాహిత్య కానుకగా అభివర్ణించవచ్చు. కురుబ కులంబి స్త్రీలు సాహిత్య కృషి ఒక ప్రత్యేకమైన వ్యాసం. కన్నడ ప్రాంతంలో ఉన్న కురుబ స్త్రీల సాహిత్యం వచన రూపంలో ఉండటం 14వ శతాబ్దం తర్వాత కురుబ స్త్రీల సాహిత్యం కనబడకపోవడానికి సామాజిక కోణాలు ఎన్నో వెలుగులోకి రావాల్సిన అవసరం ఉంది. ఈ వ్యాసాల నేపథ్యంలో వ్యాసకర్త ఎన్నో సామాజిక దురాగతాలపై ప్రశ్నల వర్షం కురిపించాడు. సమాజం సమాధానం చెప్పి తీరాలి. పై వ్యాసాలే కాక ధూర్జటి వర్ణనావైభవాన్ని జాషువా, జాషువాగబ్బిలం, కందుకూరి వీరేశలింగంవంటి సంఘ సంస్కర్తపై వ్యాసాలు, అనంతపురం కరువుగురించి వ్యాసం, గురజాడ గురించి, తెలుగుభాషా పోషణపట్ల సుల్తానుల కృషి, విద్వాన్ విశ్వం పెన్నేటి పాట, తిరుమల రామచంద్ర చారిత్రాత్మక పరిశోధనవంటి ప్రాచీన ఆధునిక సాహిత్య అంశాలు విమర్శనాత్మక కోణంలో పరిశీలించబడ్డాయి. పరిశోధనాభిలాషులకు, ముఖ్యంగా తెలుగు కన్నడ తులనాత్మకపరిశీలనాభిలాషులకు ఈ వ్యాస సంకలనం ఉపయుక్తంగా ఉంటుంది.

నాగశేషు మా తెలుగుశాఖ విద్యార్థి, కన్నడ భాషపట్ల అవగాహన, సాహిత్యం పట్ల అభిరుచి కలిగిన వ్యక్తి, మంచి పరిశోధకుడు, సాహిత్యాధ్యయనశీలిగా నాగశేషు చేసిన ప్రయత్నం అభినందనీయం. నాగశేషు మరింతగా ఎదగాలని ఆలోచనాత్మక వ్యాసాలు ఉన్న ఈ వ్యాస సంకలనం అందరికీ చేరాలని, నాగశేషు విమర్శనా రంగంలోనూ, తులనాత్మక అధ్యయనంలోనూ మరింత ఎదగాలని ఆకాంక్షిస్తూ, ఆశీర్వదిస్తున్నాను.

రావ్వొన్ని మాటలు

డా. బి. నాగశేషు

ప్రాచీన తెలుగు విశిష్ట అధ్యయన కేంద్రం

9985509053

ఇరుగు పొరుగు వ్యాస సంపుటిని తీసుకురావడానికి కాస్త ఎక్కువకాలమే తీసుకొన్న మాటవాస్తవం. ఇందులోని వ్యాసాలు నేను వివిధజాతీయ, అంతర్జాతీయ సదస్సుల్లో పత్రసమర్పణ చేసినవి. మిగిలినవి వివిధ మాసపత్రికల్లో అచ్చయినవి అన్నింటినీ సమకూర్చి మీ ముందుకు తీసుకువస్తున్నాను.

సాహిత్యానికి నేను ఒక్కడే కాదు నాకు మాత్రం సాహిత్యం ఒక్కటే పెద్దదిక్కుగా భావిస్తాను. సాహిత్య ప్రపంచానికి నేను కొత్తగా చెప్పేదేముంది అని ఆలోచిస్తే, ఎన్ని విషయాలున్నాయి చెప్పాల్సినవి. ఎంత ఉంది అధ్యయనం చేయడానికి అని అనిపించి నాకు తెలుగుభాష, కన్నడం రెండూ పరిచయం ఉండటంతో నేను భిన్నంగా ఈ తులనాత్మకంగా వ్యాసాలు రాయడం మొదలుపెట్టాను. పోలిక అనేది మనం నిత్యంఉపయోగిస్తుంటాం. వ్యక్తినికాని, వస్తువునుకాని, ప్రదేశాన్నికాని, సత్కారంకాని, చీత్కారాన్ని కానీ పోల్చడమనేది ముందునుండి వస్తున్నదే. మరి కన్నడ, తెలుగుభాషల్లోనిచాలా విషయాలను అలా పోల్చిచెబితే బాగుంటుంది కదా! అని నాకనిపించి అలా రాయడం మొదలుపెట్టాను.

రాయడానికి అన్ని అవకాశాలు, అనుకూలాలు ఉండికూడా చాలా మంది బద్ధకస్తులై రాయలేకున్నారు, మరికొంతమంది ఒకడుగు ముందుకేసి పుస్తకాలను రాయడంవల్ల, చదవడంవల్ల వచ్చే లాభం ఏమిటి అని మొహంమీదే అడిగేస్తుంటారు. ఈ ప్రశ్నలు తెలుగుసాహిత్యంతో సంబంధం లేని వాళ్లు అడిగితే ఒకరకం, డిగ్రీ కళాశాలల్లో, పాఠశాలల్లో పనిచేస్తున్నకొంతమంది తెలుగు అధ్యాపకులే ప్రశ్నించడం కొసమెరుపు. ప్రతిదీ కానేకి, ప్రతిదీ అమ్మేకి అలవాటు పడ్డ మనం లాభాలే ఆలోచిస్తాం, కానీ అమ్మ మనల్ని ఏ లాభంకోసం కనిందో ఆలోచించే స్థితిలో మనం లేము. ఒక తెలుగు వాడిగాపుట్టి భాషకు, తెలుగుజాతికి సేవచేయలేనివాడు, తనకోసం తప్ప దేశానికి పనికిరాడు. ఈ మాట మనం అంటే వాళ్లు మనల్నే పనికిరాని వాళ్లు అని జమకట్టేస్తారు.

ఇలా రాసుకుంటూపోతే ఇదే పెద్ద పుస్తకమవుతుంది అంత ఆవేదన ఉంది భాషపట్ల. సాహిత్యం మనిషిని మనిషిని కలుపుతుంది ఆ కలుపుగోలుతనం భాషమీద మక్కువున్నోడే చేయగలడు. తెలుగునాడును ఎంతోమంది పరిపాలన చేసినా శ్రీకృష్ణదేవరాయలు మాత్రమే ప్రతి సామాన్యుడికీ గుర్తుండటం అతను సాహిత్యానికిచ్చిన ప్రాధాన్యత వల్లే, కవులను ఆదరించడం వల్లే, అందుకే భాషాభేదం లేకుండా దక్షిణభారతమంతా తమవాడంటే తమవాడని గుండెల్లోదాచుకొన్నారు.

ఈ పుస్తకం తీసుకురావడానికి, నిజంగా నన్ను నిలబెట్టిన సంస్థ ప్రాచీన తెలుగు విశిష్ట అధ్యయన కేంద్రానికి ముందుగా కృతజ్ఞతలు తెలియజేసుకొంటున్నాను. అందుకు బాధ్యులైన పూర్వపు సంస్థ నిర్వాహకులైన ఆచార్య డి.జి.రావు, డా.రామ్మూర్తిగారికి నామనఃపూర్వక కృతజ్ఞతలు తెలుపుకొంటున్నాను. ప్రస్తుత భారతీయభాషాసంస్థ సంచాలకులైన ఆచార్య వెంకటేశ్మూర్తిగారికి, ప్రాచీనభాషల అధిపతి ఆచార్య ఫెర్నాండెజ్‌గారికి నా హృదయపూర్వక నమస్కారాలు. ప్రాచీన తెలుగు విశిష్ట అధ్యయనకేంద్రం ప్రాజెక్టు డైరెక్టర్ ఆచార్య మునిరత్నంనాయుడుగారు, వీరు సంస్థలో అందరినీ ప్రోత్సహించే తీరు నాకు చాలా ఇష్టం, వీరికి నా మనఃపూర్వక కృతజ్ఞతలు తెలుపుకొంటున్నాను.

నన్ను ఈలోకానికి పరిచయంచేసిన మా అమ్మ లక్కమ్మ, నాన్న ముత్యాలప్పకు, నాకు జన్మనివ్వకపోయినా అమ్మలా నన్ను తీర్చిదిద్దిన ఆచార్య ఆశాజ్యోతిగారికి ఏమని చెప్పేది. ఆచార్య రామనాథంనాయుడుగారికి ఆజన్మాంతం రుణపడి ఉంటాను.

నాలోనిత్యం ఉత్సాహాన్ని నింపుతూ వెన్నుతట్టి అందరికంటే ముందే నాఅభివృద్ధిని చూడాలని తపనపడే కె. కృష్ణకుమారి గారు చేసిన మేలు మరువలేనిది, నేనుడాక్టరేట్ పొందడానికి చాలాచేశారు నా డిగ్రీ నిజానికి వీరికే చెందాలి. నాకు బిడ్డనిచ్చిన అత్తమామలు నారాయణప్ప, నారాయణమ్మలకు నా కృతజ్ఞతలు నా బాధలన్నింటిని భాగం పంచుకొంటున్న నా చిన్నబావమరిది శ్రీకాంత్, సుధలకు, నా బిడ్డలను తనబిడ్డలుగా చూసుకొనే మా వొదిన లక్ష్మిదేవికి అందుకు సహకరించిన అనీల్‌కు నా మనసునిండా ధన్యవాదాలు.

ఏ సందేహం వచ్చినా అడిగిన వెంటనే స్పందించిన ఆచార్య రాచపాలెం చంద్రశేఖర్‌రెడ్డి గారికి, కన్నడభాషలో ఏదైనా సందేహాలొస్తే నివృత్తి చేసే ఆచార్యులు ఆర్.వి. ఎస్. సుందరంగారికి, ఆచార్య జి.ఎ.ఎస్ మోహన్‌గారికి నా కృతజ్ఞతలు.

ఈ పుస్తకానికి సహకరించిన పెద్దలు ఎం.సి. గంగాధర్‌గారికి, వారి మిత్రులకు, నాకెప్పుడూ ధైర్యం నింపి నన్ను సాహిత్యలోకానికి పరిచయం చేసిన సడ్లపల్లె చిదంబరరెడ్డిగారికి హృదయపూర్వక కృతజ్ఞతలు. నా బాల్య స్నేహితుడు మంజునాథకు నా కృతజ్ఞతలు. నన్ను పోత్సహిస్తున్న డా. షమీవుల్లాగారికి, అన్న కొండారెడ్డికి, తపన సాహిత్య సభ్యులందరికీ పేరుపేరునా నా నమస్కారాలు. నన్ను రాసుకోవడానికి వదిలేసి కొంతవరకూ వారి ఆనందాన్ని త్యాగం చేసిన ఉమాదేవి, గగన, తపన్‌లకు అభినందనలు తెలియజేస్తున్నాను. నా మిత్రులకు, శ్రేయోభిలాషులందరికీ పేరుపేరునా నా నమస్కారాలు, మనసులో ఇంకా చాలామందే ఉన్నారు అయినా చెప్పాలంటే చాలానే ఉన్నాయి ఉంటాను మరి.

విషయసూచిక

1. ఉత్పత్తి కులాల కథలు

'నీకు ఇతరులు ఏంచేయకూడదని అనుకొంటావో అది నువ్వు ఇతరులకు చెయ్యకపోవడమే మహాభారత నీతి'. 'నీవలెనే నీ పొరుగు వారిని ప్రేమించు 'బైబిలు' 'బహుజనహితాయ బహుజనసుఖాయ 'బౌద్ధమతం' 'మసీదులో వరుసగా నిలబడి ప్రార్థించడం వెనుకమర్మం అందరూ సమానులే అనే సమాన ధర్మాన్ని బోధిస్తుంది ఖురాన్.'

ఈ దేశంలో పేదవాడు తిండికి వెతుక్కోవాలి, బట్టకు పాకులాడాలి, ఇవి రెండూ కొంచెం తక్కువైనా పరవాలేదు సంపాదించుకోవచ్చు. కానీ కులం తక్కువ కాకూడదు, ఎందుకంటే ఇక్కడ గుణంకంటే కులమే ప్రధానం. భారతదేశంలో పరిపాలన చేస్తున్నది కులాలే అంటే తప్పుకాదు. మనిషి జీవనానికి కారకాలైనవేవీ ఎక్కువతక్కువలు చూపవుకానీ, మనిషి మనిషిగా ఎదగడానికి కులాన్ని, మతాన్ని వాడుతూ హెచ్చు తగ్గులు సృష్టించేశాడు. నిజానికి మాదే గొప్పకులం అని సంకలుగుద్దుకునేవారికి ఎవరైనా ప్రమాణపత్రం ఇచ్చారా? కిందికులాలు అని మధనపడే వారుకూడా నిత్యం జీవితమంతా కులంకోసం ఆలోచన సరైనదా? ఈ మురికి ఎన్ని సబ్బులతో ఉతికినా బండబారిన సమాజపు జిడ్డు అంత సులభంగా వదలదు.

కరుడుగట్టిన సామ్రాజ్యవాద భావాల్ని మనసునిండా నింపుకొన్న తెల్లదొరలను కూడా వెళ్లగొట్టగలిగాం మనలోవుండే అనాగరిక ఆలోచనా విధానాల్ని మాత్రం వీడలేకున్నాం. వేమన, గురజాడ, ఫూలే, అంబేద్కర్, గాంధీ, జాషువా, భీమన్న లాంటి ఎందరో సంస్కర్తలు కులజాడ్యాన్ని రూపుమాపాలని పిలుపునిచ్చారు. వారి ఉపన్యాసాలతో, రచనలతో విరామంలేకుండా కృతనిశ్చయంతో పోరాడారు. ప్రారంభకాలంలో నిరక్షరాశ్యత, పేదరికం, మతం, దైవం, మూఢాచారాలతో జనం గాఢనిద్రలో వున్నారు తెరుకానేలోపు తీరని నష్టాన్ని మూటకట్టుకొన్నాం, అయితే నేడు మనపాలకులు కులాలబండను నెత్తిన పెట్టారు అలా ఇప్పటికీ మోస్తున్నారు.

చదువును కులవృత్తిగా చేసుకొన్న కులాలు ఉత్పత్తికులాలపై పెత్తనం చలాయించడం మొదలుపెట్టారు. ఈ ఆధిపత్యం అనేది అక్కడనుండి ప్రారంభంఅయ్యింది. దీనికితోడు సాహిత్యంఅంతా అగ్ర కులాలవారిదే, శూద్రకులాలకు ధిక్కారణకు అవకాశం లేకుండాపోయింది. తిరగబడే తెగింపు బొత్తిగా రాలేకపోయింది.

దేశానికి తిండిపెట్టేవారు పనిలో నిమగ్నమైపోతే చదువుకున్న కులాలు శ్రామికుడి కులాన్ని కుత్సిత కలాలతో కలుషితం చేశారు. ఉత్పత్తి కులాలువారి గురించి తెలుసుకునేలోపు జరగాల్సిన నష్టం జరిగిపోయింది. సాహిత్యంలో మార్పుకోసమో, సానుభూతి కోసమో 1925 నుండి దళితుల్లో చైతన్యంనింపే కథలు దూసుకువచ్చాయి. శ్రీపాద 'సాగరసంగమం' 'పుల్లంరాజు కథ' 'ఇలాంటి తవ్వాయివస్తే' వేలూరి శివరామశాస్త్రి 'మాలదాసరి కథ' 1933 కరణకుమార 'ప్రోలయ్య' 1937 అనిశెట్టి సుబ్బారావు 'పాకిది' 1943 చలం 'ఆ రాత్రి' 1945 మాగోఖలే 'మత్తాలుకూతురు' 1956 కరుణకుమార 'కొత్తచెప్పులు' 'సేవాధర్మం' కా.రా. 'జీవధార' కాలువమల్లయ్య 'అగ్నిగుండం' 'కొత్తకులాలు' 'దొరగారిదొడ్డి' 'వెలి' 'భస్మాసురహస్తం' 'బాకీబతుకు' టి. గోపి 'అమ్మగార్లేనా మనుషులు', 'కలువకొలను సదానంద 'మాలమనిషి', బమ్మిడిజగదీశ్వరరావు 'జలగ కథలు', పులికంటి కృష్ణారెడ్డి 'కోటిగాడు స్వతంత్రుడు', సుబ్బు 'కీచక వధ', 'చెంబుకోగంగ'. మధురాంతకం రాజారాం 'అజ్ఞాతవాసం', బి.ఎస్. రాములు 'బంది', 'దక్షయజ్ఞంపాలు', 'సదువు'. సింగమేనని నారాయణ ముఖ సముఖం,

నిత్యం ప్రజాపోరాటాలే జీవితంగా భావించే అల్లంరాజయ్య 'ఎదురుతిరిగితే', రాసాని 'హోమం', 'అక్షింతలు', సుంకిరెడ్డి వెంకటరెడ్డి 'చనుబాలు', కేతువిశ్వనాథరెడ్డి 'ఒకజీవుడి వేదన', 'సిలువవేసిన మనుషులు', 'చీకటినాడి, మరిగేనెత్తురు, మార్పు, మంత్రసాని, శాంతినారాయణ 'బొమ్మాబోరుసు', విద్వాన్‌దస్తగిరి 'రాట్టెముక్క', రాజగోపాల్ 'ఒక్కపిడికిలిచాలు' ఈ కథలన్నీ కులనిర్మూలన జరిగి మనుషులంతా సమాలనులే అని చాటడానికి పుట్టినకథలే.

సమస్యను స్వతహోగా అనుభవించి రాసినవారు బోయభీమన్నతో ప్రారంభమై దళితఉద్యమ పతాకాన్ని ఎగరవేసే స్థాయికి కథను తీసుకొచ్చిన ప్రముఖకథకులు కొలకలూరి ఇనాక్. 'ఊరబావి 1969', 'ఆకలి', 'క్షమాభిక్ష', 'కొలుపులు', 'అస్పృశ్యగంగ', విఘ్నవినాయకుడు మొదలయిన కథలన్నీ కనీస అవసరాలకోసం పోరాడే కథలు. ఈయన తరువాత నాగప్పగారి సుందర్రాజు 'మాదిగోడు' కథలు తిరగబడేలావుంటాయి. ఎండ్లూరిసుధాకర్ 'దరువు', 'బతుకు మెతుకు', కథల్లో ప్రశ్నించేతత్వం కనిపిస్తుంది. ఈ దేశంలో పొలాలకు కులాలుంటాయి కులాలకు పొలాలుంటాయి ధైర్యముంటే గవర్నమెంట్‌ని ఈ రెంటిని రద్దు చేయమనండి అంటారు.

ఇరుగు పొరుగు

రాయలసీమ కక్షల్లో మాల మాదిగులు ఎలా సమిధలయ్యారో చిలుకూరి దేవపుత్ర కథల్లో కనిపిస్తుంది. మనిషి కనీస అవసరమైన తాగునీటికి కూడా నోచుకుని దళిత ఉదంతాలు 'చెంబుకోగంగ', 'చెలిమి', 'ఆఖరుతడి', 'మృత్యుజలం', 'ఊరబావి', 'ఊటబాయి', 'హోమం', 'కయ్యకాలువ, చెలమ'లాంటి కథలుతెలియజేస్తాయి. ఇవేకాకుండా దళితులు తాగడానికి గుక్కెడునీటికోసం పడే అవస్థలు అడుగడుక్కి కనిపిస్తాయి.

దళిత కవయిత్రులు కూడా దళితుల స్థితిగతులపై తమ వాణిని వినిపించారు. మంగాయమ్మ 1935 'అయ్యోపాపం' కథానిక తాగడానికిగుక్కెడు నీళ్ళివ్వనికథ. చుందూరురమాదేవి ధర్మతల్లి, అయ్యపెళ్ళివారులక్ష్మి, ధన్యజీవు, దూతర్తిలక్ష్మీనరసమ్మ, ప్రణయత్యాగం లాంటికథలు దళితుల సమస్యలను, అస్పృశ్యతా నివారణా అవసరాన్ని తెలుపుతాయి. జాజులగౌరి 'మన్నుబువ్వ', డా.వినోదిని 'బాగలేదు జరమొచ్చింది', జూపాక సుభద్ర రాసిన 'శుద్ధిజెయ్యాల', దాసరి శిరీష రాసిన 'వృత్యాసం', గోగుశ్యామల రాసిన 'ఏనుగంత తల్లికన్నా ఏకుల బుట్టంత తల్లినయం' ఈ అన్ని కథల్లోను ఆకలి, అంటరానితనం, పేదరికం దళితుల్ని ఎంతగా కిందకు పడేశాయో తెలుపుతాయి. దళితుడు కులసమస్యతో పాటు మిగతా సమస్యల్ని ఎదుర్కొని నిలబడాలి.

దళితేతరులు కూడా పై సమస్యలను ఎదుర్కోవాల్సివుంది కాకపోతే డోసు కాస్త తక్కువ. అందవల్లే ఈ కింది కులాలన్నీ ఏకమైతే చరిత్రను తిరగరాయొచ్చని కలవాలనుకున్నారు. మందికే బహుజనులు ఆచరణలో, ఐకమత్యంలో లేరు. పూర్వం మూలవాసులే ఇప్పుడు బహుజనులు అనుకోవచ్చు.

"భారతదేశంలో బహుజనులు" అనే మాట 1984 ఏప్రిల్ 14వ తేది దాకా వినడబడలేదు బహుజన సమాజ్‌పార్టీస్థాపనతో బహుజనులు అనేభావనకు బలంవచ్చింది. మనువాదవ్యవస్థవల్ల భంగపడ్డషెడ్యూల్డు కులాలు, షెడ్యూల్డు తెగల వెనకబడిన తరగతులతోపాటు మతపరంగా అల్పసంఖ్యాకులైన ముస్లిం, క్రైస్తవ పార్శీ, బౌద్ధులంతా బహుజనులవుతారని మాయావతి తనపార్టీ ప్రణాళికలో చేర్చింది. అగ్రవర్ణహిందూ భావాజాలం కులం, మతంపేరుతో నష్టపోయిన వాళ్యందరూ బహుజనులే. "కంటికి కాయగడ్డలుగా ముడిపదార్థాలను ఆహారంగా మార్చిన ఆదివాసుల అన్వేషణ భారదేశ సంస్కృతికి తొలిమెట్టు, చర్మాన్ని తోలుగమార్చి, ఆ పరిశ్రమలో చెప్పు డప్పును సృష్టించిన మాదిగపరిశ్రమ ఈదేశచరిత్రకు రెండవమెట్టు.

ఫ్లేటోకుసైతం కర్రా, కత్తిసాము తెలియని రోజుల్లోనే సభ్యసమాజంగా రూపొందింది. గ్రామ రక్షణకు పూనుకొన్న మాలతత్వం మూడోమెట్టు, మురికిలో జీవించే సన్యాసికి, బట్టశుభ్రత నేర్చిన చాకళ్ళు, తిన్నతిండి ఒంటబట్టకుండా చేసి తలబరువును వదిలించేమంగళ్ళు ఈ చరిత్రకు నాలుగోమెట్టు. గొడ్డుమాంసం, గొర్రెమాంసం, బర్రెపాలు, ఆవుపాలు, ఆహారంలో భాగంగా మార్చిన గొల్ల, కురుమ(బ)లు ఐదోమెట్టు. మట్టిముద్దను నాగరికతకు గుర్తుగా మార్చిన కుమ్మరి, ఇనుమును కాల్చి కత్తిగా, సుత్తిగా మలచిన కమ్మరి, కర్రను నాగలిగా మలచిన వడ్రంగి ఈదేశపు మెట్టుబడిదారీ వ్యవకు ప్రాణంపోసినవాళ్ళు ఆరోమెట్టు. శ్రమజీవులు ఈ దేశఉత్పత్తికి అభివృద్ధికి ఆరోమెట్టు అని కంచె ఐలయ్య అన్నారు. ఉత్పత్తికులాల ప్రాధాన్యాన్ని, సమాజపురోగతికి ఎంతముఖ్యమో కూడా తెలియజేశారు.

1960 దాకా కథాసాహిత్యంలో చదువుకున్నవారందరూ బ్రాహ్మణవర్గం కావడంతో పైస్థాయివాళ్ళ కథలేవచ్చాయి శ్రామిక వర్గకథలు రాలేదు. 1920, 25 మధ్య చింతాదీక్షితులు రచించిన 'దాసరిపాట' తొలితెలుగు వృత్తికథ. 1928లో ఆదిరాజు వీరభద్రరావు ఆదిలక్ష్మికథ 1932లో దామర్ల కాంతారావు రాసిన భగ్నప్రేమ, 1954లో జి. రాము రాసిన కథలు వర్గజీవనపోరాటాన్ని చిత్రిస్తూ బహుజన జీవితాల వాస్తవికతకు నాంది పలికిన కథలుగా చెప్పుకోవచ్చు. తరువాత పెరటిచెట్టు 1954లోనే వచ్చింది. ఇది గీతకార్మికులను చిత్రించిన కథగా మొదటిది అని చెప్పవచ్చు. 1955లో విశ్వకర్మల (వడ్రంగి, కమ్మరి, కంచరి, శిల్పి, స్వర్ణకారి) పారిశ్రామికీకరణ విప్లవం వీరిలో చాలామంది తమ బతుకుతెరువులను పోగొట్టుకున్నారు వీరిలో వడ్రంగి జీవితాన్ని చిత్రించే కథ. 1955లో బొమ్మరెడ్డిపల్లి సూర్యరావు రాసిన విశ్వకర్మ అకలిని తెలిపేకథ. 1956లో కె.కె. వెంకటరావురాసిన కొత్తగాలిరైతు, వడ్రంగి అనుబంధాన్ని తెలిపే కథ. పై వృత్తులను చేసే వారందరినీ ఊరుమ్మడి వ్యక్తులుగా భావిస్తారు. 1989లో డాక్టర్ లంకిపల్లె కన్నయ్యనాయుడు రాసిన 'వెన్నెల బొమ్మలు', మత్స్యకారుల జీవితాలను తెలిపే కథ, సురవంప్రతాపరెడ్డి రాసిన 'నిరీక్షణ', 1958లో జి. రామకృష్ణ రాసిన గంగపుత్రుడు సముద్రంలో చేపలు పట్టే వ్యక్తి, అతని వృత్తిని గ్లోబల్కెజేషన్ ఎంతప్రభావితం చేసిందో చెప్పేకథ.

అడవిబాపిరాజు రాసిన బొమ్మలరాణి 1935లో వచ్చింది తోలు బొమ్మలాట లాడి జీవించేవారి కథ. వడ్డెర జీవితాను చిత్రించిన మొదటికథ 1984లో వచ్చింది.

పప్పల నరసింహం రాసిన 'కనుపాపను కబలిస్తే దొమ్మర్ల జీవితాన్ని చిత్రించేకథ 1985లో వచ్చింది. బందరు దుర్గాప్రసాద్ రాసిన తప్పెవరిది. యాదవులకథ గొల్లరామప్ప, పాలముర్తి వెంకటనరసింహారావు, కిశోర్ 'శత్రునేర్పిన పాఠం', బోయ జంగయ్య 'దొంగలు,తోడేళ్ళు', కె.రామమోహన్‌రాజు 'గొల్లకథ', వి.ఆర్.రాసాని 'నేలరాలిన వసంతం', సొతంత్రదినం. కె.కె. మీనన్ భయం, భూపాల్, అంబల్లబండ, కాలువమల్లయ్య 'అడవికాచినవెన్నెల', కె. వరలక్ష్మి 'మట్టిబంగారం', పెద్దింటి అశోక్‌కుమార్ 'ఇగురం', నందినిసిద్దారెడ్డి 'పుల్లరి', నల్లభూమయ్య 'గొల్లమల్లక్క' మొదలైనకథలు యాదవుల జీవితాల్లోని అనేకపార్శ్వలను పొడచూపాయి. కథా సాహిత్యంలో బి.సి. కథాసాహిత్యం ఒక మైలురాయి. దేశానికి పాలు, పెరుగు, మాంసాన్ని ఉత్పత్తి సరఫరా చేసే యాదవ, కురుబల పాత్ర కీలకమైనది. వీరి కథలు ఇంకా రావాల్సిన అవసరం వుంది.

వృత్తికథల్లో విరివిగా వచ్చిన కథలు చేనేత వృత్తిమీద ఎక్కువగా వచ్చాయి, ఇందులోనూ ఉన్నికార్మికుల కథలు మాత్రం చాలాతక్కువ. వరలక్ష్మమ్మ కుటీరలక్ష్మితో ప్రారంభమై దావెర్లరమాకాంతరావు 'భగ్నప్రేమ', టేకుమల్ల కామేశ్వరరావు 'అవకాశముంటే', అందెనారాయణస్వామి 'శిల్పి', 'సన్మానం', కనకసుందరరావు 'హత్య', ఎన్నార్ భూలా 'నూలుపోగు', రావూరి వెంకట సత్యనారాయణరావు 'మధుపర్కాలు', కేశకరువు, ఐతాచంద్రయ్య 'చిలకపట్టుచీర','అమ్మమ్మఆరాటం', జూకంటిజగన్నాథం. మునిపల్లెరాజు 'చేనేత చిత్రం', దాదాహయత్ 'ఏడుబద్ద చేపలు' ఇంకా అనేక కథల్లో చేనేత వృత్తిదార కష్టాలను తెలియచేశారు. రజకకులాల కథలు 1970లో పిండీకృతశాటి చాకలివాళ్ళ సమగ్ర జీవనాన్ని తెలిపేకథ. అట్టాడఅప్పలనాయుడగారి 'పువ్వులకోరడా', ఏ.వి.రెడ్డిశాస్త్రి 'ఈమంటలుచల్లారవు', కాలువ మల్లయ్య 'దొరసానిచీర', గంటేడుగౌరవనాయుడి 'విముక్తి', పెద్దింటిఅశోక్ 'చాకిరేవు', జి. వెంకటకృష్ణ 'కాలినగూడు'. రజకుల వృత్తిజీవితాల్లోని సుడిగుండాలను తెలియజేశారు.

కుమ్మరి వృత్తి అత్యంత ప్రాచీనమైనది. కుండకు అత్యంత ప్రాధాన్యత కూడా ఉంది. క్రీ.పూ. 5500 ప్రాంతంలో మెసపటోమియానాగరికతకాలానికే కుండఉన్నట్లు ఆధారాలున్నాయి. చలివేంద్రం కుమ్మరికులవృత్తిజీవితంలో వ్యయప్రయాసల్ని తెలిపే కథ. రచయిత జాతశ్రీ కాగుబొత్త కథకూడా పెద్దింటిఅశోక్, కుమ్మరి కథల్లో

డా.బి.నాగశేషు

'ఈభూమినాది', 'కొడుకురాకపాయె', 'పాతర్స్ సర్కిల్', 'చిప్పవండ్రంగి' కథ, సుంకోజిదేవేంద్రచారి, అన్నంగుడ్డ జాతశ్రీ 'కుట్ర' వృత్తిలోనైపుణ్యంవున్నా యంత్రాలువచ్చాక చాలావరకు వడ్రంగి జీవితం దుర్భరంగా మారిందనే వషయాన్ని తెలిపేకథ. రాసాని కొలిమి, శిరంసెట్టి కాంతారావు నేల మీద జాబిలి, దిలావర్ 'గూడు చెదిరిపోయింది. మంగలిజీవితాలను తెలిపే తుమ్మలరామకృష్ణగారి అడపం కథ, చేతి వృత్తిచేసే వాళ్ళు ఏమాత్రం బాగుపడినా ఓర్వనిజనం గురించి తెలుపుతుంది. రాస్తాడు గోపాలకృష్ణ అతడు బయల్దేరాడు, కథ రాయసీమ ప్రాంతానికి చెందినదైనా అంతటా అన్వయించుకోవచ్చు.

'అడివోడు' ఉప్పరకులస్థుడైనా అందరికిక్షవరంచేసి కులవ్యవస్థను తుడిచేయాలనుకొంటాడు. పతంజలి, వి.వి.న.మూర్తి కళింగాంధ్ర ప్రాంత బహుజనుల బాధలను చిత్రీకరించారు.

శాంతినారాయణ, స్వామి, రాసాని, రాయలసీమ ప్రాంత బహుజనుల కడగండ్లను కళ్ళకు కట్టారు. ఖదీరుబాబు ఖాధర్లేదు. షాజిహాన్ రాసిన సండాసీ, శశిశ్రీ దహేజ్, రాతిలోతేమా, ఇబ్రహీం జీవసమాధి. ఎన్నెస్ ఖలందర్ మున్నీస్ బేగం ముస్లింజీవనస్వభావనైజం గుణాలను తెలిపేకథలురాశారు.

వీటితోపాటు సత్యాగ్ని యంత్రం, హుసేన్ సయ్యద్ సలీం, బారహతుల్లా స్కెబాబా, షాజహాన్, వేంపల్లి షరీఫ్, ఎన్నెస్ ఖందరు ముస్లింకథల్లో ప్రధాన భూమిక నిర్వహిస్తున్నారు. గీతాంజలి, పెహజాన్, చ, హిందూముసల్మాన్, ఆళ్వారుస్వామి, కాఫీరు, బుచ్చిబాబు, కేతువిశ్వనాథరెడ్డి పీర్లసావిడి, ఓల్గా సారీజాఫర్, రాసాని బుసీఫెల్స్, నువ్వు అనాథవికావు, శ్రీపాద గులాబీత్తరు, గురజాడ పెద్ద మసీదు మైనారిటీవాదాన్ని బలంగా వినిపించే కథలు రాసిన ముస్లిమేతరులు.

ఇలా ఎన్ని ఉత్పత్తికులాల గురించి కథలు వచ్చినా పరిస్థిలో మాత్రం మార్పు ఆశించినంతగా రాలేదు. లోపం రచయితల్లో వుందా, లేక పాఠకుల్లో ఉందా, లేదా పాలకుల్లో ఉందా అనేదితెలియాలి. ఇంకా దళితులపైన దాడులు నిత్యకృత్యం, దేవాలయాల ప్రవేశ నిషేధం కొనసాగుతోంది. దళితులే కాకుండా మిగిలిన ఉత్పత్తికులాలు కూడా అగ్ర కులాలవారితో అనేక శోషణలు ఎదుర్కొంటునే ఉన్నారు. బహుజనులు ఇంకా ఓటర్లుగానే ఉంటున్నారు తప్పితే పాలించే దిశగా ఆలోచించేదశలో వెనుకబడ్డారు. మార్పు ఆశించే వారిలో అజ్ఞానం, నిరక్షరాస్యత, మూఢనమ్మకాలు,

6

చెడువ్యసనాలు బహుజనులు విడనాడాలి. మనిషిని మనిషిగా చూసే సమాజం మనందరు నిర్మించుకోవాలి.

2. తెలుగు, కన్నడ పత్రికలలో తొలితరం మహిళలు– సాహిత్య కృషి

కమ్యూనికేషన్ అనే పదం లాటిన్ భాషా నామపదమైన కమ్యూనిస్ Comunic మరియు క్రియా పదమైన కమ్యూనికేర్ అనే పదంనుండి ఉత్పత్తిఅయ్యింది. ఈ రెండుపదాల అర్థం To make common అని, అందరికీ సంబంధించినదని అర్థం. కమ్యూనికేషనే ప్రజల్ని పరస్పరం దగ్గరచేస్తుంది. ఇద్దరు లేదా అంతకంటే ఎక్కువమంది వ్యక్తుల విషయాలు అభిప్రాయాలు సమాచారాలు వినిమయం చేసుకోడానికి ఉపకరిస్తుంది.

భరతుని నాట్యశాస్త్రంలో కూడా దీని ప్రస్తావన వుంది. సాధారణీకరణం అనే అర్థంతో ఉపయోగించారు సహృదయుల్ని దగ్గరకు చేర్చడమే సాధారణీకరణం అని అంటారు. కమ్యూనికేషన్ అనేది ఒక హక్కుగా పరిణమించింది. మనిషి ప్రాథమిక హక్కుల్లో ఇది కూడా ఒకటి అని ఐక్యరాజ్యసమితి పేర్కొన్నది. భారత పార్లమెంట్ కూడా 1977లో ఈ బిల్లును అంగీకరించింది.

Freedom of speech and pen is the foundation of swaraj, if the foundation stone is in dangers; you have to exert the whole of your might to defend that single stone. Mahatmagandhi

ముద్రణా వ్యవస్థకు అనుకూల వాతావరణం నిర్మాణమైన తరువాత వర్తమాన పత్రికలు ఆవిర్భవించాయి. మొదట చైనా దేశంలో కాగితం, ముద్రణా సౌలభ్యాలు రెండూ వుండటంతో ప్రపంచంలోనే మొదట ముద్రణ చైనాలో జరిగింది. మొదట పత్రికల్ని స్థాపించింది. మాత్రం 1615లో జర్మని దేశం, తరువాత 1622లో ఇంగ్లండ్ ప్రారంభించాయి. కానీ, పత్రిక అప్పుడు పాంప్లెట్ల రూపంలో వుండేది. ఇంగ్లండ్ మొదటి పత్రిక ఫర్ఫెక్ట్ డయల్ 1660 తరువాత 123 ఏండ్లకు పెన్సిల్వేనియాలో ఈవెనింగ్ పోస్ట్ అనే పేరుతో అమెరికా దేశంమొదటి పత్రికను తీసుకొచ్చింది. ఇలా అన్ని దేశాల్లోనూ పత్రికలను నెలకొల్పుకొంటూ వచ్చారు. పత్రిక అనే పదానికి వ్యవహారం యొక్క చెల్లుబడికై యొకరికొకరు వ్రాసుకొనబడిన పత్రం (శబ్దరత్నాకరం పుట 548) అని అర్థంతో వాడబడిరది.

ఇరుగు పొరుగు

భారతదేశంలో మొదటి పత్రిక 1780 బెంగాల్ గెజిట్. పత్రికల్ని ఫోర్త్ ఎస్టేట్ అంటారు. దేశంలో ప్రభావవంతంగా పనిచేసిన పత్రికలు చాలా వున్నాయి. 1881లో బాలగంగాధర్‌తిలక్ పూణే నుండి కేసరి, పత్రికను నడిపారు. ఇక పత్రికా రంగంలో భారతదేశంలో గాంధీని తలచుకోకుండా ఉండలేము. భారతదేశ పత్రికాస్వాతంత్ర్య పోరాటకారుడిగా జేమ్స్ అగష్టన్ హికిని చెప్పుకొంటారు. రాజారామ్ మోహన్‌రాయ్‌గారిని జవహర్‌లాల్ నెహ్రూ భారతదేశ పత్రికోద్యమ హితామహుడని కొనియాడారు. రాయ్ 1821లో సంవాదకౌముది పత్రికను స్థాపించారు. అంతేకాకుండా మీద్ ఉల్ అక్బర్ అనే పత్రికను కూడా 1822లో స్థాపించారు.

సదానంద తమిళనాడులోపుట్టి, ముంబైలో తన కార్యకలాపాలను ప్రారంభించిన వ్యక్తి, ఉప్పు సత్యాగ్రహంలో 'ప్రిప్రెస్ జర్నల్' అనే పత్రికను ప్రారంభించి జనాలను జాగృతం చేయడానికి పూనుకొన్నారు. 1920 లో బర్మాలో కూడా పత్రికను నడపగలిగారు బి. జి హార్న్‌మన్ స్టేట్స్‌మన్ అనే పత్రిక ద్వారా స్వాతంత్ర్య పోరాటంలో భారతదేశానికి మద్దతునిస్తూ పోరుసల్పారు ఇతనికి బ్రిటిషర్లు జైలుశిక్షవేశారు తదనంతరం దేశబహిష్కరణ చేశారు. అయినా కూడా తిరిగివచ్చి తన పోరాటాన్ని కొనసాగించారు. భారతదేశంలో పత్రికలు సామాజిక, సాహిత్య రంగాలకు అపారమైన సేవలందించాయి.

తెలుగుదేశంలో 1850 కంటే పూర్వం భావప్రసారం తాళపత్రాల ద్వారా, మౌఖిక మార్గాల ద్వారా నడిచింది. కాకతీయుల పాలనలో కాగితం తయారయ్యేసరికి రాతపూర్వకంగా పత్రికలు వెలువడ్డాయి. తెలుగులోమొదటి పత్రిక వృత్తాంతి. 1838 తరువాత సుజనరంజని, 1862 యక్షిణి, 1863 తత్వబోధిని, 1864 ఆంధ్రభాషా సంజీవని, 1871 వివేకవర్ధిని, 1874 భారతి, 1875 దినవర్తమాన, గోల్కండపత్రిక, మీజాన్, శారద, సుజాత, చింతామణి, ఆంధ్రకేసరి, కృష్ణాపత్రిక, తెలుగు, గృహలక్ష్మి మొదలైన పత్రికలు తెలుగు సాహిత్యానికి ఎనలేని సేవలందించాయి. నేడు ఈనాడు, ఆంధ్రజ్యోతి, వార్త, సాక్షి, ఆంధ్రభూమి తదితర పత్రికలు సాహిత్యానికి ఎంతో సేవలందిస్తున్నాయి. తెలుగు పత్రారంగంలో స్త్రీలు తమ ధైర్య స్థైర్యాలను చూపారు. తెలుగులో స్త్రీలకోసం ఆవిర్భవించిన మొట్టమొదటి పత్రిక సతీహితబోధిని. ఇందులో ముఖచిత్రంపైన

'అరక్షితా గృహేరుద్ధాః పురుషైరాప్తకారిభిః'

డా.బి. నాగశేషు

ఆత్మానమాత్మనా యాస్తురక్షేయుస్తాస్సురక్షితాః

ఆప్తులైన పురుషులచే గృహమున నిర్బంధింపబడు స్త్రీలు సురక్షితాండ్రుకారు, ఏ స్త్రీలు తమ్ముతామే కాపాడుకుందురో వారే సురక్షితాండ్రు అని ముద్రించేవారు. వీరేశలింగంగారు స్త్రీ సంపూర్ణంగా స్వశక్తురాలైవుండాలని ఆనాటికే కోరుకున్నారు. అసలే అక్షరాస్యత అంతంత మాత్రం వుండే భారతదేశంలో స్త్రీలు చదువుకోవడమే గగనమైతే ఇక పత్రికల్లో రాయడంకాని పత్రికల స్థాపన కాని ఊహించడానికే కష్టంగా ఉండేది. కాలానుగుణంగా వచ్చిన ఉద్యమాల మార్పులతో పత్రికల ద్వారా సాహిత్య శంఖారావం పూరించడానికి స్త్రీలు ముందుకువచ్చారు. సంస్కరణల కాలానికి స్త్రీయే కేంద్రబిందువయ్యింది. 1883 నుండి స్వాతంత్ర్యం వచ్చే నాటికి 20 పత్రికలు స్త్రీ కార్యవర్గంలో ముందుకు నడిచాయి సతీహితబోధిని 1883, తెలుగుజనానాపత్రిక 1893, స్త్రీహిత బోధిని, అనసూయ, సౌందర్యవల్లి, ఆంధ్రలక్ష్మి, భారతమహిళ, ఆంధ్రమహిళ మొదలైన పత్రికలు తెలుగులో వెలువడ్డాయి. తొలితరం పత్రికలన్నీ మగవారి అడుగుజాడల్లో నడిచేలా తయారు చెయ్యడానికి మాత్రమే ఉపకరించాయి. పాతివ్రత్య రక్షణకోసం ప్రాకులాడిన పత్రికలే అలా రాయడానికి మగవారిలో ఉన్న అభద్రతాభావమే అని చెప్పవచ్చు. మొసలిగంటి రమాబాయి, రాచమల్లు సత్యవతీదేవి, పులుగుర్తినరసమ్మ, వింజమూరి వెంకటరత్నమ్మ, మల్లాది వెంకటసుబ్బమ్మ, యామినీ పూర్ణతిలకమ్మ, మాలతీచందూర్ లాంటి ప్రముఖులు పత్రికారంగం ద్వారా సాహిత్యానికి సేవలందించారు. 1980లో ఉద్యమంగా వచ్చిన స్త్రీవాదం ప్రేరణతో 'భూమిక' పత్రిక కేవలం మహిళాసాహిత్య ప్రోత్సాహనికి ఉద్దేశించి ప్రారంభించిన మాస పత్రిక. నేటికి చాలామంది మహిళలు పత్రికారంగంలో ఎన్నో సవాళ్లను ఎదుర్కొంటు కర్తవ్యాన్ని నిర్వహిస్తున్నారు.

'పులుగుర్తి వరలక్ష్మీనరసమ్మ' సావిత్రి అనే పత్రికను 1904లో స్థాపించారు ఈ పత్రికలో రచయిత్రుల రచనలే ఎక్కువగా కనిపిస్తున్నాయి సావిత్రి పత్రిక స్త్రీ విద్యను బాగా ప్రోత్సహించింది. వితంతు వివాహంవంటి సంస్కరణల్ని తీవ్రంగా ఖండంచేది. ఒక విధంగా సావిత్రి పత్రిక వీరేశలింగంగారికి ప్రత్యర్థి వంటిదని చెప్పవచ్చు. పంతులుగారు రాసిన సావిత్రి సత్యవతి సంభాషణమనే ప్రహసనానికి, ఇంకా వీరేశలింగంగారి ఇతర విమర్శలకు మన్యం సుబ్బమ్మ అనే రచయిత్రి ఈ పత్రికా ముఖంగానే సవాలు విసిరింది. సావిత్రి పత్రిక సంప్రదాయబద్ధమైన రీతిలో స్త్రీ విద్యని కాంక్షించింది. స్త్రీకి పునర్వివాహం

కూడదని ఖచ్చితంగా చెప్పేది. ఈ సావిత్రి మూలమున బ్రతిమానము సులభమైన తెలుగున బతివ్రతాధర్మములు, సంసారధర్మములు, దల్లిదంద్రులర్వకృత్యములు, బ్రకృతిశాస్త్రాదులు, దైవప్రార్థనలు, మంచిపాటలు, గుట్టుపనులు, నీతివిషయములు, దేహారోగ్యధర్మములు, అన్యదేశపు జైలుల వృత్తాంతం, వినోదవార్తలు మొదలైన విషయాలు ప్రచురించేవి. నా సోదరులందరు లోకాభివృద్ధికి మూలాధారమైన విద్యాభివృద్ధిని కోరి నాపై సోదరి భావంతో చూసి మీ సఖులందరినీ సావిత్రి పత్రిక బంధువులుగా చేయాలని మనవి అని విన్నవించుకొన్నారు. సావిత్రి పత్రికను మహిళలందరూ చదివేలా చూడాలని పురుషలోకానికి మొరపెట్టుకొన్నారు.

"విజమూరి వెంకటరత్నమ్మ", దేవులపల్లి కృష్ణశాస్త్రిగారి సోదరిగానే కాకుండా తన ధైర్యసాహసాలతో ఆనాటి స్త్రీల భావాలను నిస్సంకోచంగా వ్యక్తం చేసిన ధీరురాలుగా అందరికీ సుపరిచితమే. నవ్యసాహితీసమితిలో ఏకైక మహిళా సభ్యురాలు తెలుగులో స్త్రీల కోసం అనసూయ అనే పత్రికను 1917లో రామారావుపేట సుండి ప్రారంభించారు. తొలితరం మహిళలను జాగృతం చేసిన పత్రికగా 'అనసూయ' పత్రికను చెప్పుకోవచ్చు. పురుషులతో పోరాడి హక్కుల్ని పొందడం కాదు. మగజాతే ఆడవారి బుద్ధిశక్తిని చూసి పిలిచి అవకాశాల్ని సమానస్థాయిలో కల్పించాలి. ఎక్కడ పురుషులతో సమానంగా స్త్రీలను అభివృద్ధిలో భాగస్వామ్యులుగా చేస్తారో అక్కడ అభివృద్ధి ఉంటుందని స్వాతంత్ర్యానికి పూర్వమే చెప్పారు. స్త్రీల స్వయంప్రతిపత్తిని ఆశించి పురుషులతో సమానావకాశాల్ని ఆశించడమనేదే కాకుండా తన అభిప్రాయాన్ని బహిర్గతం చేయడం ఆ రోజుల్లో సాహసోపేతమైనదిగా భావించవచ్చు. 'టైమ్స్ ఆఫ్ ఇండియా' పత్రికలో నారాయణచంద్రవార్కర్ రాసినవ్యాసాన్ని వెంకటరత్నమ్మ ఇరువురుమాలకన్నియల పేరుతో ప్రచురించారు మేధోపరంగా పురుషులకు స్త్రీలు ఏమాత్రం తీసిపోరని తమ అన్ని పాఠశాలల్లోను మహిళా ఉపాధ్యాయులనే నియమించారు.

విద్యార్థులు మహిళా ఉపాధ్యాయులను చూసి నేర్చుకొంటారని చెప్పారు. తెలుగుభాష మీద ఎంతో గౌరవం ఉండేది. అనసూయ పత్రిక అంటే వెంకటరత్నమ్మకి ఎంతిష్టమంటే తన కూతురికి కూడా పత్రిక పేరే పెట్టారు. సాంప్రదాయాలకు భిన్నంగా స్త్రీ సమాజాన్ని మేల్కొలిపే విధంగా తన రచనలు చేశారు.

'మల్లాదిసుబ్బమ్మ' సాంప్రదాయ కుటుంబంలో పుట్టి సాంప్రదాయాలన్నింటిని ఎదురించి అభ్యుదయ భావాలు, ప్రశ్నించే మనస్తత్వంతో తెలుగు సాహిత్యంలోనే ఒక

క్రాంతికారక భావాలతో సుస్థిరస్థానం సంపాదించిన శక్తి మల్లాదిసుబ్బమ్మ ఈమె మొదటి కథ 'పనికిమాలిన ముత్యం, కథతోసాగిన ప్రయాణం ఏది అశ్లీలం, బానిసాకాదు దేవతాకాదు, వ్యభిచారం ఎవరినేరం, మనం మన సంస్కృతి, మొదలైన రచనలతో ప్రేక్షకుల హృదయాలను గెలుచుకొన్నారు. ఆంధ్రజ్యోతి దినపత్రికలో 'మహాళాజ్యోతి' శీర్షికతో ఒక పేపరు కేటాయించారు. అందులో 'కట్నాలకలహాల' కథతో మంచి గుర్తింపు లభించింది. 'వికాసం' అనేపేరుతో ఒకపత్రికను నెలకొల్పి 10సంవత్సరాలు మేనేజింగ్ డైరక్టరుగా పనిచేశారు స్త్రీ స్వేచ్ఛ స్త్రీ పురుష సమానత్వం సుబ్బమ్మగారి రచనల ఉద్దేశం. వివాహమే అంతిమలక్షంగా మారిన మహిళాలోకానికి కాలంచెల్లిన ఆలోచనలను విడనాడాలని వివాహం స్త్రీ అంతిమలక్ష్యం కాదు కారాదనే ఉపదేశించారు. చిన్నపిల్లల్లో సహనం, సౌశీల్యం, దాతృత్వం, నిస్వార్థంలాంటి మంచి గుణాలని నేర్పించాలని బాలలకోసం సహ పుస్తకాలు రాసారు. పురాణాలన్నీ స్త్రీలను ఎంతకిందిస్థాయికి జమకట్టాయో తెలియజేశారు. తైత్తరీయ బ్రాహ్మణంలో మహిళలను పరాన్నభుక్కుగా Parasite గా వర్ణించారు. చాణుక్యుడు స్త్రీలు జుట్టు వేసుకొంటే పన్ను విధించారు. మానవత్వాన్ని కాలరాసిన నియంత ఎవరంటే మనువు అనిచెప్పారు. ప్రత్యక్షరాజకీయాలలో స్త్రీలు తక్కువగావుండటాన్ని నిరశించారు. స్త్రీలకు అధికారంవున్నా పురుషులే అజమాయిషీ చలాయిస్తున్నారని వాపోయారు. నిజమైన ఆప్యాయతను కోరుకొనే పురుషుడు స్త్రీలకు సమానత్వాన్నివ్వాలని, మమ్మల్ని పురుషుడితో సమానంగా చూడాలని కోరుకొన్నారు. దేవుళ్లందరూపురుషులే, వారి ప్రతినిధులైన పూజారులు కూడా పురుషులే అయినపుడు సమానత్వం అనేపదం ఉచ్చరించడానికే ఇబ్బందిగా వుంటుంది. ఇంతకంటే మోసం ఇంకేముంటుంది. అన్ని మతాల్లోనూ మగదేవుళ్లే మగవారి కుత్రలకు ఇంతకంటే సాక్ష్యం ఇంకెంకావాలని ప్రశ్నించారు. ఈమె రచనల్లో నీతి, నిజాయితీ, హేతువాదతత్వం, కులతత్వ వ్యతిరేకత కనిపిస్తాయి. మంచిసంఘసేవకురాలుగా పూర్తివిశ్వాసంతో ఎంతో ధైర్యంగా తనభావాలను ముందుకు తీసుకెళ్లారు. ప్రశ్నించేవారిని ఏ పేరుతో పిలిస్తామో ఆ పేరు మల్లాదిసుబ్బమ్మ.

కన్నడ రాష్ట్రంలో మంగళూరు సమాచార, అనేది మొట్టమొదటి పత్రిక ఇది 1843 జూలై 1 నుండి వెలువడిరది. దీని సంపాదకులు హర్మన్ ఫెడ్రిక్ మొగ్లింగ్. దీని తర్వాత బుద్ధిప్రకాశ 8149, అరుణోద్యమ, బెళగావిసమాచారం, మరపత్రిక, వృత్తాంత చింతామణి, సాధ్వి, ధనుంజయ, ధనుర్ధారి, జ్ఞానబోధక, ధారవాడ వృత్తశిలానుభవ,

నవకర్ణాటక. కన్నడంలో మొదటవారపత్రిక మైసూరు వృత్తాంతబోధిని కర్ణాటక ప్రకాశిక. కన్నడంలో మొదటి సాహిత్యపత్రిక, కర్ణాటకవైభవ, దేశాభిమాని, కన్నడనడెగన్నడి, సత్యదీపిక, శివమొగ్గ వృత్తాంతి. మహిళల కోసం కర్ణాటక వాణీవిళాస 1888, మైసూరు హెరాల్డ్, కన్నడ స్టాండర్డ్, సూర్యోదయప్రకాశిక ఇక రెండవ తరానికి చెందిన పత్రికలు విశ్వకర్ణాటక 1921 తాయినాడు. జనవాణి 1934, సంయుక్త కర్ణాటక 1929 జ్వాలాముఖి, ఇన్ కిలాబ్. ఇవన్నీ స్వాతంత్ర్యానికి పూర్వపత్రికలు స్వాతంత్ర్యం వచ్చినతరువాత పత్రికలలో చాలా మార్పులువచ్చాయి. ప్రజావాణి 1948 కన్నడ ప్రభ, 1967 ఉదయవాణి 1970 ముంగారు, విశ్వవాణి, విజయ కర్ణాటక, ఉషారాణి, సూర్యోదయం మొదలైనపత్రికలు విలువైన సమాచారాన్ని, జ్ఞానాన్ని పొందడానికి వీలుగాఉంటున్నాయి. సాహిత్యానికి పత్రికలుఇంకా ఎక్కువ స్థాయిలో అవకాశం కల్పించి అనేకమైన సాహిత్య విషయాలను వెలుగులోకి తీసుకొనిరావాల్సిన అవసరం ఎంతైన ఉంది. అంతేకాకుండా మరుగవుతున్న జానపద కళారూపాలను సంరక్షించి వెలుగులోకి తీసుకురావాల్సిన అవసరం ఎంతైనాఉంది. కన్నడ పత్రికారంగంలో విశేషమైన సేవలందించిన మహిళల గురించి ఇక్కడ ప్రస్తావిస్తున్నాను సమాజాన్ని జాగృతపరచడానికి, చైతన్యపరచడానికి ఆసక్తి కనపరచి అనేకసాధనాలు చేశారు కన్నడ మహిళలు. వారిలో తిరుమలాంబ, కల్యాణమ్మ, ద్వారకాబాయి, ఎం.ఆర్.లక్ష్మమ్మ, కె. వారిజాదేవి, బి.మోహినీదేవి, సరస్వతిబాయి, రాజవాడె, బి.కవాల్, కావేరియమ్మ, సరోజినీమహిషి, గౌరిలంకేష్ మొదలైన మహిళలు, మహిళలకోసం పత్రికలను నడిపారు. ఆ కాలంనాటి స్త్రీ విద్యాభ్యాసం మహిళలఅభివృద్ధికోసం పాటుపడ్డవారిలో తిరుమలాంబ, కల్యాణమ్మ సరస్వతీబాయి, పాత్రికేయులుగా, రచయిత్రులుగా ఎన్నోకష్టనష్టాలను చవిచూసి సాహిత్యానికి ప్రగతిపరమైన ఆలోచనలను కలిగించారు. వీరిలో ప్రముఖులు తిరుమలాంబ, కల్యాణమ్మ సరస్వతిబాయిరాజవాడె ముఖ్యులు.

"తిరుమలాంబ." 20వశతాబ్ధం ఆరంభకాలంలో మొదటి కన్నడ లేఖకి, మరియు మొదటి పాత్రికేయురాలిగా ప్రసిద్ధిగాంచిన నంజనగూడు తిరుమలాంబ మొదటి సంపాదకురాలే కాకుండా మొదటి పత్రికోద్యమరాలు. వీరుచేసినకృషి అపారం 1887లో పుట్టిన తిరుమలాంబ మాతృభాష తమిళం. తిరుమలాంబ బాలవిధవ, తనజీవితం అంధకారంగా మారుతుంది ఒక వృతంలో జీవిస్తుంటుంది తనకబ్బినఒంటరితనాన్ని మరచిపోవడానికి సాహిత్యఅధ్యయనంచేయడం ప్రారంభించింది. సతీహితైషిణి అనే

దా.బి.నాగశేషు

గ్రంథాలయాన్ని స్థాపించారు. ఈమె 16 నవలలు, నాటకాలు వ్యాసాలు మొదలైనవి వెలువరించారు. 1913లో స్త్రీలకోసం 'కర్ణాటక నందిని' అనే మాసపత్రికను స్థాపించారు. మహిళలు వంటింటికే పరిమమితం కాకూడదని స్త్రీల అభ్యున్నతి పిలుపు కోసమే కర్ణాటక నందిని, సన్మార్గదర్శిని అనే పత్రికలను నెలకొల్పారు. స్త్రీలకు సంబంధించిన విషయాలను మాత్రమే రాసేవారు. వారికోసమే ప్రత్యేక శీర్షికలను కేటాయించారు.

చిన్నపిల్లలకోసం సన్మార్గదర్శి అనే పత్రికను ప్రచురించారు. వీరు పత్రికల ద్వారా మహిళలలలో వుండే అలసత్వం, ఉదాసీనతను వారి మనసులో నుండి తీసిపారేసి మహిళల్లో ఆత్మవిశ్వాసం నింపారు. పురుషులనుండి ఎదురయ్యే దౌర్జన్యాలను ప్రతిఘటించారు. పురుషులు స్త్రీలు పరస్పరం గౌరవంతో నడుచుకోవాలి అంతేకాని పురుషాహంకారంతో స్త్రీలను అణగదొక్కాలని చూస్తే సహించేదిలేదని హెచ్చరించారు. ఆడపిల్లలకు మించే ఆభరణాలకంటే మంచి విద్యాభ్యాసం ఇప్పించగలిగితే అదే చాలు అని తిరుమలాంబ తల్లిదండ్రులకు హితబోధ చేశారు. ఇలా వందేళ్లకంటే ముందే ఒక విధవగా ఉంటూ జీవన సమస్యలను ఎదురిస్తూ ఆడవారికి విద్యే ఆస్తి అని నమ్మి తోటి స్త్రీలకు మనోధైర్యాన్ని నింపుతూ అత్యంత కష్టమైన పత్రికారంగంలో ధైర్యంగా నిలవడం అనేది సాహసోపేతమైన విషయంగా చెప్పుకోవచ్చు. అనేకమంది రచయిత్రులను వారి రచనలను ముద్రించి ప్రోత్సహించారు. కన్నడ ఆధునికయుగంలో 1913లో మొట్టమొదటి నవల సుశీల మొదటిదని అంటారు. ఈమె నవలల్లో దాంపత్యజీవిత కష్టసుఖాలు, విద్యావంతులయిన స్త్రీల సమస్యలు మొదలైన విషయాలు చర్చించారు. కర్ణాటక సాహిత్యఅకాడమీ అవార్డు లభించింది. తిరుమలాంబ పురస్కారాన్ని కూడా ప్రభుత్వం ఏర్పాటుచేసింది.

"కల్యాణమ్మ" ఈమె తొమ్మిదేళ్లకే వివాహం చేసుకొని వైధవ్యం ప్రాప్తించినా ఏమాత్రం డీలా పడకుండా ఆంగ్లం, సంస్కృతం, హిందీ, తెలుగుభాషలను నేర్చుకొని అనువాదం చేసేస్థాయికి ఎదిగారు. కథలు, నవలలు, నాటకాలు, ఆత్మచరిత్ర, వ్యాసాలు తదితర ప్రక్రియల్లో వారి సాహిత్యకృషిని కొనసాగించారు. ఆత్మాభిమానం, ప్రగతిశీలభావాలను కలిగిన కల్యాణమ్మ స్త్రీల విద్యాభివృద్ధికి, సమాజోన్నతికి మహిళల అభ్యున్నతికి చాలా పాటుపడ్డారు. సరస్వతి అనే పత్రికను 1913లో ప్రారంభించారు. బెంగాల్‌లోని స్వర్ణకుమారిదేవి భారతి పత్రికను నడిపినట్లు కల్యాణమ్మ

నడపాలనుకొంటుంది. విద్యావంతులయిన స్త్రీలు దేశఅభ్యున్నతికి వారి ఆలోచనలను తమవంతు తోడ్పాటును అందించాలనే కోరికను కలిగిన కళ్యాణమ్మ స్త్రీల రచనలను ప్రోత్సహించారు. తన పత్రిక ఉద్దేశం కేవలం భాషాసేవ తప్పితే వేరే ఉద్దేశ్యం కాదు. పత్రిక నష్టాలతో నడిచినా అతి తక్కువ ధరకే పత్రికను అందజేశారు. బొమ్మలుగీసే వారికి, కుట్టు యంత్రాల శిక్షణ, వంటలునేర్పించడంలాంటివన్నీ తన పత్రిక ద్వారా నేర్పించారు. రచయిత్రుల కథలు, వ్యాసాలు క్రమం తప్పకుండా ముద్రించేవారు. వీరు రాసే సంపాదకీయ వ్యాసాలు విలువైనవిగా వుండేవి. స్త్రీల హక్కులు, స్త్రీల ఉద్యోగాలకోసం ప్రభుత్వం తీసుకొంటున్న చర్యలు, గృహిణులకోసం కొంత సొమ్మును భద్రపరచడం, సమాజసేవ, ఆరోగ్యం, రాట్నం నుండి బట్టలను తయారు చేయడం. దేశం ఎదుర్కొంటున్న సమకాలిన సమస్యలను ప్రస్తావించడంలాంటి ఉపయోగకరమైన విషయాలను ప్రచురించేవారు. సాహిత్యంకోసమే నమ్మనుడిగన్నడి అనే శీర్షికతో సాహిత్య సమ్మేళనాలను నెలకొల్పారు. మక్కల బావుటా అనే పత్రికను పిల్లలకోసమే స్థాపించి వారిలో సాహిత్య తృష్ణను కలిగించారు. వారి ఆత్మవిశ్వాసం, స్త్రీలపట్ల ఉండే ఆసక్తి పత్రికారంగానికే స్ఫూర్తిదాయకం. ఈమెను బహుముఖ ప్రజ్ఞాశీలిగా పరిగణించవచ్చు. విద్యావినోదిని అనేది బిరుదు నామం బలిపీఠం, దేవనెల్లి రచనలు చాలా ప్రత్యేకతను కలిగివున్నాయి.

"సరస్వతిబాయిరాజవాడె" మహిళల జాగృతికోసం, సామాజికమార్పుకై 1913 నుండి గిరిబాలె, విశాఖ, వీణాపాణి అనే కలం పేర్లతో చాలా పత్రికలకు రాశారు కథ, నవల, వ్యాసం, అనువాదాలతో వారి సాహిత్యపరంపరను అభివృద్ధిపథంలో తీసుకెళ్లారు. అంతరంగ, నవయుగ, ఉషా, రాయబారి, నవభారతమొదలైన పత్రికలలో వారిరచనలు ముద్రితమయ్యాయి. 'కథావళి' అనేపత్రికకు సంపాదకురాలుగా వ్యవహరించారు నిసర్గ అనేపత్రికలో స్త్రీలకు కలిగే లైంగిక సమస్యలను నిర్భయంగా బహిర్గతం చేస్తూ తగినశిక్షణ కూడా ఇచ్చారు. ఈ విషయంలో సంప్రదాయవాదుల నుండి తీవ్ర వ్యతిరేకతను ఎదుర్కొన్నారు. అయినా నిర్భీతితో అవన్ని ఎదురించారు. 1952లో సుప్రభాత అనే పత్రికను స్వంతంగా ప్రారంభించారు ఇది కేవలం మహిళల సాహిత్యానికే కేటాయించిన పత్రిక. చాలా సాహసంతో నడిపారు ఎందుకంటే వీరికంటే ముందువారైన తిరుమలాంబ, కళ్యాణమ్మలు హెచ్చరిస్తూ వచ్చినా భయపడలేదు. ఆడవారికోసమే వారిచేతే రాయించారు. ఆ దిశగా ఆమె విజయం సాధించారు. పత్రికలు పురుషులే

నడపాలి స్త్రీలకు చేతకాదు అనే అపవాదును తొలగించారు. విధవ వ్యవస్థ, శిరోముండన, బాల్యవివాహాలు పురుషుల అధిక పెళ్ళిళ్ల గురించి సుప్రభాత పత్రికలో ప్రాముఖ్యత నిచ్చారు. జాత్యాహంకారం, లింగ అసమానతలను తీవ్రంగా వ్యతిరేకించారు. కన్నడ పత్రికారంగంలోను కన్నడ సాహిత్యలోకంలోను ఒక నూతన అధ్యాయాన్ని సృష్టించారు. తొలితరం స్త్రీ పత్రికలన్నీ స్త్రీల అభివృద్ధిని ఆశించివచ్చిన పత్రికలే, అయితే ఆశించిన మార్పు జరగలేదనే విషయం మాత్రం ఒప్పుకోవాల్సిందే. అయినా నాటి మహిళలలు వేసిన సాంస్కృతిక కృషి వల్లే ఈనాటి మహిళల పరిస్థితి ఎంతో మెరుగయ్యిందని చెప్పవచ్చు. మీడియా రంగంలో పనిచేసే మహిళల శాతం పెరిగినా పత్రికల ద్వారా సాహిత్యకృషి చేసే మహిళలు తగ్గ ముఖం పడుతున్నారు. స్త్రీ అసలైన సమస్యలు వెలుగులోకి రాకుండాపోతున్నాయి. అన్ని అవసరాలకు పురుషులకు గుర్తొచ్చే మహళలు వారికి సమానత్వస్థాయి కల్పించే దగ్గరకొచ్చే సరికి ఆమె మీద ఎన్ని వంకర్లు వెతుకుతారో మగ పుంగవులు, ఈ పరిస్థితిలో ఇంకా మనం మారాలి. పదతికి ప్రజాస్వామ్యయుత జీవనానికి అవసరమయ్యే అన్ని సదుపాయాలు ఒనకూర్చాలి. మహిళల కోసం ఏదైనా చేయాల్సివుందా అంటే చాలా ఉంది. ఏం చేయకపోయినా మగువను మనిషిగా బ్రతకనిస్తే అంతకు మించి ఆనందం, అభివృద్ధి మరొకటి వుండదనేది నా అభిప్రాయం.

ఆధారగ్రంథాలు

తెలుగు

1. తెలుగు పత్రికలు సాహిత్య సేవ, తిరుమలరామచంద్ర.
2. కృష్ణాజిల్లా పత్రికారంగం ఒక అధ్యయనం, కప్పగంతు రామకృష్ణ.
3. ప్రముఖ పత్రికాసంపాదకులు, రాపాక ఏకాంబరాచార్యులు.
4. అస్పష్ట ప్రతిబింబాలు తెలుగులో స్త్రీల పత్రికలు ఒకపరిశీలన, డా.డి. పద్మావతి.

కన్నడ

5. 75 లేఖకియరు, కె.యం. విజయలక్ష్మి
6. స్త్రీ లేఖ, డా. కెస్. రత్నమ్మ
7. స్త్రీపర.డా. హోలతి సోమశేఖర.
8. మహిళాచలువలి సామాజిక సాంస్కృతిక హిన్నలె.డా. హోలతి సోమశేఖర
9. మహిళ మత్తు దుడిమె.డా. అంజినప్ప హెచ్.

3. ప్రాచీన తెలుగు కన్నడ కవయిత్రులు – తులనాత్మక అధ్యయనం

"ఉపాధ్యాయాన్ దశాచార్య ఆచార్యాణాం శతంపితా
సహస్రం పితౄన్ మాతా గౌరవేణాతిరిచ్యతే" (మను. 2.145)

పదిమంది ఉపాధ్యాయులకంటే ఒక ఆచార్యుడు, వందమంది ఆచార్యులకంటే తండ్రి, వెయ్యిమంది తండ్రులకంటే తల్లి పూజనీయురాలని మనుధర్మశాస్త్రం చెబుతుంది. మాతృదేవోభవ అన్నకే పితృదేవోభవ అనాలని ఉపనిషత్తులు కూడా బోధిస్తున్నాయి.

ఆడబిడ్డ పుట్టగానే దైవదూతలు దిగివచ్చి ఆ ఇంట్లోశుభాలు కురిపిస్తాయని చెబుతుంది ఇస్లాం. ఆడకూతురి పోషణ ఆ తండ్రి స్వర్గానికి బాటలు వేస్తుందని తెలియజేసింది. నిజానికి ఆమె పాదాల చెంతే స్వర్గం వుందంటారు ప్రవక్త. అత్యంత విశ్వాస పాత్రురాలిగా స్త్రీని కొనియాడారు. యేసుక్రీస్తు పునరుత్తానం తరువాత ముందుగా యేసు కనిపించింది స్త్రీలకే. స్త్రీ ప్రాధాన్యతను ఎంత చెప్పినా తక్కువే. మహిళలు ఎదుర్కొంటున్న మానసిక సమస్యలు కూడా తక్కువేం కాదు. మనుధర్మశాస్త్రం "నస్త్రీ స్వాతంత్ర్యమర్హతే" అని ఎందుకు చెప్పారో తెలియని కొంతమంది మగజనం మను వంకతో మగువను వంటింటికే పరిమితం చేశాడు. కానీ దానర్థం పురుషుడు అన్ని సమకూర్చాలని మగువకు ఎక్కడా ఏ లోటు లేకుండా పురుషుడే చూసుకోవాలనేది. దాని ఉద్దేశ్యం, మహిళలంటే అన్నింటా చిన్న చూపే ఎక్కడ చూసినా ఆమెది ద్వితీయ స్థానమే అవమానాల, ఆక్రందనలతో నిత్యం సహజీవనం చేస్తూనే వున్నది.

పుట్టుకతోనే ఎవరూ ప్రతిభావంతులు కాలేరు. ఒకవేళ ప్రతిభ వున్నా దానికి పరిసరాల ప్రభావం కూడా ఉపయోగపడుతుంది. ఎంతమంచి విత్తనమైనా దానికి సరైన గాలి వెలుతురు సారవంతమైన నేల, నీరు లేకపోతే విత్తనం మొలకెత్తదు. అలాగే స్త్రీలో సహజమైన ప్రతిభ వున్నా, రాజులు, పురాణాలు, శాస్త్రకావ్యాలు స్త్రీలను అబలగా కీర్తించే సరికి ఏ విధమైన ప్రోత్సాహం దొరక్క వారిలో ప్రతిభను బహిర్గతం చేయలేకపోయారు.

ఇన్ని నిర్బంధాల కోటలరాళ్ల పగుళ్లలోనుండి బలమైన విత్తనాలు మొలకెత్తి మహా వృక్షాలుగా ఎదిగి తన వారసత్వానికి నీడగా నిలిచారు.

చరిత్రను సృష్టించడం పెద్ద విషయం కాదు. అది కేవలం మనల్ని సంతోష పరచడానికో, భ్రమను కలిగించడానికో సంబంధించినదై వుండకూడదు. చరిత్ర మనలో ఆత్మవిశ్వాసం నింపే విధంగా వుండాలి. వర్తమాన సమాజానికి మార్గదర్శకంగా ఉండాలి. భవిష్యత్‌పై అందమైన కలలు కనేలా ఉండాలి. అప్పుడు అది ఉత్తమ చరిత్ర అవుతుంది. దురదృష్టం కొద్దీ మన దేశంలోని స్త్రీల పరిస్థితి అంత ఆశాజనకంగా చరిత్రకారులు తెలిపిన విషయాల్లోలేవు. స్వతహాగా స్త్రీలే చెప్పుకోడానికి అవకాశం లేకుండా పోయింది. లింగతారతమ్యం, నిరక్షరాస్యత, అణచివేత ఈమూడిరటివల్ల వెనుకపడ్డారు. అదే జానపద సాహిత్యం విషయంలో మహిళలదే పైచేయి, అన్ని విద్యలు పురుషుల కోసమే పుట్టినట్లు సమాజంలో పురుషులే మనుషులని మగ ప్రచారం జోరుగాసాగింది. మహిళలు వంటింటికి, గృహాలంకారానికి మాత్రమే పరిమితం చేశారు. ఈ వివక్ష అన్ని రంగాలలోను ఇప్పటికీ కొనసాగుంది. ఆదికవి నన్నయ మగువలెరుకగలరె (క్రుువ వినతల గాథ) ప్రబంధ పరమేశ్వరుడు వనితలకు పరిజ్ఞానం లేదు (ధర్మవ్యాధోపాఖ్యానం) అంటూ శ్రుతి కలిపాడు. కవి సార్వభౌముడు తథ్యమిథ్యాలక్తి ముగ్దలకు కలదే (శృంగారనైషధం) అని తేల్చేశాడు. పేరుగాంచిన పెద్దన కూడా రమణీ ప్రియదూతిక తెచ్చి యిచ్చుకప్పురవిడెము ఒప్పు తప్పురయు రసజ్ఞులు కావాలన్న పెద్దన సైతం రమణి కవిత్వం రాస్తానంటే కవిత్వం ఎందుకే నీ కంటి చూపు చాలని పొంగే పాలపై నీళ్లు చల్లాడు. వికటకవి తెనాలి రామలింగడు ఉవిధలకు బుద్ధి పెదతలనుండుగాదే అని తీర్మానించాడు. ఈ ప్రతికూల పరిస్థితుల్ని ఎదుర్కొని సాహిత్యంలో తమ సాహిత్య ప్రస్థానాన్ని ప్రారంభించారు.

దక్షిణ ద్రావిడ భాషల్లో తమిళం తరువాత కన్నడ భాషకు అత్యంత ప్రాచీన చరిత్ర కలిగిన భాషగా గుర్తింపు దక్కింది. కర్ణాటక ప్రాంతానికి కన్నడ భాషకు ఒక ప్రత్యేకత ఉంది. రామాయణ, మహాభారతాల్లో కన్నడ భాష ప్రస్తావన ఉన్నట్లు అనేక ఆధారాలు దొరికాయి. క్రీ.శ 450లో దొరికిన హల్మిడిశాసనమే కన్నడభాషకు మొట్టమొదటి లిఖిత ఆధారం. కన్నడ భాషకు మొట్టమొదటి కవి పంప. ఇతన్ని ఆదికవి అనే బిరుదుతో పిలుస్తారు. ఇతని కంటే ముందే గొప్ప రచనలున్నట్లు కవిరాజమార్గంలో ఆధారాలున్నట్లు చెప్తన్నారు. కర్ణాటక రాష్ట్రాన్ని అనేక రాజవంశాలు

పరిపాలించాయి. శాతవాహన, కదంబ, చాళుక్యులు గంగరు, రాష్ట్ర కూటరు, హొయ్సల విజయనగర మైసూరు రాజులు పాలించడం వల్ల ఆ ప్రాంతానికి ప్రత్యేకమైన భాష, సాహిత్యం కళలు మొదలైనవి కన్నడ ప్రాంతాన్ని సాంస్కృతికంగా ముందువరుసలో నిలబెట్టగలిగాయి. అనాది నుండి కన్నడ ప్రాంతం అన్ని ధర్మాలను సమాన స్థాయిలో చూసినటువంటి పవిత్రభూమి, కన్నడ ప్రాంతం భారతదేశంలోనే ఒక శాంతియుత రాష్ట్రంగా పేరు సంపాదించుకొన్నది. ఇంతటి చరిత్ర కలిగిన కన్నడ భాషకు ప్రాచీన భాషగా కేంద్రం గుర్తించడం కన్నడ సోదరత్వాన్ని పంచుకున్న మన తెలుగు వారందరికీ సంతోషకరమైన విషయమే.

'తెలుగు కన్నడ భాషీయుల మధ్య సంబంధాలు'

కన్నడ భాషకు, కన్నడ నాడుకు సుదీర్ఘమైన చరిత్ర వుంది. ఈ రాష్ట్రానికి ఒక మహోజ్వల చారిత్రక వారసత్వం కలిగివుంది. భారతీయభాషల్లోనే అతి ఎక్కువ జ్ఞానపీఠ పురస్కారాలను పొందిన భాషగా కన్నడ భాషకు ఆ గౌరవం వుంది. ఈ రాష్ట్రకవులు, సాహితీవేత్తలు, కళాకారులు, పరిశోధకులు, విద్యావేత్తలు, విద్వాంసులు, ప్రపంచవ్యాప్తంగా పేరు పొందారు. ద్రావిడభాషల్లోనే ఒక ప్రత్యేకతను సంతరించుకొన్న భాషలుగా తెలుగు, కన్నడ భాషలకు గుర్తింపు లభించింది. తమిళ, కన్నడ భాషలతో పాటు తెలుగు భాష కూడా సాహిత్యం ఆలస్యంగా వెలుగు చూసినా ప్రభావవంతమైన సాహిత్యాన్ని తెలుగు భాష కలిగివుంది. ఘనమైన చరిత్ర కలిగిన తెలుగు భాష ఆరంభం నుండి నేటి దాకా ద్రావిడ భాషాభిమానుల్నే కాకుండా ప్రపంచ దృష్టిని తన వైపు తిప్పుకోగలిగింది. నేటికీ తెలుగు మహాభారతం మిగతా భారతాలకంటే బహుజనుల ఆదరణ పొందింది. "కన్నడ భాషకు ఆదికవిని అందించింది తెలుగుజాతి. పంప, పొన్నుడు, నాగవర్మ వ్యాసరాయలులులాంటి గొప్ప ఉద్దండులను కన్నడ భాషకు కానుకగా ఇచ్చింది తెలుగు నేల. భాషలింత వేరైన పరతత్వమొకటికాదే అని వేమన అన్నట్లు, ప్రపంచమే ఒక కుగ్రామంగా మారిన ఈ రోజుల్లో ఇంకా మనం సంకుచిత బుద్ధితో ఆలోచిస్తే బావిలో కప్పల్లా మనం మన బుద్ధి వికసించలేదని అర్థం.

తెలుగు కన్నడ భాషలెంత ప్రాచీనతను పొందాయో, ఈ రెండు భాషలు మాట్లాడే ప్రజల మధ్య సంబంధాలు కూడా అంతే పూర్వత్వాన్ని కలిగివున్నాయి. ఇది కేవలం భాషావిషయంలోనే కాకుండా చారిత్రకంగా, సాంఘిక విషయాలలో కూడా

ఎంతో ప్రగాఢ అనుబంధం అల్లుకున్నది. రెండవ పులకేశి తమ్ముడైన కుబ్జవిష్ణువర్ధనుడు వేంగిని పాలించాడు. చాళుక్యుల మూలపురుషుడు కూడా ఇతనే. చాళుక్యులు వేంగిదేశస్థులు కాకపోయినప్పటికీ, వారు దాక్షిణాత్యులే అని నేలటూరి వెంకటరమణయ్యగారి అభిప్రాయం. చాళుక్యులందరికీ మూలం బాదామి రాజవంశం. ఈ బాదామి బిజాపుర మండలంలోనిదే అందువల్ల చాళుక్యులు కన్నడ దేశంవారే. వీరు తెలుగుభాషకు ఎనలేని సేవచేశారు. దేశికవితను పరిచయం చేసింది వీళ్ళే.

> "మునుమార్గకవితలోకం
> బున వెలయగ దేశి కవితబుట్టించి తెనుం
> గున నిలిపిరంధ్ర విషయం
> బున జనచాళుక్యరాజుమొదలగ బలువుర్"

క్రీ.శ.849 నుంచి 892 దాకా వేంగిని పాలించిన గుణగవిజయాదిత్యుని కాలంలో వేయించబడిన శాసనాలలోనే తెలుగు పద్యం తొలిసారిగా మనకు దర్శనమిస్తుంది. తెలుగు కన్నడ ప్రజల అనుబంధం విజయనగర రాజుల పరిపాలనలో పెనుబంధంగా మారింది. కర్ణాటక క్షితినాథులుగా కీర్తించబడినా, దేశభాషలందు తెలుగులెస్స అనేంత తెలుగును ఆదరించి గౌరవించారు. ఏను తెలుగు వల్లభుండ అని ప్రకటించుకొన్నాడు. శ్రీనాథుడికి కనకాభిషేకం జరిగింది తెలిసిన విషయమే.

తెలుగు అజంత భాషగా కీర్తిగడిరచింది. కన్నడ భాషకూడా ఎక్కువ శాతం అజంతమై తెలుగును తలపిస్తోంది. ఈ పద్ధతి కొత్త కన్నడంలో కనిపిస్తుంది. కన్నడంలో పంప, పొన్న, రన్నలు కవిత్రయంగా ప్రసిద్ధి. తెలుగులో నన్నయ, తిక్కన, ఎర్రనలు కూడా తెలుగు కవిత్రయంగా పేరు తెచ్చుకొన్నారు. పంపడు జైనుడు అతడు తెలుగులో జినేంద్రపురాణం రాశారు. పొన్న తెలుగులో ఆంధ్రపురాణం రాసిన సర్వదేవుడే పొన్న అని చెప్పబడిరది. క్రీ.శ. 10వ శతాబ్దంలో కరింనగర్ జిల్లాలో లభించిన జినవల్లభుని గంగాధరశాసనంలో కన్నడ పద్యాలతోపాటు, తెలుగు కంద పద్యాలుకూడా ఉన్నాయి, జినవల్లభుడు పంపకవి సోదరుడు బసవన్న, పాల్కురికి సోమనాథులిరువురు ఈ రెండుభాషల వారికి ఆరాధ్యులు. అనేక మంది కన్నడ కవులు తమ రచనల్లో పాల్కురికి సోమనాథుని కొనియాడారు. తెనాలి రామలింగకథలు కన్నడ, తమిళంలో బాగా ప్రచారంలో ఉన్నాయి. తెలుగు వేమన, కన్నడ సర్వజ్ఞలిద్దరూ సామాన్యుల నాలుకల మీద నిత్యం నానుతుంటారు సర్వజ్ఞ ప్రభావం వేమనపై వుంది. రాళ్లపల్లి అనంతకృష్ణశర్మ

వేమన గ్రంథంలో సాక్ష్యాలతో సహా చూపించారు. కేతనరాసిన ఆంధ్రభాషా భూషణం నాగవర్మ రాసిన కర్ణాటక భాషా భూషణాన్ని అనుసరించారని స్పష్టమయ్యింది.

తెలుగు కన్నడ భాషల్లో అనువాదాలు ముందు నుండీ జరుగుతున్నాయి. ప్రాచీన కవుల నుండి నేటి ఆధునిక కవితల వరకు అనువాదమవుతూనే వున్నాయి. కె. కృష్ణయ్యంగారు, కె.ఎస్. జానకిరామయ్య, కె. వెంకటరామప్ప, వీరభద్రప్ప, డి.రామారావు, పి. వేణుగోపాల్, కె.వాసుదేవరావు, జి.యమ్.హురళి, టి.ఎస్. వెంకణ్ణయ్య తంగిరాల వెంకట సుబ్బారావు, టి.ఎస్. శ్యామరావు, తిరుమల తాతాచార్య శర్మ, చిలుకూరి నారాయణరావు, రాళ్లపల్లి అనంతకృష్ణశర్మ, తిరుమల రామచంద్ర, విద్వాన్ విశ్వం, గడియారం రామకృష్ణశర్మ. కె.వెంకటరమణప్ప, కె. సుబ్బరామప్ప, ఆచార్య ఆర్వీయస్. సుందరం, ఆచార్య జి.ఎస్. మోహన్, ఆచార్య కె. ఆశాజ్యోతి తదితరులు అనేక ప్రక్రియల్ని తెలుగు నుండి కన్నడంలోకి కన్నడం నుండి తెలుగులోకి అనువదించారు, అనువదిస్తున్నారు.

కన్నడ సాహిత్యం చాలా వైవిధ్యమైనది. పదవశతాబ్దం అంతకంటే పూర్వ యుగాన్ని వీరయుగం అంటారు. పంప రాసిన విక్రమార్జున విజయం, రన్న రాసిన సాహస భీమ విజయం, కవిరాజమార్గకారను కన్నడ ప్రాంత ప్రజలను కలి అని కవులని ముక్త కంఠంతో కొనియాడారు. పంప తనని తాను సత్కవి అని పిలుచుకొన్నాడు. పంప, రన్నల కావ్యాల్లో వచ్చే స్త్రీ పాత్రలు కూడా పరుష పాత్రల్ని ఎదురించి మాట్లడేవిగా వున్నాయి. ఇదంతా పదవ శతాబ్దం ముందు 12వ శతాబ్దానికి వచ్చేసరికి రాజ్యాశ్రయంలో పెరిగిన సాహిత్యం జనసామాన్యులకు అర్థమవ్వాలనే దృష్టితో ఒక ఉద్యమంగా రాజ్యాధికారాల్ని ఎదురించి ప్రజల వద్దకు చేరడం ఒక చెప్పుకోవచ్చు. బసవణ్ణ, అక్కమహాదేవి, హరిహర, రాఘవాంక మొదలైనవారందరు రాజుల వైభవవాన్ని దిక్కరించినవారే. మానవీయత, సమానత్వం, భక్తి, ఆధ్యాత్మికతత్వాన్ని కలిగించే విధంగా వీరి రచనలు సాగాయి.

చాలా కాలం సృజన శీలతను కోల్పోయి స్తబ్దంగా ఉన్న కన్నడ సాహిత్యం జనసామాన్యుల గురించి వారి బతుకులోతుల గురించి రాయడంతో కొత్తరక్తం ఎక్కినట్లయింది. కన్నడసాహిత్యనికి, ఈ మార్పు రావడానికి కారణం శరణర యుగంవల్లే మనుషులందరూ సమానులే అనే కొత్త ఉన్నత ఆశయంతో కొత్త భాష, కొత్త సాహిత్యం ఆవిర్భావానికి పరిశోధనకు కారణంగా నిలిచింది. రాజుల, పురుష ప్రాధాన్యత ఏకలింగ

వ్యవస్థ, పక్షపాత నీతి, సాటిమనుషుల్ని చీదరించుకొనే ఆలోచనల నుండి మనుషులందరూ సమానులే అనే ప్రగతి పూర్వకమైన ఆలోచనలు కన్నడ సాహిత్యంలో చారిత్రక మార్పులకు నాందిగా మారింది. అసమాన సంస్కృతి, వికృత ఆలోచనల సామాజిక వ్యవస్థను, విపరీతమైన ఆచరణకు నోచుకోని ధార్మిక విషయాలను సంస్కరించి, మానవత్వం, చలనశీల ఆలోచనల సమాహారంగా సాహిత్యాన్ని మాధ్యమంగా శివశరణులు మలచుకొన్నారు. ధర్మశాస్త్రాలు కని పెంచిన లింగ జాతి, తారతమ్య నీతి, పురుష ప్రధాన ప్రపంచంలో స్త్రీ విరోధ నమ్మకాల కారణంగా చరిత్రంతా భారతీయ మహిళ తిరస్కారానికి, అపహాస్యానికి గురవుతూ వచ్చారు. అయితే తదనంతర కాలంలో వచ్చిన మార్పుల వల్ల స్త్రీకి కూడా మనసుందని ఆమె ఆలోచనలకు స్పందించడం ప్రారంభ మయ్యింది. యజమానుల సేవకి జీవితం అంకితమిచ్చి సహజ జీవితాలకు దూరంగా అనేక అవకాశాల వంచితులైన శోషిత వర్గ ప్రజల్లో ప్రజ్ఞ పెంచడానికి, ఆత్మాభిమానం కలుగజేయడానికి జైన, బౌద్ధ, శైవ, వైష్ణవ ధర్మాలపాత్ర చాలా గొప్పది.

అనేక మంది మానవతావాదుల, ధర్మప్రభోదకుల ధోరణులవల్ల మహిళల సామాజిక స్థితిగతులు కొంతవరకు పూరకంగా మారాయి. తదనంతరకాలంలో భారతదేశం ఎదుర్కొన్న విదేశీయుల ఆక్రమణల ఫలితంగా మహిళల బతుకులు మళ్లీ నిర్బంధానికి గురయ్యాయి. రక్షణ పేరుతో దాసిగా మార్చారు. స్త్రీ అంటే దుఃఖదాయిని అని పురుష సేవకు నియమితులైన ఒక జీవి అని సంతానోత్పత్తి సాధనం అని వ్యాఖ్యానించారు. ఈ విధమైన ముళ్ల కంచెల నుండి విముక్తి కలిగించింది శైవం. శైవ, వైష్ణ భక్తిమార్గాలు వెనుకబడ్డ మహిళల ఆశయాలను జీవితాంతంగా వుంచారు. వివాహం మొక్షదాయిని అని పతియే ప్రత్యక్ష దైవం అనే ధార్మిక దిగ్బంధనాల నుండి మహిళలకు విముక్తి కలిగించారు. శివశరణరు, స్త్రీకి నిషేధమనే అన్ని అవ్యవహారాలను వేర్లతో సహ తొలగించారు. శరణులు వ్యక్తం చేసిన లింగసమానత్వం మానవత్వాన్ని చాటిచెప్పింది. ఏయే వర్గాలను సమాజంలో చిన్నచూపు చూశారో అలాంటి జనసామాన్యులను, శూద్రులను పురుష తిరస్కారానికి గురైన మహిళాలోకానికి చైతన్యం నింపాలనే సంకల్పం శివశరణులకు ఉండేది. సమానత్వం, ధార్మిక స్వాతంత్ర్యం, లింగ జాతి భేద నిరాకరణతో కూడిన శరణుల ఉన్నతమైన ఆశయాలు నిమ్నవర్గాలకు ఆదర్శ ప్రాయంగా నిలిచాయి. వారిలో కొత్త ఆశలు చిగురించాయి.

ఆదర్శవంతమైన సిద్ధాంతాలను చర్చించే దిశగా అడుగులు వేసిన 12వ శతాబ్దపు శరణయుగం కన్నడ సాహిత్యంలో విప్లవాత్మకమైన మార్పుకి ఘట్టంగా ఆవిర్భవించింది అసమానతలు తొలగించి సమానత్వం సాధించడానికి ఒక కొత్త బతుకుబాటకు అడుగులు వేసినట్లయింది. శోషిత వర్గ అభివృద్ధి సమాన సంస్కృతి నిర్మాణం కోసం నడిచిన శరణుల ఆందోళనలో సమాజం గుర్తించని మహిళల భాగస్వామ్యానికి ప్రాశస్త్యం లభించింది. స్త్రీ దేహం అపవిత్రమైందని, మైల అని దూషించి అనేక దైవ కార్యాలకు దూరంచేసిన పురుషపుంగవుల సూత్రాలకు చెంపపెట్టులా లింగదీక్ష మంత్రంగా మారింది. భక్తులైన శివశరణులకు లింగదీక్ష తప్పనిసరయ్యింది. అందువల్ల దళిత దీన వర్గాలకు భక్తి మార్గం సుగమం అయ్యింది.

కులంకంటే గుణంముఖ్యం అని వ్యక్తిత్వాన్ని గౌరవించిన శివశరణులు అందరినీ ఏకభావంతోచూడటం వల్ల జాతి, కుల అసమానతలు అంతరించాయి. స్త్రీవిరోధ నీతులేమైతే వున్నాయో అవన్నీ సడలిపోయాయి. మహిళల ఊహలు విస్తరించాయి. అనేక సామాజిక అసమానతల వెరితలల శుద్ధి జరిగింది. శోషిత వర్గ కళ్లముందు కొత్తలోకం కనిపించింది. దళిత, పేద, మహిళలనే భేదం లేకుండా వచన సాహిత్యంలో భాగమయ్యారు.

కర్ణాటకలో వచ్చిన భక్తిమార్గం జనసామాన్యుల గొంతయ్యింది. అప్పటివరకు దేవుడు, ధర్మం ఆధ్యాత్మికం మొదలైనవి కొంతమందికి మాత్రమే పరిమితమై వుండేవి. పండితులకు మాత్రమే అనుమతి వుండేది, పండితభాషగా సంస్కృతం చలామణిలో వుండేది, చదువు సామాన్యులకు చాలా దూరంగా వుండేది. ఆచారమే స్వర్గం అనాచారమే నరకము అనే కొత్త శివనినాద ధ్వని బయటికి వినిపించింది. ఈ కొత్తపంథాతో ఆధ్యాత్మికభావాల్ని భద్రపరచడానికి తాత్విక చింతన చేయడానికి అనుభవమంటపం అనే సత్సంగ భావభవనాన్ని నిర్మించడం జరిగింది. ఇది ప్రజలకోసం ప్రజలే ప్రజలమార్పుకోసం ప్రజలభాషలో నిర్మించుకున్న ఆశలసౌధం. దాని ప్రతిఫలంగా ప్రజాభాష అయిన కన్నడ దేవభాషతో సమానంగా స్థానాన్ని పొందింది. దీనికి సూత్రధారి బసవణ్ణ, అల్లమ, సిద్ధరామ, ఈ ఉద్యమంలో వెనుకబడిన కులాలకు చెందినవారే ప్రత్యక్షంగాపాల్గొని శివశరణులయ్యారు. అప్పటివరకు భక్తి జ్ఞానానికిచెందిన విషయాలలో స్త్రీలను దూరంగాఉంచారు. మహిళమోక్షం పొందాలంటే వివాహమార్గం తప్పనిసరి అనే భ్రమలుకలిగించారు. ఈ రకమైన స్త్రీ నిషిద్ధ నియమాలను శివశరణులు

నిరాకరించారు. ఆధ్యాత్మిక సాధకురాలిగా, లౌకిక వివాహ వ్యవస్థను ధిక్కరించన మొదటి మహిళ అక్కమహాదేవి. వివాహం ఏకముఖంగా జరగకూడదని వివాహతీరును ఎదురించిన వారు గొగ్గవ్వ, బొంతాదేవి, వివాహం అయినంత మాత్రాన భక్తిసాధనకు దాంపత్యజీవితం అడ్డుకాకూడదని అక్కనాగమ్మ, ముక్తాయక్క శరణులఉద్యమంలో ముందుండినడిచారు. శరణుల ఉదారమైన భావాలవల్ల అవ్యవస్థలను మహిళలు తీవ్రంగా వ్యతిరేకించారు.

ఈ విధంగా వచన ఉద్యమం ప్రజల ఆశయం మేరకు సృజనాత్మకంగా స్పందించడంతో ప్రభావవంతమైన వివిధ సాంస్కృతిక నేపథ్య మహిళల విభిన్నరీతుల గొంతుకలు అక్షర రూపంలో ప్రకటితమయ్యాయి. ఇక్కడ గమనించాల్సిన విషయమేమంటే అంతవరకు ఇంటికే పరిమితమైన వనితలు అడ్డంకులను మీరి ముందుకు వచ్చి అధికసంఖ్యలో రచనలుచేయడం గర్వింపదగ్గ విషయం. శరణఉద్యమం ఉదాత్త మానవీయ చింతనలపట్ల ఆకర్షితులైన మహిళలు వచన రచనలో భాగస్వాములవడం నిజంగా ఒక చారిత్రక సంగతిగా చెప్పుకోవచ్చు. వచన, స్వరవచన, కాలజ్ఞానం మొదలైన తమ అనుభవాల ఆలోచనలను, సామాజిక రుగ్మతలను రూపుమాపడానికి రెట్టింపు ఉత్సాహంతో పాలుపంచుకొన్నారు. ఈ వచనసాహిత్యపరంపరను తరువాత బసవపురాణం, శివతత్త్వ చింతామణి, గురురాజచరిత్ర, భైరవేశ్వరకావ్యం, కథామణిసూత్రరత్నాకర మొదలైనగ్రంథాలు స్త్రీ సమాజ వివరాలు మహత్త్వపూర్వమైన సాధనంగా ఉపయోగపడ్డాయి. అనేక సంవత్సరాల నుండి వచ్చిన వచనకవయిత్రుల సాహిత్యం, జరిగిన పరిశోధనలను పరిశీలిస్తే 32 మంది వచన కవయిత్రుల ప్రస్తావన ఉన్నట్లు ఆధారాలు దొరికాయి. అక్కమహాదేవి, ఆయ్దక్కి లక్కమ్మ, ఉరిలింగపెద్దిగారి పుణ్యస్త్రీ కాలవ్వ, దుగ్గల, బొంతాదేవి, ముక్తాయక్క, మొలిగమహాదేవి, సత్యక్క, సూళెసంకమ్మ, కేతలదేవి అడపంఅప్పన్నగారి పుణ్యస్త్రీ లింగమ్మ, రాయసమంచనగారి పుణ్యస్త్రీ రాయమ్మ, మొదలైన కవయిత్రులు వారి వారి గొంతుకను వచనాల ద్వారా వినిపించారు.

విశేషమేంటంటే కన్నడ భాషలో బహుజన కులాలకు చెందిన చాలామంది కవయిత్రులు వచనాలను రాశారు. తెలుగులో అలాంటి సంస్కృతి ప్రాచీనకాలంలో మొల్ల తప్పితే మిగతా వారెవరు కనపించలేదు. తాళ్లపాక తిమ్మక్క, చానమ్మ, ప్రోలమ్మ, బాలపాపాంబ, కుప్పాంబిక, వెంగమాంబ, ముద్దుపళిని, రంగాజమ్మ మొదలైన

కవయిత్రులు తమరచనా వ్యాసంగాలను చేశారు. కన్నడభాషలో అక్కమహాదేవి చాలా వచనాలను రాశారు ఒక్కొక్క వచనం మనం లోతుగా అధ్యయనం చేస్తే తనకు సమాజంపట్ల, ఆధ్యాత్మికత మీద ఎంత మమకారం, బాధ్యత ఉందో తెలుసుకోవచ్చు. ఒక వచనంలో రూపంకన్నా గుణం ముఖ్యం, ధనం ఉండి దానం చేయకపోతే ధనానికి విలువ ఉండదు. ఆవు ఉండి పాలు ఇవ్వకపోతే ఏం లాభం, మాను ఉండి ఫలాన్ని ఇవ్వకపోతే ఏం లాభం అనే విషయాలను వచనం ద్వారా తెలియజేశారు.

మానువుండి ఫలమేమి నీడనియనపుడు

ధనముండి ఫలమేమి దయలేనపుడు

పశువుండి ఫలమేమి పాడిలేనప్పుడు

రూపుండి పలమేమి గుణములేనపుడు

తలిగవుండి ఫలమేమి బువ్యలేనపుడు

నేనుండి ఫలమేమి మీ ఎఱుక లేనంతవరకు

చెన్నమల్లికార్జునా.

అక్కమహాదేవి ఏ విధంగా వివాహాన్ని వ్యతిరేకించారో! అలాగే తెలుగు సాహిత్యంలో తరిగొండవెంగమాంబ కూడా వివాహాన్ని అంగీకరించలేదు. భర్తను ధిక్కరించి భక్తి సాధనకు మార్గం సుగమం చేసుకొన్నారు. తరిగొండ వెంగమాంబ బ్రాహ్మణ స్త్రీ అయినా కూడా వివాహాన్ని ఖచ్చితంగా చేసుకోవాలనే నిర్ణయాన్ని పక్కనపెట్టారు. తప్పనిసరి పరిస్థితుల్లో ఇద్దరూ కూడా వారి ఇష్టాలతో ప్రమేయంలేకుండా పెళ్లి చేసుకోవాల్సివచ్చింది. అయినాకూడా వారి భక్తిమార్గాన్ని ఎవరూ అడ్డు కోలేకపోయారు. చివరికి భర్త చనిపోయినా కూడా వైధవ్యచిహ్నాలను ధరించడానికి నిరసించింది వెంగమాంబ. అదేస్థాయిలో అక్కమహాదేవి కూడా వెంగమాంబలాగే తన దైవచింతన దారికి అడ్డయిన వివాహబంధాన్ని వీడి ముక్తివైపు ప్రయాణించింది. ఇద్దరూ విప్లవాత్మక అడుగులు వేస్తూ సమాజాన్ని సమాధాన పరచి, భక్తిని సాహిత్యరూపకంగా ఎంచుకొన్నారు.

మొట్టమొదటిసారి తెలుగుసాహిత్యంలో కూడా ఒక శూద్రకులానికి చెందిన మొల్ల రచనలు చేయడం గొప్ప పరిణామంగా చెప్పుకోవచ్చు. కన్నడసాహిత్యాన్ని, తెలుగుసాహిత్యాన్ని తులనాత్మక దృష్టికోణంలో అధ్యయనం చేసిచూసినపుడు, సాహిత్య,

డా.బి. నాగశేషు

సాంస్కృతిక రంగాలలో కన్నడనాట మహిళలకు దక్కినంత ప్రాధాన్యత తెలుగునాట దక్కలేదనే విషయం వ్యక్తమవుతుంది.

4. ధూర్జటి రచనలు – వర్ణనల వాకిళ్లు

ధూర్జటి రాసిన మహాగ్రంథాలు రెండు ఒకటి కాళహస్తీశ్వర మహత్యం, శ్రీకాళహస్తీశ్వర శతకం. ఈ రెండు గ్రంథాలు తన పరమదైవమైన కాళహస్తీశ్వరుడికే అంకితమిచ్చాడు. ఈరెండింటిలోనూ తన గురించి ఎక్కడాచెప్పుకోలేదు. తనతండ్రి నారాయణుడని, తల్లి సింగమ అని కాళహస్తీశ్వర మహత్యంలో చెప్పుకొన్నారు.

ధూర్జటి వంశీయుడైన కుమార ధూర్జటి ఇందుమతీపరిణయం, కృష్ణరాజవిజయం అనే రెండుగ్రంథాలు రాశారు. వీటిలో తమ వంశాబ్ధిచంద్రుడు ధూర్జటి అని పేర్కొన్నాడు. ధూర్జటి కవితాగుణమైన 'అతులిత మాధురీమహిమ'ను ప్రత్యేకంగా పేర్కొన్నాడు. కుమార ధూర్జటి కృష్ణరాజవిజయంలో ధూర్జటి గురించి పేర్కంటూ కృష్ణరాయకిరీటికృష్ణరామణిపాదాబ్జరద్వయ   శ్రీవహించారని   పేర్కొన్నాడు. (కృష్ణదేవరాయ కిరీటంలోని మణులచేత అర్పింపబడిన పాదాలుగలవాడు). కృష్ణదేవరాయల ఆస్థానంలోని మిగతా కవులందరూ కృష్ణదేవరాయలకే గ్రంథాన్ని అంకితంచేస్తే ఒక్క ధూర్జటి మాత్రమే వైష్ణవాన్ని స్వీకరించకుండా, శైవమతంలో ఉండిపోతూ శివుడికే అంకితంచేశారు.

ధూర్జటి రాసినటువంటి కాళహస్తీశ్వర శతకం వైరాగ్య ప్రధానమైన, భక్తి ప్రధానమైన శతకంగా చెప్పుకోవచ్చు. ధూర్జటి తాను నమ్మిన సిద్ధాంతాలకు కట్టుబడి ఉండి కాళహస్తీశ్వర శతకం రాశారు. మహాకవిగా ఉండి పరంపరగా ప్రబంధాలు రాసి శ్రీమంతులకు అంకితమిస్తే జీవితం సుఖభోగాలతో గడిపేయవచ్చు, అయితే ధూర్జటి అలాచేయలేదు. తన ప్రబంధాన్ని పరమశివుడికి అంకితమిచ్చారు. కాళహస్తీశ్వర శతకంలో ముఖ్యంగా మూడు అంశాలున్నాయి అవి '1) శివునిపై అపారమైన భక్తి, 2) భోగాలపై విరక్తి, 3) రాజపండిత విమర్శ. దీంతోపాటు తిన్నడు మొదలైన ఎంతోమంది శివభక్తుల కథలు   పేర్కొన్నారు. దీన్ని బట్టి ధూర్జటికి శైవాగమ పురాణాల్లోగల అభినివేశం తెలుస్తుంది. ధూర్జటి తనజీవితంలో కాలగతమైన మార్పులు చూసిన జీవితానుభవం పొంది "ఛీ! ఛీ!!, కాలంబులరీతి తప్పెడు జుమీ శ్రీకాళహస్తీశ్వరా" అని ఎలుగెత్తి కంఠోక్తిగా ఆలపించిన భక్తివైరాగ్యశతకమే శ్రీకాళహస్తీశ్వర శతకం. శతక కవులలో చాలామందిలో లేని లక్షణాలు ఘూర్జటిలో కనిపిస్తాయి. ఆ ఆవేశం, ఆ అవలోకనం, ఆ అలౌకిక అనుభూతి ఘూర్జటికి అందినంతగా ఇంకెవరికీ అబ్బలేదంటే అతిశయోక్తి కాదు.

శ్రీ విద్యుత్కవితా జవంజవ మహాజీమూత పాపాంబు ధారా వేగంబున మన్మనోబ్జ సముదీర్ణత్వంబు గొల్పోయితిన్ (ఈ సంసారం ఒక మహామేఘం, అందులోని సంపదలన్నీ మెరుపు తీగలు, పాపమనే జడివాన ఈ మబ్బునుంచే కురుస్తోంది. ఈ జడివాన తాకిడికి తట్టుకోలేక నా మనస్సనే పద్మం పగిలి వికాసాన్ని కోల్పోయింది.) సంసారంపట్ల విరక్తిని, తన ఆవేదనను శతకపు తొలిపద్యంలోనే ఆవిష్కరించాడు ధూర్జటి. ఈ శతకంలోని ప్రతిపద్యం భావ ప్రతీతికతో స్వయం సంపూర్ణమైన ముక్తకంగా భాసిల్లుతుంది. విడివిడిగా ఉండే పద్యాలకు శ్రీకాళహస్తీశ్వరా అనే మకుటం అంతర్వాహినిగా ఐక్యబంధం సమకూరుస్తుంది. శతకంలోని ప్రతిపద్యం కవిజీవితానుభవాలు, ముత్యంలోని నీరులా తొణికిసలాడుతుంటాయి. శ్రీకాళహస్తీశ్వరా అనే పిలుపు నిజంగా ఈశ్వరుని పిలుస్తున్నట్లే ఉంటుంది. ఆ పిలుపులో తనలో ఉన్న ఆర్తి, ఆవేదన అర్థమవుతుంది.

శివనామ కీర్తనా మహోత్యాన్ని ఈ కింది పద్యం ద్వారా వివరించారు. కింది పద్యంలోని అక్షర రమ్యతను ఆస్వాదిద్దాం.

జలకంబుల్ రసముల ప్రసూనముల వాచాబంధముల్, వాద్యముల్

కలశబ్ద ధ్వనులంచితాంబర మలంకారంబు దీప్తుల్మెఱుం

గులు నైవేద్యము మాధురీ మహిమగా గొల్తున్ నినున్ భక్తి రం

జిల దివ్యార్చన గూర్చి నేర్చిన క్రియన్ శ్రీకాళహస్తీశ్వరా

శ్రీకాళహస్తీశ్వరా రసాలే అభిషేక జలాలుగా, మాటల కూర్పులే పువ్వులుగా, మధుర ధ్వనులే మంగళవాద్యాలుగా, అలంకారమే రత్నాంబరంగా, దీప్తులే హారతులుగా, మాధురీ మహిమే ఒక నైవేద్యంగా ఈ దివ్యార్చనను నా ఎరిగినట్లు రచించి నిన్ను సేవిస్తాను. అని భక్తి ప్రపత్తులతో వినమ్రంగా విన్నవించుకొన్నారు ధూర్జటి. శ్రీకాళహస్తి మాహాత్మ్యం శతకంలో కేవలం భక్తే కాకుండా ప్రబంధకాలానికి తగ్గట్లుగా వర్ణనలు అమోఘంగా గుప్పించారు ధూర్జటి. ఏనుగు, పాము శివున్ని పూజించే సమయంలో ఏనుగు పూజ చేస్తూ, ఈరోజు నేను చేసిన పూజ తెల్లారి వచ్చేసరికి చెడిపోయి ఉంటే నన్ను నేను త్యజించుకొంటాను అనుకాని ప్రతిజ్ఞచేసి వెళ్లిపోగా అప్పటి సూర్యాస్తమయాన్ని వర్ణించిన తీరు చక్కటి పద్యంలో ఇమిడిరది.

తారాలోకమునం బ్రాకాశమొక చందంబై ప్రసాదింప, సం
ద్యారాగావృతమై తమః పటల సంతానంబు గప్పంగ, నం
భోరేఖుల్గలద ప్రుధారలగతిం బొల్పారంగా బోయంగ
హ్లాద వ్రాతము నవ్వ, లోకనయనుండంధీకృత ప్రాణియై
(126వ పద్యం శ్రీకాళహస్తీ మాహాత్మ్యం)

నక్షత్రాలు ఒక చక్కని వెలుగును మిణుకు మిణుకుమంటూ అందిస్తుండగా సూర్యుడు పడమటి దిక్కున అస్తమిస్తుండగా చీకట్లు ఆవరిస్తున్నాయి. సూర్యుడు పడమటి సంద్రంలో జారిపోయేటప్పుడు సంద్రంలోని నీటిధారలు కన్నీటి నుండి జారిపోతున్న నీటి ధారలుగా వెలుగునిస్తున్నాయి. కలువలు విచ్చుకొంటూ ప్రపంచాన్ని చీకటిలోకి నెట్టివేస్తూ సూర్యుడు అస్తమించాడు. ఇందులో కంటికి వచ్చే పటల వ్యాధిని కూడా తెలియజేశారు. కళ్లు కారడం అనేది ఎర్రని కళ్లు కలువలను హేళన చేస్తున్నాయని, ప్రాణుల కన్ను అంధకారంలోకి నెడుతుందని చూపు కనిపించదని కంటికి వచ్చే పటల వ్యాధిని తెలియజేశారు.

అన్ని సారాలకంటే శివనామ స్మరణ గొప్పదని చాటిన కవి ధూర్జటి. రాజుల దగ్గర కవులకంటే వంగ మాగధిలకే గౌరవం ఎక్కువని భావించిన కవి ఇది ఆ కాలానికే కాదు. ఒక్క రాజుల దగ్గరే కాదు. ఒక్క కాలానికే కాదు నేటికీ వర్తిస్తుంది. అందువల్ల ఇది భక్తి శతకమే కాదు ఆనాటి, ఈ నాటి సామాజిక పరిస్థితులు, మనుష్యుల బుద్ధులను తెలుసుకోవచ్చు.

విపులావాలము నిండి, శైలగుహలన్ వెళ్వాతి, శాఖల్దిగం
తపదమ్ముల్వాదువ, న్వియత్తలము మీద దన్నించి, యొప్పారు, ద
ట్టపుఁబెంజీఁకటిచెట్టు జట్టు కొనియుండ న్నొబ్బెవేదార, ల్తిదీ
యపలాశాంతరదర్శి తోర్ధ్వ భువనోద్వృద్ధిప్తి ఖండ క్రియన్
(131వ పద్యం శ్రీకాళహస్తీ మాహాత్మ్యం)

ఆకాశంలో నక్షత్రాలు ప్రకాశించే తీరును ధూర్జటి ఎంత మనోహరంగా వర్ణించారో చూడండి. నిండైన కారుచీకటి అనే వృక్షం భూమి అనే కుదురుతో పర్వత ప్రాంతాల్లో ప్రాకిన వేళ్ళు, దిక్కుల వరకు వ్యాపించిన కొమ్మలు, నింగనంతా ఆవరించి ఉన్నాయి. ఆ చెట్టుయొక్క ఆకులమధ్య చేరి పైలోకానికి చెందిన కాంతిశాఖలుగా

నక్షత్రాలు మెరిశాయా అంటూ నక్షత్రాల వెలుగులను మనోహరంగా వర్ణించారు. చంద్రోదయ వర్ణనలు కూడా ధూర్జటి ముచ్చటగా ముగ్ధంగా, స్నిగ్ధగా పాలారబోసినట్లు వర్ణించారు.

సకలాపూర్ణుడు నీలవర్ణుడనుటల్ సత్యంబుగాదెల్పుపో
లికఁబెంజీకటి నిండఁదారకలు వొల్చె, న్నిర్జరాధీశ్వరా
దికులర్పించిన పువ్వుల, ట్లభవుడద్దేవుండు భేదంబుగా
మికిఁ దెల్లంబుగ, నల్పుదెల్పుగ ధరన్ మించెన్ శశాంకగతిన్

(132వ పద్యం శ్రీకాళహస్తి మాహాత్మ్యం)

చంద్రుడు ఉద్భవించే సరికి భూమిపై ఉన్న చీకటంతా పోయిన విధానాన్ని ధూర్జటి తన కవితా వైదుష్యంతో మన మనసుల్లో వెన్నెలలు విరబూసేలా చేశారు. భూమి అంతటా వ్యాపించిన చంద్రుని పోలిన శివుడు నల్లని విష్ణుమూర్తి ఒక్కరే అని తెలుపుటకు నిజమని తెలిపే విధంగా దట్టమైన కారుచీకట్లు వ్యాపించి ఉండగా దేవేంద్రుడు, దేవతలు పూజించిన పుష్పాలలాగా తారలు మెరిశాయని దీని అంతరార్థం. శివుడు, విష్ణువు వేరు కాదు. వైష్ణవం, శైవం అనే భేదాలు లేవు అని చెప్పడానికి ధూర్జటి వెన్నెలను సాధనంగా తీసుకొన్నారు. బహుశా ఆ కాలం నాటి పరిస్థితులు అలా ఉండేవేమో. ఆనాటి సామాజిక మత పరిస్థితులను దృష్టిలో పెట్టుకొని రాసి ఉండవచ్చు. చంద్రుడు రాగానే అంతకు ముందున్న నల్లటి చీకటి భూమిపై తెల్లగా మారిపోయింది. అంటే తెలుపు నలుపులు, శివుడు, విష్ణువు, రాత్రి, పగలులా కలిసి ఉన్నవే. రెండూ వేరు కాదు. అంత సహజమైనవి అనే లోతైన భావనతో రాసినవి. చీకటిని వెన్నెల, పారద్రోలుతుంది. ఇలా పగలు రాత్రిలా కలిసిమెలిసి ఉండాలని అందులోని అంతర్లీనత.

ఉదయగ్రావము పానవట్ట, మభిషేకోద ప్రవాహంబు నా
ర్ది, దరిద్ధ్వాంతము ధూపధామము, జ్వలద్దీప ప్రభారాజి కౌ
ముది, తారానివహంబు లర్పితసుమంబుల్ గాఁ దమోదూర సౌ
ఖ్యదమై శీతగభస్తిబింబ శివలింగ బొప్పెంద్రాచీదికన్.

(133వ పద్యం శ్రీకాళహస్తి మాహాత్మ్యం)

చంద్రుడు అనే శివలింగం తూర్పు వైపు ఉదయించింది. అపుడు ఉదయ పర్వతం వెలుగు నిచ్చింది. సముద్రం అభిషేకం గావించిన నీటి ప్రవాహంలా ఉన్నది. కొండ ప్రాంతాల్లోని చీకటి ధూపం వలన వచ్చే పొగలాగున్నది. వెన్నెల దీపాలకాంతి వెలిగింది.

చుక్కలు పూజించే కుసుమాలు అయ్యాయి. చీకటేలేని సుఖం లభించింది. శివలింగాన్ని చంద్రుడితో పోల్చడం ప్రకృతిలో కూడా పరమ దైవాన్ని పోల్చుకోవడం ధూర్జటిభక్తి పారవశ్యానికి దర్పం. చంద్రుడనే శివలింగం తూర్పున ఉదయించడం, చంద్రుని రాకను ఎంత హృద్యంగా పోల్చుకొన్నారో చూడండి. సముద్రమే శివలింగానికి అభిషేకం చేసిన నీటి ప్రవాహంలా ఉన్నది. కొండ ప్రాంతాల్లోని చీకటి ధూమం వలన వచ్చే పొగలాగున్నది. వెన్నెల దీపాలకాంతి వెలిగింది. ఆ చీకటిని పారదోలడానికి చుక్కలు సైతం వాటిపాత్ర అవి పోషిస్తున్నాయి. చుక్కలు తూర్పు వైపున ఉద్భవించిన శివలింగాన్ని పూజించే పుష్పాల లాగున్నాయి. చీకటి లేదనేది కవి భావన, వెన్నెల చంద్రుడు, శివలింగంలా సముద్రాలు అభిషేకానికై చుక్కలు పువ్వుల్లా మారాయని ధూర్జటి చెప్పడం వెనుక ఈ సృష్టంతా ఆ పరమశివమయం అని తెలపడంకోసమే.

"గగనాహార్య మృగేంద్ర........." అనే పద్యంలో చంద్రుడు ఆకాశమనే పర్వతగుహల్లో సంచరించిన సింహపుపిల్లలా కనిపిస్తున్నాడు నక్షత్రాలనే పద్మాల వనం మధ్యలో కనిపించే హంసలా ఉన్నాడు. రేయి అనే స్త్రీ చేతిలో మెరిసే మల్లెపూల చెండులాగున్నాడు. బాటసారులకు మన్మధపోటు కల్గించే ముత్యాల గొడుగులాగున్నాడు. అలాంటి చంద్రుడు భార్యాభర్తలకు సంతోషాన్ని కలిగిస్తూ నాలుగుదిక్కులలో ఉదయించాడని కవిభావన."గరుడానీతిసుధాఘటంబుంగొనిపోగా నిర్ఝర శ్రేణివెం/టరయంబారగ..." అనే పద్యంలో గరుడచే తీసుకొచ్చిన అమృతపుకుండని మళ్ళీ తిరిగి తీసుకుపోవడానికి దేవతలు వారితోపాటు పాములు బయలుదేరితే ఆ పాముల శిరస్సులపై రత్నాలకాంతి ఆకాశాన్ని వెలిగించే విధంగా చంద్రుడు ఉదయించాడు. చంద్రునిలో కూడా అమృతధారలు రాలుతున్నాయా అనే విధంగా నక్షత్రాలున్నాయి. అంతేకాకుండా చంద్రుడు కలువతోటలకు వృద్ధిని కలిగిస్తూ, చక్రవాకాల విహారానికి ఆటంకం కలిగిస్తూ, దిక్కులనే స్త్రీలకు శరీరపు పూతల్లాగా, చకోరపక్షుల పిల్లలకు ఆహారంగా, చంద్రకాంతులను ద్రవించే విధంగా మన్మథశాస్త్రంలో తెల్పిన ఔషధాలల్లాగా భూమిపై పండువెన్నెల కాంతినివిరజిమ్మింది. విరహం తీరిపోతే మనసుతేలిక పడుతుంది కదా! అప్పటి హృదయాలు వికసించినట్లు భూమంతా ఆవరించిందని వెన్నెలతో ఆడుకొన్నారు. వెన్నెలను నింపుకున్న కలంతో మన కళ్లకు వెలుగును ప్రసాదించారు. ఇలా ప్రతిపద్యంలోను కవి సమయాలు, వర్ణలను అత్యద్భుతంగా ఉపయోగించారు. ఎంతటి భక్తి భావంతో ఉన్నా నన్ను ఇంకా పరస్త్రీలపట్ల,

పరదానంపట్ల మనసు ఆకర్షింపజేస్తూనేఉన్నది అంటారు. సంసారసౌఖ్యాలు అశాశ్వతాలని, వాటిమీద దృష్టి నిలుపరాదని వాపోయారు. చివరి దాకా నిన్ను సేవించే భాగ్యం నాకు కల్పించాలని శ్రీకాళహస్తీశ్వరున్ని ప్రార్థిస్తారు. నమ్మకం ఏదైనా ఎన్నియుగాలు గడిచినా చావదు అని చెప్పడానికి ధూర్జటికి శివునిమీద ఉన్న భక్తినే ఉదాహరణగా చెప్పుకోవచ్చు.

ఆధార గ్రంథాలు

1.   డా. జి. నాగయ్య, తెలుగు సాహిత్య సమీక్ష, రెండవ సంపుటము, నవ్య పరిశోధన ప్రచురణలు, తిరుపతి.

2. సమగ్రాంధ్ర సాహిత్యం, రెండవ సంపుటము, తెలుగు అకాడమీ, హైదరాబాద్. 2002.

3. శ్రీకాళహస్తి మాహాత్మ్యము, ఆంధ్రప్రదేశ్ సాహిత్య అకాడమీ ప్రచురణ, 1968.

4. మహాకవి ధూర్జటి మాధురీమహిమకాదంబని సాహితీ పరిశోధన వ్యాస సంపుటి, ఎస్.బి. రాఘవాచార్య వసంతి సాహితీ ప్రచురణ, తిరుపతి. 1974.

5. జాత్యాభిమానం + దేశాభిమానం = జాషువా గబ్బిలం

భారతదేశంలో వేళ్ళూనుకుపోయిన అంటుజాద్యం 'కులం'. ఈ రోగాన్ని శస్త్రచికిత్స చేయడానికి అనేకమంది యుగకర్తల డాక్టర్లు ప్రయత్నించారు. వారిలో గౌతమబుద్దుడు, కబీర్, వేమన, పోతులూరి వీర్రబ్రహ్మం, జాతిపితగాంధీజీ, జ్యోతిరావుఫూలే, డా|| బి.ఆర్. అంబేద్కర్ మొదలైన దార్శికులు సంస్కరణాబాటలు వేశారు. స్వాతంత్ర్యోద్యమ కాలంలో గాంధీ చేపట్టిన హరిజనోద్యమం ఈ దిశలో కొంతమార్పును తీసుకురాగలిగింది. ఇక అంబేద్కర్ జీవితమే దళితోద్ధరణకు అంకితం చేయబడింది. మహాత్మని దళితవాడనిద్ర, సహపంక్తిభోజనంలాంటివి కొంతైనా దళితులుజాతి వరుసలో కలిసి జీవనంసాగించే స్థితికి దోహదపడ్డాయని చెప్పవచ్చు. గాంధేయవాదాన్ని, ప్రతిఘటనాచైతన్యాన్ని సమపాళ్ళలో మేళవించి కావ్యరచన సాగించిన కవి గుర్రంజాషువా, కులమత నిర్మూలనే ధ్యేయంగా జాషువాసాహిత్యం ఉద్యమంలా సాగింది. ఆయన సంస్కరణాభిలాషలో జాలువారిన కావ్యం 'గబ్బిలం'. ఈ కావ్యంలోని సందేశం కావ్యనిర్మాణంలోనే జాషువా ప్రవేశపెట్టిన ప్రతికొత్త అంశం. సామాజికమైన నిరసన లక్ష్యాన్ని సాధిస్తుంది. దివ్యకథానాయకుల స్థానంలో ఒక దళితుణ్ణి కథానాయకుడిగా ప్రవేశపెట్టడం గొప్పయితే ఉదాత్తపక్షులుగా గౌరవింపబడే హంస, చిలుకలాంటివి రాయబారానికి స్వీకరించకుండా సామాజిక నిరసనకు గురైన అమంగళకరంగా భావించే గబ్బిలాన్ని ఎన్నుకోవటం జాషువా భిన్నధోరణికి నిదర్శనం. అలాగే తనముందు చూపుకు తార్కాణం, 'గబ్బిలం'లో దళితవాదం, జాతీయవాదం రెండిరటిని సమపాళ్ళలో చూడవచ్చు. తరతరాలనుంచి సాంస్కృతిక ముసుగుతో దోపిడీ చేసిన హైందవత్వాన్ని, అగ్రవర్ణ కుయుక్తుల ఆగడాలను ఎండగట్టిన కావ్యం గబ్బిలం.

ఆ యభాగ్యుని రక్తంబు నాహరించి

యునుప గజ్జెల తల్లి జీవనము సేయు

గసరి బుసకొట్టు నాతని గాలిసోక

నాల్గు పడగల హైందవ నాగరాజు

జాషువా కవిత్వం రాసేనాటి దళితుడి పరిస్థితిని పోల్చిచూస్తే నేడు కొంతవరకు ఫరవాలేదని చెప్పవచ్చు. ఈ నూతన సమాజావిర్భావానికి సూత్రధారి. జాషువానే అంటే

అతిశయోక్తి కాదు. దళితుడిలో ప్రతిఘటనా చైతన్యం రగిల్చింది జాషువా కవిత్వమే. దళితోద్యమం వైపు అడుగులు వేయించింది జాషువా రచనలే.

వాని తలమీద పులిమిన పంకిలమును

కడిగి కరుణింపలేదయ్యె గగన గంగ

వాని నైవేద్యమున నంటు పడిననాడు

మూడు మూర్తులకును గూడు కూడు లేదు

దళితుడి తలమీద పులిమిన కులం రంగు ఎప్పటికీ పోదు. అది అగ్రవర్ణ మెదళ్ళలో నాటుకుపోయింది. కులం మత్తు కొంతవరకూ పోగొట్టవచ్చని చెప్పవచ్చు కానీ నిర్మూలించలేము. ఇప్పటికీ దళితులమీద దాడులు జరుగుతూనే ఉన్నాయి. మానవదేహంలోని అన్ని అవయవాలకు ప్రాధాన్యత ఉన్నట్లుగానే అన్ని కులాలకు సమాజంలో ప్రాధాన్యత నివ్వాలని, అసమానవతలను రూపుమాపాలని పిలుపునిచ్చారు. బ్రహ్మనోటినుండి, భుజం నుండి, పొట్టనుండి, పాదాలనుండి పుట్టారని పుట్టుకతోనే మాయమాటలు చెప్పే మంత్రగాళ్ళ, కుతంత్రగాళ్ళ బుద్దులను ప్రశ్నిస్తారు జాషువా. ముసలి బ్రహ్మకు నలుగురే పుడితే ఈ ఐదవ కులస్థుడెవరని నిలదీస్తారు. మనుషులంతా సమానమనే కుహనా రాజకీయాలను ఎండగడతారు. మనుషుల చూపే అసమానతల పుట్టగా అఘోరించిందని ఆక్రోశిస్తారు జాషువా. దేవుడికి కులమత భేదాలు ఉండవుకదా! వారి ప్రతినిధుల వంకరచూపే సమాజంలోని అసమానతలకు కారణమని పేర్కొంటారు. దేవతలు సైతం ధనిక వర్గానికి లోబడే నడుచుకొంటారని పేర్కొంటూ ''మౌని ఖగరాజ్జి పూజారిలేనివేళ విన్నవింపుము నాదు జీవితచరిత్ర'' అంటూ పూజారిలేని సమయంలో నా దీన గాథను పరమేశ్వరుడికి విన్నవించమని గబ్బిలానికి తన ఆవేదనను జాషువా వ్యక్తపరుస్తారు. దళితుని ఆవేదనను ప్రకృతి సైతం కన్నీళ్ళు కారుస్తుంది. కానీ, ధనవంతుల మనస్సు ఇసుమంత కూడా చలించదంటారు.

''గిరులగుండెలు కరిగి నిర్ఝరములట్టు ఉబుకుచున్నవి దిశలననూఅరడిరహ'' అనే మాటల్లో వ్యక్తమవుతుంది ధనవంతుల మనస్సు. తెలివిగల ధనికవర్గం దళితుల్ని, సామాన్యుల్ని, ఎలా వాడుకొని విసిరేస్తారో తెలియజేశారు. దళితున్ని ఒక వస్తువుగా కూడా చూడటం అనవాయితీగా మారిందని ఆవేదన చెందుతారు. జాషువాగారి మాటలు ఆనాటికే కాదు, ఇప్పటికీ దళితున్ని పుట్టుబానిసగానే చూస్తున్నారు. అందరిపాదాలు కందిపోకుండా చెప్పులుకుట్టి జీవనం గడిపే దళితుడికి భరతమాత నిజంగా అప్పుపడ్డది.

కానీ చాలా నీచంగా చూస్తున్నారేమిటి అని నిరసనను వ్యక్తం చేస్తూ, "ముప్పుఘటించి వీని కులమున్ కబళించి అప్పుపడ్డది సుమీ భారతావని వీని సేవకున్" భారత పుత్రులకు అంత సేవచేసే దళితుడికి అంతో ఇంతో డబ్బులు విదలిస్తే అంతటితోనే తృప్తిపొందుతాడని, దళితుడి మీద జాలి చూపిస్తారు. అభ్యుదయ కవిత్వంలో పీడితుల పట్ల జాలి చూపడం సహజమే. అదే జాషువా కవిత్వంలో కనిపిస్తుంది.

"చిక్కిన కాసుచే తనివి చెందు అమాయకుడు ఎల్ల కష్టముల్" అంటూ సానుభూతి చూపుతారు దళితుడి కులానికే తక్కువకానీ గుణానికి కాదు కదా. క్షమాగుణం, ఓర్పు, దళితుడి రక్తంలో ఇమిడి ఉండడంవల్లే ధనికవర్గాలవారు దళితుడిపై అరాచకాలు సృష్టిస్తున్నారు. వాడు తిరగబడితే అగ్రవర్ణాల వారిని ఆదుకోవడానికి ఎవరూ అడ్డురారు. దళితులంటే కేవలం మాలమాదిగలేకాదు. డబ్బులేనివారందరూ అస్పృశ్యలే ఎందుకంటే డబ్బుంటే కులం ఏదైనా గౌరవిస్తారు. డబ్బులేకుంటే ఏ కులంవాడైనా నీచంగా చూడబడతాడు. ఇంతకీ దళితుల్ని అంతహీనంగా చూడటానికి అతనేం పాపంచేశాడో తెలియడం లేదు. కానీ పాప ఫలితాన్ని మాత్రం అనుభవిస్తున్నాడు. ధనికవర్గం సామాన్యుల్ని ఆటబొమ్మల్లా వాడుకొని ఎలా వదిలేస్తారో సవివరంగా విస్తరించారు.

"స్వార్థమున నిన్ను కోరముట్టువలెగణింప కడుపునిండిన భాగ్యవంతుని కాను" అన్ని సపరిచర్యలు దళితుడి చేతే చేయించుకొని కేవలం కులం కారణంగా పసరం కంటే హీనంగా చూసే కుయుక్తుల్ని తూర్పారబట్టారు. ధనికవర్గ నక్కబుద్ధుల్ని గ్రహించాలని దళితులను జాగ్రతపరుస్తారు. హిందూ ధర్మంలోని కులాలన్నింటికీ మాల, మాదిగలంటే ఏదో తెలియని వ్యక్తంచేయలేని ఈసడిరపు. అలాంటి దళితుడి ఇంటికి బంధువులెవరూరారు. వాడిరటికి తేళ్ళు, పాములే బంధువులు, దళితుడి జీవితానికి దగ్గరగా ఉండే గబ్బిలం ఇంట్లోకి వచ్చినపుడు ఆ రెక్కల అలజడికి అతడి గుడిసెలోని దీపం ఆరిపోయింది. ఏం వెతుకుతున్నావు గబ్బిలమా! నా ఇంట్ల ఏం దొరుకుతుంది నీకు అంటారు. తన ఇంట్లో ఏమీ లేదని లేమితనాన్ని గబ్బిలానికి విన్నవించుకొన్నాడు. నేను నువ్వు బతికేది చీకట్లోనే అయినా నువ్వు కనీసం దేవాలయాల్లోకైనా ప్రవేశించగలవు. నాకు ఆ అర్హత లేదంటూ వాపోతాడు. పేదవారి ఆకలిని తీర్చలేని అభాగ్యులు వీధికొక దేవాలయాన్ని నిర్మించి పాపభీతిని   పోగొట్టుకుంటున్నారు. ధనికవర్గం నాలాంటి దళితుల్ని దేవాలయాల్లోకి చేరనీయరని. వారు అత్యంత పుణ్యప్రదేశంగా భావించే

డా.బి. నాగశేషు

ఆలయాల్లోకి నిన్ను ఆహ్వానిస్తున్నారంటే, నువ్వావాసం చేస్తున్నావంటే దేవాలయాలెంత దుర్గంధంగా మారాయో అంటూ వ్యంగ్యం ప్రదర్శిస్తారు. మానవులు తమ మనుగడ కోసం కొత్త కొత్త మతాలతో జీవితాన్ని వెలిబుచ్చుతున్నాడని, క్రైస్తవులు జీవకారుణ్యం తొడుగులో ప్రజల్ని మభ్యపెడుతున్నారని క్రైస్తవ విధానానికి చురకలేస్తారు.

"దోషములు సూపి నాకు నీతులు వచించి దొరతనము సేయుగా మతస్థుడ్ని కాను" మతమేదైనా మానవత్వం ఉండాలని జాషువా అభిప్రాయం అన్ని మతాలకు సమప్రాధాన్యాన్ని కల్పించాలన్నదే జాషువాగారి ఆకాంక్ష. వివక్షపై పోరాటంతోపాటు భారతదేశ భక్తి, ఆంధ్రజాతి స్వాభిమానం ఆయన కవిత్వంలో గోచరిస్తాయి. తెలుగు భాషకు సేవచేసిన తెలుగు మహనీయులందర్నీ కీర్తించి తన గొప్పతనాన్ని చాటుకొన్నారు. ప్రాచీన కవిత్వం పట్ల తనకున్న గౌరవాన్ని వ్యక్తం చేశారు. అలాగే చరిత్రన్నా, చారిత్రక ప్రదేశాలన్నా, జాషువాగారికి అమితమైన ప్రేమ, ఆ విషయం మనకు గబ్బిలం కావ్యం ద్వారానే తెలుస్తుంది. శ్రీకృష్ణదేవరాయల తరువాత తెలుగు భాషను ఆదరించినవారు రఘునాథరాయలవారు వారి గొప్పతనాన్ని మననం చేసుకొన్నారు జాషువా."అపర రాయల రఘునాథ నృపతి విభుడు కట్టుకొన్నాడు సత్కీర్తి కుట్టి గృహమంబు" అంటూ కృష్ణరాయలు లేని లోటు రఘునాథ నాయకుడు పూరించాడని జాషువా ఆరాధనా పూర్వకంగా చెప్పారు. చేమకూర వేంకటకవి శ్లేషను ముద్దుపలని ముద్దుల కవిత్వం, క్షేత్రయ్య ముువ్వగోపాలుని ఆరాధనను గుర్తుచేస్తారు. తంజావూరు నాయకరాజులు నిర్మించిన సరస్వతీ మహాలు భవనాన్ని స్మరించి తన గ్రంథాలయ ప్రీతిని వెలిబుచ్చారు. మహాభారత వైశిష్ట్యాన్ని నలుదిక్కులా చాటిన అపరవ్యాసుడు తిక్కనను స్మరించారు. నెల్లూరు పట్టణాన్ని వర్ణించి నెరజాణలను మననం చేసుకాని తనలోని హాస్య ప్రియత్వాన్ని బహిర్గతం చేశారు. ఆంధ్రజాతిని పొగుడుతూనే గబ్బిలానికి మార్గనిర్దేశం చేస్తారు. విజయనగర సామ్రాజ్యపు శిథిలాలను గుర్తుచేస్తూ హంపిని వర్ణిస్తారు. "మూరురాయరగండ ఊరేగ ఈనాడు విద్యానగర రాజవీధులన్ ... ఋషి ఖగాంగన తెల్లవారినది లేదు" అంటూ పద్యాత్మకంగా జ్ఞాపకాలను పదిలపరిచారు పల్నాటి వీరులు కొండవీటి రాజుల పరిపాలనా విధానాన్ని, వారి స్మారక చిహ్నలను పేర్కొన్నారు. కోడిపందాలను, కారంపూడి తిరునాళ్ళను స్మరిస్తూ, విసిగి విరక్తిచే తెలుగు వీధుల్లో ఒక పిచ్చివానిగా మసలిన రెడ్డిరాజు ... భావసంపదన్ అని అనటంవల్ల వేమనపై జాషువాకుగల అభిమానం ద్యోతకమౌతుంది. రెండున్నర పర్వంబులు పిండిన

రసములకునట్టి' అనే పద్యం ద్వారా నన్నయ కవితా వైభవాన్ని కీర్తించారు. శ్రీనాథుని రచనల్లోని భోగకాంతలను గబ్బిలానికి పరిచయం చేస్తారు. బొబ్బిలిగడ్డ పౌరుషాన్ని గబ్బిలానికి వివరిస్తారు. బుస్సీదొర మోసాన్ని, వెలమవీరుల శౌర్యాన్ని, కోడిపందాల గొడవలను తెలియజేస్తారు. చిలకా సరస్సును, నలందా పాటలీపుత్ర క్షేత్రాల్ని, కాశీ, ఢల్లీ నగర అందాలను దర్శించమని చెప్తారు గబ్బిలానికి. నాదిర్షా సింహాసనం, కుతుబ్ మినార్, తాజ్ మహల్ అందాల్ని, కాళింది నది అలల సౌందర్యాన్ని వీక్షించమంటారు. హిమాలయ గిరిశిఖర సొబగులను ఆస్వాదించమంటారు. కైలాసగిరి శిఖర మహత్మ్యాలను సవివరంగా వివరిస్తారు. ఇలా వివిధ ప్రదేశాల గొప్పతనాన్ని తెలియజేస్తూ దళితుడు చీకటి నుండి వెలుగువైపు పయనిస్తున్నాడని, పయనించాలని జాషువా ఉద్దేశం. నవ్యాంధ్ర ప్రపంచంలో ఒక విశిష్టమైన స్థానాన్ని సంపాదించుకొన్న జాషువా నిమ్న వర్గాల చీకటి బ్రతుకులకు వెన్నెల కొలను జాషువా, అవమానాల్ని ఎదుర్కొన్న చోటే సన్మానాలను పొందిన ఘటికుడు జాషువా. ఒక యుగపురుషుడిగా ఆంధ్ర సాహితీరంగంలో ఎప్పటికీ వన్నె తగ్గని పేరు గుర్రం జాషువా.

ఆధార గ్రంథాలు

1. జాషువా కృతుల సమాలోచన 'బి. భాస్కర చౌదరి. 1982.

డా.బి. నాగశేషు

6. తెలుగు – కన్నడ కథల్లో బహుజనవాదం

సింహాలు తమ చరిత్రను రాసుకునేదాకా వేటగాడు తన విజయాలను వినిపిస్తూనే ఉంటాడు. అనేది ఆఫ్రికన్ సామెత.ఉత్పత్తిలో పాల్గొని ఉత్పత్తి చేసే శూద్రులను బరువులు మోసే గాడిదలుగా, మానవ జాతి విస్తరణార్థం బాధ్యతను వహించిన స్త్రీలను సంతానం కనే పశువులుగా చిత్రీకరించడం భారతదేశం సంస్కృతికి ఉండే రెండు గొప్ప చెడుగుణాలు, అని వివేకానంద అన్నారు. మట్టిని మొలకెత్తించే కర్షకుడితో మొదలుకొని దేవుడిప్రతిమదాకా శూద్రుడిచేతిలోనే పురుడుపోసుకోవాలి. కానీ నిర్లక్షింపబడేది మాత్రం శూద్రుడే. విద్య, కళలు, కులవృత్తి ఈ మూడింటినీ వర్గీకరించి, మొదటిది దూరంచేసి, కళలను కాకుండాచేసి కులవృత్తుల్ని అంటకట్టి, కులాలను జమకట్టి హిందూమత విచ్చిన్నానికి దారివేశారు మనువాద మాయగాళ్ళు. దూరంచేసిన బ్రాహ్మణిజం విద్యను, కళలను బౌద్ధం అక్కునచేర్చుకున్నది, క్రిస్టియన్ మతం ఆదరించింది. అందుకేప్రజలు అటువైపు మొగ్గుచూపారు. అసలు హిందూమతం అనేది నిర్మింపబడింది శూద్రల ఉత్పత్తి కులాలమీదే. శూద్రకులాలంటే ఎవరు, శూద్రులుగా పుట్టారా? శూద్రులు అని ఎవరు నామకరణం చేశారు. వాళ్ళ అర్హతలేమిటి అని ప్రశ్నిస్తే సమాధానం దొరకదు. అంతా వేదాల్లోనే వుండట సమానత్వం చాటనివి వేదాలే అయితే వాటిని ఎందుకు ప్రామాణికంగా తీసుకోవాలంటాను నేను. చేతివృత్తులు ఆర్యసమాజంలోని (విశ్)లోని సభ్యులు చేసేవారని అధర్వణవేదం చెపుతుంది. కమ్మరులు (కర్మార) వడ్రంగులు (తాక్షన్) చర్మకారులు (చర్మన్ల) నేతగాళ్ళు తదితర వృత్తులన్నీ రుగ్వేదంలో గౌరవనీయమైనవిగానే భావించబడ్డాయి. కంచుయుగం నుండి కనకపుయుగం దాకా ఉత్పత్తిదారులు శూద్రలే. ఉత్పత్తికులాలు ఉత్పత్తి చేయకపోతే ఆర్యులెందుకు మనదేశానికి వచ్చేవారు. సమాజంలో అనేక విషయబీజాలను నాటి, వాటి ఊడలు నమ్మకాలకు పెనవేసుకానేలాచేశారు. ఏదిసత్యం, ఏది ప్రామాణికమనేది తెలియజేయటానికి ఆనాటి సమాజంలోనే కొంతమంది కళాకారులు, సంఘసంస్కర్తలు బాధ్యతల్ని తీసుకొన్నారు. ఆధునిక భారతదేశానికి ఒక సామాజికస్వప్నం అనేది ముందుంచారు. కులం వ్యక్తిని, సమాజాన్ని శాసిస్తున్నప్పుడు కులానికి సంబంధించిన సాహిత్యం రాకపోతే కులాలగురించి, వారిదయనీయ స్థితిగతులు ఎలాతెలుస్తాయి. అలాపుట్టుకొచ్చిందే ఉత్పత్తికులాల సాహిత్యం.

ఇరుగు పొరుగు

ఆధునికకాలంలో ఒక్కో ఉత్పత్తికులం ఒక్కోవాదాన్ని తీసుకురాలేక పోయింది. తీవ్రంగా అవమానించబడ్డ దళితులు దళిత వాదాన్ని ఉధృతంగా ముందుకు తీసుకెళ్ళగలిగారు. దళిత, ముస్లిం, మైనారిటీ కులాలే కాకుండా శోషితవర్గానికి చెందిన సాహిత్యాన్ని బహుజన సాహిత్యంగా చెప్పుకోవడం జరిగింది. కాకపోతే దళితోద్యమసాహిత్యమంత ఉధృతం మిగతా సాహిత్యాలలో కనిపించదు. కారణాలు కూడా మనకు తెలిసిందే.

1925లో మొట్టమొదటి కథ 'పుల్లంరాజు' అనే కథను శ్రీపాదసుబ్రహ్మణ్యశాస్త్రి రచించారు ఈ కథ అస్పృశ్య నిర్మూలనకు సంబంధించిన కథ. రాజు అసమానతలు చూపకపోయినా ప్రజల్లో ఉండే కులాల అసమానతలవల్ల రాజాజ్ఞ వృధా అవుతుంది. అస్పృశ్యతను రాజ్యంలో ఎవరుచూపినా శిక్షకు అర్హులని రాజు దండోరా వేయిస్తారు, ప్రజల్లో మార్పురాదు, ప్రజల మూఢ కులపిచ్చిని తెలిపే కథ.వృత్తికళాకారుల కులనేపథ్యంగా వచ్చిన తొలికథగా చింతాదీక్షితులు రాసిన 'దాసరిపాట'ను చెప్పుకోవచ్చు. ఈ కథ తెలంగాణ తెలగదాసరి కులవృత్తిని గూర్చి తెలుపుతుంది. వారి వృత్తిని కాపాడుకునే సందర్భంలో కొడుకు అనారోగ్యాన్ని కూడా గుర్తించలేక కన్న కొడుకునే చంపుకొన్న వృథ ఈ కథలో కనిపిస్తుంది. కరుణకుమార రాసిన 'టార్చిలైటు' 1938నాటి కథ. దళిత బహుజనుల్ని స్పృశించిన కథ. బడిలో జరిగిన ఆటలపోటీల్లో బహుమతులు ఏ కులం వాళ్ళకివ్వాలి అనే విషయంలో గొడవలు జరిగి ఆఖరుకి అయ్యవారు ఉద్యోగం పోతుంది.

ప్రాచీన కాలంలో మనిషి మొదటి కులవృత్తిగా చర్మకారుడి వృత్తిని చెప్పవచ్చు. మనిషి పాదాలను కందిపోకుండా మలినాలు శరీరానికి అంటకుండా కాపాడే వృత్తిదారుడు చెప్పులుకుట్టేవాడు. వీరి జీవితాల్లోని వాస్తవిక స్థితిగతులు ఏ విధంగా ఉన్నాయో తెలిపే కథలు చాలా వచ్చాయి. ఇలాంటి తవ్వాయి వస్తే, హరిజనోద్ధరణ గురించి వచ్చిన కథ చెంబుకోగంగ. దళిత చరిత్ర పరిణామాన్ని రికార్డు చేసిన మరో గొప్పకథ. నీటి సమస్య అనాది నుండి వస్తున్నది. నీటి సమస్య దళితుల జీవితాల్లో ఉద్యమంగా నిల్చిన సమస్య మలుపు, ఊరిబాయి. ఊరబావి, ఆఖరుతడి, మృత్యుజలం, జలం జనం కథల్లో కనపడతాయి. అంతేగాకుండా లేత మొలకలు నిప్పురవ్వలు, పాలు, సన్మానం, జాతంటేయాండి. సవర్ణదీర్ఘసంధి మొదలైన కథలు. శతాబ్దాల దళితుల ఘర్షణ తెలుస్తుంది. తెలుగుకథకు ఉద్యమస్థాయి ఊరబావి కథా సంపుటి. అస్పృశ్యత దళితుల్ని ఏ

విధంగా చిన్నాభిన్నం చేసిందో చూపే కథ. తిరగబడేలా ఉసిగొల్పే కథలు. దళితేతరులు రాసిన కథల్లో కంటే దళితులు రాసిన కథల్లో దళితుల పూర్తి జీవితాలు కనిపిస్తాయి.

చర్మకారుడి తర్వాత కుమ్మరి వృత్తి. ఇది అత్యంత ప్రాచీనమైనది. మెసపటోమియా నాగరికత కాలానికే కుండవున్నట్లు ఆధారాలున్నాయి. జాతశ్రీరాసిన చలివేంద్రం కుమ్మరి వృత్తి లోటుపాట్లను, వ్యయప్రయాసలను చిత్రించిన కథ. పెద్దింటి అశోక్ కుమార్ 'కాగుబొత్త' పల్లె, పట్టణంలోని జీవితాలు ఏ విధంగా ఉన్నాయి మానవ సంబంధాలు డబ్బు ముందర నిలువవని, కులవృత్తినే నమ్ముకున్నోళ్ళు జీవితంలో ఓడిపోతూ వస్తున్న తీరును తెలుపుతుంది ఈ కథ.

కాలువ మల్లయ్య 'ఈభూమినాది', ఐతా చంద్రయ్య, 'కొడుకురాకపాయె' పల్లె మోహన్ 'పాటర్స్ సర్కిల్', టి. సంపత్ 'చిప్ప', ఇనాక్ 'పగ' ముఖ్యమైనవి. గొల్ల, కురుమల చైతన్య కథలు, 'మట్టి బంగారం', కె. వరలక్ష్మి రాసిన ఒక మంచి కథ గొల్ల కులానికి చెందిన యువకుడు వ్యాపారంలో ఆటుపోట్లు అంచనా వెయ్యడంలో విఫలమై, అవసరంలేని దుబారా ఖర్చులకు పోయి జీవితంలో పతన దశకు చేరుకున్న చిత్రం ప్రతిబింబింపజేసేకథ.

పెద్దింటి అశోక్‌కుమార్ 'ఇగురం' తరాలుగా వస్తున్న 'ఎట్టి' గొర్రెల విధానం నుండి 'ఇత్తనం పోతు'ను కాపాడుకొనే క్రమంలో చివరికి దాన్ని అడవిలో విడిచిన బాధను వర్ణించే కథ. కాలువ మల్లయ్య 'అడవికాచిన వెన్నెల'లో కొత్తగా పెళ్ళయిన యువకుడు భార్యకు దూరంగా మందదగ్గర రాత్రిళ్ళు పడుకోవాల్సి ఉండటంతో భార్యకు దూరంగా ఉండే మదనాన్ని చిత్రించిన కథ. ఐతా చంద్రయ్య, 'మంచుముద్ర', బండినారాయణస్వామి 'అవశేషం' కథలు గొల్ల కురుమల జీవితాల్ని స్థూలంగా పరిచయం చేసిన కథలు. గౌడ కులంలో సామాజిక చైతన్యం అందిపుచ్చుకొన్న వృత్తికులాల్లో గీత వృత్తి దారులు ముందున్నారు. సర్వాయిపాపన్న నుండి గౌతులచ్చున్నదాకా ఎందరో తెలుగు రాష్ట్రాల్లోని గీతకార్మికుల్లో చైతన్యం నింపే కథలు రాశారు. తెలంగాణ ప్రాంత కథకుడిగా బి.సి. కథలు, పేరుతో బి.సి.ల్లో మార్పుకు నాంది పలికిన జి. రాములు రాసిన 'పెరటిచెట్టు' ఎంతో ప్రాముఖ్యతను సంపాదించుకున్నది.

కె. సభా కల్లుగీత పనివారిని గురించి 'కల్లుముంత' రాయలసీమ బహుజనుల బాధలను తెలిపే మొదటి కథ. గూదూరి సీతారాం 'నారిగానిబతుకు' తెలంగాణ మాండలికంలో వచ్చిన మొదటి వృత్తి కథ. 'ఇనుపముక్కు కాకులు' అశోక్ రాసిన కథ కల్తీ

కల్లు అమ్మెవారిని ఎదిరించి నిజాయితీగా మంచి కల్లు అమ్మె 'నర్సిం' అనే వ్యక్తి ఊరందిరికీ ఎలా శత్రువయ్యాడో తెలిపినకథ సొసైటీగా ఏర్పడి కల్లు అమ్ముకొంటే చాలా లాభాలొస్తాయని నిరూపించిన కథ. బోయజంగయ్య 'కుండబద్దలుకొడత' ఆర్థికంగా చిక్కిపోయిన గీతకార్మికుడి భార్యను దొరకొడుకు చెరపట్టటానికి వచ్చినపుడు తన చేతివృత్తిని ఆయుధంగా మార్చుకొని కత్తితో దాడికి దిగుతుంది. "ఊరమ్మడిబతుకులు" కాలువమల్లయ్య రచన రెండుతరాల కల్లుగీతవృత్తిదారుల జీవితాల్ని ఆవిష్కరించేకథ. ధేనువుకొండ శ్రీరామమూర్తి 'దక్షిణపొలం', జాతశ్రీ 'అంతర్ముఖం', వరలక్ష్మి 'ఖాళీసంచులు'లాంటి కథలు గీత వృత్తిదారుల జీవితాల్ని పరిపూర్ణంగా చూయించిన కథలు.వడ్రంగి జీవితాలకు సంబంధించిన కథల్లో సుంకోజి దేవేంద్రచారి రచన 'అన్నంగుడ్డ'. కులం మూలాల్ని స్పృశించిన కథ. ఆధునికత సాధించిన ప్రగతికి చేతి వృత్తిదారుల జీవితాలు ఏ విధంగా కకావికలం అయ్యాయో తెలిపే కథ. కుట్ర, జాతశ్రీ రచన. చేతివృత్తి దొరక్క ఇబ్బందులుపడే జీవితకథ. చేనేత వృత్తిని తెలిపే కథలు వృత్తిదారుల కథల్లో విరివిగా చేనేత వృత్తిదారులు గూర్చిన కథలే అగ్రభాగం వహించాయి. మంగళగిరికి చెందిన అందె నారాయణస్వామి చేనేత వృత్తిదారుల విషాదమయ జీవితాల్ని 'శిల్పి' కథలో నిబిడీకృతం చేశారు. మిల్లులు వచ్చాక నూలు తక్కువ ధరకు దొరక్క మగ్గంనేయక పూటగడవక భార్య భిక్షమెత్తే స్థితికి చేనేతదారుని దారుణ జీవితం దిగజారుతుంది.'ప్రశాంతం' బి.ఎస్.రాములు రాసిన కథ ఎల్లయ్య బట్టలమిల్లులో పనిచేసిన స్వచ్ఛంద పదవీవిరమణ తీసుకొని వచ్చిన సొమ్ముతో బిడ్డ పెళ్ళిచేస్తాడు మళ్ళీ తన వృత్తిలోకి దిగి ఫ్యాషన్ బట్టలతో పోటీపడలేక పూటగడవటం కష్టమై కనీసం తన స్థితిని పరులకు చెప్పుకోలేని అసమర్థ ఎల్లయ్య జీవన వ్యథ. క్షౌరవృత్తిని తెలిపే కథల్లో ఆచార్య ఇనాక్ 'తలలేనోడు' అనే కథ తెలుగు సాహిత్యంలో ఎప్పటికీ చర్చించుకొనే కథ. రాయలసీమలోని భూస్వామ్య అజమాయిషీని బహిర్గతం చేసిన కథ. కోటి పొలాన్ని మునసబు ఏ విధంగా కాజేశాడో వివరించే కథ. అతపం తుమ్మల రామకృష్ణ రాసిన కథ. మొగిలప్ప అనే మంగలిపై నరసయ్య అనే రైతు కక్షకట్టి, మొగిలప్పకు పని ఇవ్వకుండా వేరే గ్రామంలోని క్షురకుల్ని పిలిపించి వారిచేత చేయిస్తుంటాడు. ఇది సహించలేని మొగిలప్ప సంకలో వుండే 'అతపం' (పనిముట్లు) కాలువలోకి పారేస్తాడు. ఐతా చంద్రయ్య కథ 'గుండెచప్పుళ్ళు' కులవృత్తి దొరక్క తన సొంత బిడ్డల్ని అమ్మేసే వ్యసనకారుడి వృత్తాంతాన్ని తెలిపేకథ. తుమ్మలవారి

'రాలినచింత' మంగలిరామన్న, మాల మునెప్పలు చింతచెట్ల కోసం దెబ్బలాడుకోవడం మూడవ వ్యక్తి కరణం వీరిద్దరి చేత మాయమాటలు చెప్పి ఊడిగం చేయించుకోవడం, చివరికి ఇద్దరి నోట్లో మన్నే మిగులుతుంది.రజకవృత్తుల వారి కథలు, ఇనాక్గారి 'పిండీకృతశాటి' ఆయగాళ్ళు యజమానికి సేవచేస్తే చాలు జీవితం ధన్యమైపోతుందని భావించుకొని సదా మీ సేవలో అనేలా ఆయగాళ్ళు జీవితాంతం అలాగే గడుపుతుంటారు. అలాంటి ఒక రజకుడి కథే పిండీకృతశాటి కథ. 'ఈమంటలు చల్లారవు' ఏ. వి. రెడ్డి శాస్త్రి రాసిన కథ కళింగాంధ్రలోని రజకవృత్తిదారుల్ని తెలిపే కథ. గంగులు అనే రజకుడికి భార్య ఇద్దరు కొడుకులు, ఒకకూతురు. గంగులకు జ్వరంవచ్చిందని అతనికూతురు యజమాని ఇంటికి బట్టలివ్వడానికి వెళ్తే యజమాని కొడుకులు బలవంతంగా లొంగదీసుకొంటారు. అవమానపరుస్తారు తట్టుకోలేని ఆ తల్లి ఆత్మహత్య చేసుకొంటుంది. గంగులు వూరు వదిలి వేరేచోట స్థిరపడతాడు. అక్కడ కూడా అదేపరిస్థితి బట్టలు ఆలస్యంగాతెచ్చాడనీ గంగులుకొడుకైన చిన్నవాణ్ణి యజమాని పెద్దనాయుడు తంతాడు దెబ్బతగిలి అక్కడికక్కడే మరణిస్తాడు. మూడోకొడుకు చెరువులోపడి చనిపోతాడు. నమ్ముకొన్న తనవృత్తి తన సంతానం మొత్తం పొట్టన పెట్టుకొందని బోరున విలపిస్తాడు. రజకవృత్తి ఎంత హీనంగా ఉందో తెలిపే కథ. అంతేగాకుండా 'కర్రావు', 'సాకిరేవు', 'వరాలమూట', 'దొరసానిచీర', 'వెలి', 'తుడలయ్య మనసు', 'నేను బతకలేను చిన్నమ్మ', 'పలాయనం', 'బతుకురేవు', 'కాలినగూడు', 'సురసాగరమథనం'లాంటి కథలు రజకవృత్తి జీవితాల్ని పిండిచూపించాయి.

పారిశుద్ధ జీవితానికి చెందిన కథలు. అనిసెట్టి సుబ్బారావు కథ. పాకీది మనుషుల మలం ఎత్తిపోసే మనుషుల కులవృత్తికథ. ''నల్లటి వెలి', దేవదానం రాజు రచన ఎరుకుల కులవృత్తి పందుల పెంపకం, మెదడు వ్యాప్తికి కారణమని వాటిని కాల్చి చంపమని ప్రభుత్వం ఆజ్ఞ జారీచేస్తుంది. అందుకు ఎరుకుల వాళ్ళు పందుల్ని ఇంటిదగ్గరే పెట్టుకోవడంతో ఊరంతా దుర్గంధం కొడుతుంటుంది. పెద్దమనుషులే ఎరుకలవాళ్ళ దగ్గరికెళ్ళి క్షమాపణలు కోరి పందుల్ని ఊరిలోకి వదిలించుకొంటారు. మనిషిఅశుద్ధాన్ని మరోమనిషి శుభ్రం చేయడమనే హేయమైన వృత్తిని తెలిపే కథ. ఇనాక్ 'పశ్చాద్భూమి'. జాతశ్రీ 'అనివార్యం' ఇలా కంపుజీవితాలను కథా వస్తువుగా తీసుకొని రాశారంటే తెలుగు కథకుల సంస్కరణాదృక్పథం తెలుసుకోవచ్చు. అంతేగాకుండా మత్స్యకారుల జీవితాల్ని తెలిపేకథలు అతడు మనిషి 'ముసలవ్వ మనసు', 'అగ్నితుఫాన్', 'ప్రాణదాత'లాంటి కథల

ద్వారా చేపల వృత్తిదారుల జీవితాలు నీటి బుడగలాగే నీళ్ళలోనే కలిసిపోతాయనే విషయాల్ని తెలియజేశారు కథకులు. కళాకారుల జీవితాల్లోని చీకటి కోణాల్ని రంగరించిన కథలు. 'వీరజాతి' 'విధ్వంసం' 'వారసత్వం' మొదలైన కథలు కళాకారుల బతుకులు గాల్లోదీపాల్లాగా మారిపోతయాయని ఆవేదన తెలిపే కథలు ఈ విధంగా బహుజనుల కథలు తెలుగులో అన్ని వృత్తుల గురించి ప్రస్తావించడం జరిగింది. ప్రభుత్వం సత్వరం చేయాల్సిన కర్తవ్యాన్ని కూడా కొందరు కథకులు తెలియపరిచారు.

కన్నడ కథల్లో బహుజనవాదాన్ని పరిశీలిస్తే కన్నడ కథకులు అద్భుతమైన కథలు రాశారు. సమాజాన్ని ఎలా చెడునుంచి కాపాడుకోవాలో తెలియజేశారు. కానీ తెలుగులో దళితవాదం, స్త్రీవాదం, విప్లవవాదంలాంటి భిన్న వాదాలు వినిపించినట్లు కన్నడ సాహిత్యంలో అంతగా రాలేదని తెలుస్తోంది. దళితవాదం, స్త్రీవాదానికి కథలు వచ్చినా మన తెలుగు కథల్లో కనిపించేంత ఆవేశం. వ్యక్తపరచలేదు. వాడే పదజాలం అంత ప్రభావవంతంగా లేదనిచెప్పవచ్చు. దళిత, మైనారిటీ కులవృత్తుల సాహిత్యాన్ని బహుజన సాహిత్యంగా తెలుగులో పిలవడం కద్దు. కన్నడంలో 'బండాయసాహిత్యం' అనే పేరుతో ఈ వాదాలన్నీ కలిసి పిలుస్తున్నారు. బండాయ అంటే మనం విప్లవం అనేలాగా వుంటుంది అర్థం. బహుజనులు రాసిన కథలున్నాయి కానీ బహుజనవాదానికి చెందిన కథలు చాలా మటుకు రాలేదని చెప్పవచ్చు. అంటే ప్రత్యేకించి ఒక్కొక్క కులానికి చెందిన కథలు తెలుగు కథల్లా తొంగిచూసినట్లు కన్నడ కథా సాహిత్యంలో కనిపించవు.

మనకు పొరుగున వుండే రాష్ట్రం కన్నడ రాష్ట్రం. మనకు వాళ్ళకు రక్త సంబంధం, వివాహ సంబంధాలు చాలా వరకు ఉన్నాయి. మన భాషకు కన్నడ భాషకు లిపిలోనూ మాట్లాడటంలోనూ పెద్దగా తేడాలు లేవు. తులనాత్మక పరిశోధన చాలావరకూ జరగాల్సిన అవసరంవుంది. కన్నడంలోని ప్రసిద్ధ కవులు, రచయితల రచనలు గురించి తెలుగు కవులకు రచయితలకు తెలీకుండా వుంది. అట్లే మన గురించి కూడా వాళ్ళకు తెలిసింది తక్కువ. అందువల్ల ఆదాన ప్రదానాలు భాషలో జరగాలి. ఈ దిశగా ప్రయత్నం కొంతమేర జరగింది, జరగాల్సిన అవసరం చాలా వుంది.

కన్నడంలో మొదటి దశలో వచ్చిన కథలలలో దళిత జీవితంలోని ఆవేదనలు, పీడనలు, హింస చిత్రించబడ్డాయి. ప్రతిఘటన, ప్రశ్న, ఎదురించటం, ఉద్యమించడం లాంటివి కొంచెం తక్కువగా కనిపిస్తాయి. రెండవదశ కథల్లో సమస్యల పరిష్కార దృష్టి

కనిపిస్తుంది. దళితుల జీవితాల్లోని కష్టసుఖాలు తెలియజేసినా ఎక్కడా ఉద్వృతం లేదని చెప్పవచ్చు.

దేవనూరు మహాదేవ రాసిన కథ 'అమ్ముడుపోయిన వాళ్ళు'. ఇందులో బీరప్ప పగలంతా గౌడ దగ్గర పనిచేసి రాత్రయితేనే తప్పతాగి పడిపోతుంటాడు. బీరప్ప భార్య చూడటానికి బాగుంటుంది. గౌడకొడుకు కిట్టి చూపు బీరప్ప భార్య లక్ష్మి మీద పడుతుంది. బీరప్ప ఇంట్లోనే మాంసం చేపించి బీరప్పను బాగా తాగి లక్ష్మిని వశపరచుకొంటాడు. దళిత మహిళల్ని అగ్రకులాలవారు ఏ విధంగా లోబరుచు కొంటారో తెలుస్తుంది. దళితులూ మనుషులే, వాళ్ళుకూ పండుగలూ పబ్బాలు ఉన్నాయి. వాటిని వారి యోగ్యతానుసారం జరుపుకోవాలనుకొంటారు. అందుకోసం అగ్రకులస్తుల దగ్గర అప్పుచేస్తుంటారు. 'పండుగలబలి' కథలో సన్ను అలా సాంస్కృతిక ఉత్సాహంతో భూస్వామి దగ్గర అప్పు తీసుకొని తీర్చలేక ఇబ్బందిపడుతుంటాడు. సాంప్రదాయాలు దళితుల్ని మరింత పేదరికంలో ఎలా నెట్టేస్తున్నాయో తెలుస్తుంది.'కరువు' అనే కథ బరుగూరు రామచంద్రప్పగారిది రంగప్ప అనే భూస్వామి తన చేన్లోకి పనికొచ్చే ఆడవాళ్ళందరినీ తన మాటల ఎరతో లోబరుచుకొంటుంటాడు గిట్టనివాళ్ళకు పని ఇవ్వడు. రాముడి భార్య చన్ని రంగప్పమాటల్ని సహించలేక రంగప్ప పొలంలో కాలు పెట్టనని ప్రతిజ్ఞ చేస్తుంది. భర్త రాముడికి రోగం ముదిరి చేతగాక పడుకొని వుంటాడు రోజు రోజుకూ తినడానికి కష్టంగా వుంటుంది. చివరికి బన్నీనే రంగప్పదగ్గరికి పోయి నేను నీ పన్లోకి వాస్తా అని సెప్పి అతని సేతుల్ని పట్టుకొని తనవైపు లాక్కొంటుంది. ఒళ్ళంతా తడిమిచూస్తే ఎముకలే తగుల్తాయి. ఛీ..! నీయమ్మ బక్కముండా ఒళ్ళంతా తడిమినా పావు కండచిక్కదని ఆమెను బయటికి తోసేస్తాడు. తనే కూటికోసం మీదపడినా కనికరించడు రంగప్ప. పూటగడవడానికి తనే వెళ్ళి మీదపడినా కనికరించని భూస్వామి పొగరును తలచుకుని నిశ్చేష్టురాలై నిలబడుతుంది. ఈ ధనికజగత్తులో డబ్బుకు అన్నీ దాసోహమయ్యాయి. మానవసంబంధాలకు విలువలేకుండా పోయింది. ఈ నిజాలన్నీ 'రక్తసంబంధం' కథ ఆవిష్కరిస్తుంది. అలాగే ' మా తాతకొకకల ఉండేది కథలో అతిపెద్ద దళితకుటుంబంలోని తాత తనవాళ్ళందరు అంబేద్కర్‌లాగా గొప్పవాళ్ళు కావాలనికోరుకొంటాడు. కానీ తన కొడుకులందరూ అందుకు భిన్నంగా అవుతారు వ్యవస్థ అలా చేస్తుంది.

మూగడి బాధ కథ ఆర్ద్రమైనది యజమాని ఎద్దుచనిపోతే పేద దళితులకు పండుగే గౌడకు తన ఎద్దు చనిపోయిందనే బాధకన్నా దానివల్ల వచ్చే ఆదాయం పోయిందనే బాధ ఎక్కువ కనిపిస్తుంది. అదే ఇంట్లో ఉండే దళితజీతగాడు మూగడు మాత్రం ఎద్దు చనిపోయినదానికి బాధపడుతుంటాడు.

'చిల్లరనాణెం నీళ్ళు కథ' ఒకరకంగా ఊరబావికథను పోలి వుంటుంది ఊర్లో దళితులకు నీళ్ళు తాగడానికి చాలాకష్టంగా ఉండేది, సైద అనేవాడు ఎవరో చూడకముందే తెల్లారికే నీళ్ళు తోడుకొని పోయేవాడు. ఒకసారి బిందె బావిలోకి పడిపోయేసరికి దాన్ని బయటికి తీసుకానేలోపే ముసల్ది లేచి చూసింది. పంచాయితీ పెట్టి, మంగలి యంకన్నను పిలిపించి గుండుతీసి ఒకచిల్లు నాణెన్ని జరిమానాగా వేశారు. సాంస్కృతిక వివక్ష మీద జయరామ్ అనే యువకుడు దళితుల్లో చైతన్యం నింపే నాయకుడుగా ఎదుగుతాడు. ఊర్లో పెద్దజాతర జరుగుతుంటుంది అన్ని పనులకు మాదిగలను ఉపయోగించుకొని తేరులాగేటప్పుడు భోజనాల సమయంలో దూరంగా వుంచారు. అందరూ తిని మిగిలిపోయిన తరువాత అర్ధరాత్రి పండెండుగంటలపుడు మైకులో అనౌన్స్ చేస్తారు. మాదిగలంతా వచ్చి తినిపోవాలి లేదంటే జరిమానావేస్తామని గట్టిగామైకులో చెప్పేసరికి ఆకలితో అల్లాడేదళితులు తినడానికి ముందుకెలుతుంటారు జయరామ్ అడ్డుకొని చీకటి బతుకుల్లో నమ్మకాల వెలుగు పూయించాడు.

దళితుల శ్రమకావాలి వాళ్ళ స్పర్శ మాత్రం ఏదో పాముకాటుకు భయపడినట్లు వాళ్ళను దగ్గరకు రానివ్వరు అలాంటి దుశ్చర్యను తెలిపే కథ 'అస్పృశ్యగులాబి' ప్రేమచుట్టూ ఆవరించిన అస్పృశ్యతను కూడా ఈ కథలో తెలుసుకోవచ్చు. పీడితుల కులాల్లోనే పీడకులు పుట్టుకొచ్చి స్వజాతి పీడనకు పూనుకొనే వాస్తవాన్ని 'ఓయర్రన్నకథ' చెప్పింది విద్య ద్వారానే దళితులు సామాజికమార్పును పొందగలరనే పచ్చినిజాన్ని 'ఓ పలకముక్క కథ' ఆవిష్కరించింది. రెండుగ్లాసుల పద్ధతిమీద తిరుగుబాటు జెండా ఎగరేసిన కేశవుని కథ 'గొడ్డుకాఫి'.

లక్ష్మణరావుగారి 'అదృష్టం' నవరత్నరామారావుగారి రచన. ఈ కథలో శూద్రుల ప్రస్తావన వుంది. నవరాత్రి పూజగురించి చర్చించుకుంటుండగా లక్ష్మణ్‌రావు అనే బ్రాహ్మణుడు భయపడటం. బలివ్వడంలాంటి విన్న పూజారి అర్ధరాత్రి బలి అంటే నన్నెక్కడ ఏమిచేస్తారో అని పరిగెత్తిపోవడం కథ సారాంశం.

రామణ్ణగారి 'గర్జన' సంకలనంలోని మొదటి కథ. 'జీతం' అనే పద్ధతిలోని బహిష్కరణం యంత్రంలో పడి ఒకేఇంటిలోని అన్నదమ్ములిద్దరూ అసువులుబాసేకథ అలాగే శోషణను ఎదుర్కొనేవాళ్ళు ఎదురుతిరిగే కథ 'అభిమానం' వీరభద్రప్ప, 'కుర్రాడు త్రిశూలం పట్టిన కథ'. కుర్రోడు అనే దళితుడు అన్నం తిని చాలా రోజులయ్యుంటుంది. కళ్ళు తిరుగుతుంటాయి. భార్య సుంకులి కూడా ఉపవాసంతో గడుపుతుంటుంది. కుర్రోడు రెడ్ల సందు, కోమట్ల సందు బ్రాహ్మణుల సందు లింగాయుతుల సందు దాటుకొంటూ పోతూ చివరి గుడిదగ్గర భోజనానికి వెలితే భోజనాలు అయిపోయాయంటారు. ఆకలికి తట్టుకోలేక గుళ్ళోదూరుతాడు. పూజారి అరుపులకు జనం అంతా వస్తారు. కుర్రోడు త్రిశూలంతో అందరినీ బెదిరించి కడుపునిండా ప్రసాదం తింటాడు. దళిత స్త్రీలను బ్రాహ్మణులు కడుపులు చేస్తే 'తీపి' అనే దళిత మహిళ బావిలోకి దూకి సచ్చిపోతుంది. దొర తన భార్య సుంకిలిని గర్భవతిని చేస్తాడు. పుట్టిన బిడ్డల్ని గొంతునులిమి చంపేస్తా కుర్రోడు చాలా కాన్పుల తరువాత సుంకిలితో పిల్లల్నికంటాడు. అప్పటికి సుంకిలి శరీరం శుష్కించి పోయింటుంది. దొర ముట్టుకోడు అప్పుడు కుర్రోడు పిల్లల్ని కంటాడు.

బెసగర హళ్ళి రామణ్ణ రచన 'కకరుడి ఉగాది' పండుగకోసం డబ్బులడిగే దానికని బ్రాహ్మణ ఇళ్ళ దగ్గరికెళ్ళి ఇరవై ఐదు రూపాయలు అడుగుతాడు. అన్ని పనులు చేయించుకొని మళ్ళీ రాపో ఆలోచిద్దాం అంటారు. అంతలోనే బ్రాహ్మణ స్త్రీలు కొట్లాడుకొంటూ యశోద అనే బ్రాహ్మణ మహిళ బావిలోకి దూకుతుంది కాపాడమని కకరుడితో వేడుకొంటారు. అతను బావిలోకి దూకగానే కకరుడి గొంతును చుట్టేసుకొంటుంది. గాబరాపడి. ఇద్దరూ నీళ్ళలో మునిగి చస్తారు. దళితుడి ప్రాణాలంటే లెక్కలేదు. అగ్రవర్ణాలవారికి కులం వారి ప్రాణాలమీదకొచ్చినప్పుడు గుర్తుకు రాదు.

శ్రీకృష్ణ ఆలనహళ్ళి రాసిన కథ. 'ఆగంతకుడు' పల్లెల్లో కులాలను మరచిపోయి వరుసలో కలిపే సాంప్రదాయం కనిపిస్తుంటుంది కిట్టి అనే దళిత యువకుడు మామా అని పిలిచే చెన్నమల్లప్ప చనిపోతే తట్టుకోలేకపోతాడు. భయాన్ని పోగొట్టడానికి వారి తాతయ్య కిట్టిని కొలిమి పనిచేసే ఆచారి ఇంటి దగ్గరికి తీసుకెళతాడు. అక్కడ ఆచారి కొలిమి తిత్తి, పనితనం, మాటలతీరు రైతాంగం గురించి చర్చ వస్తుంది అంటే కులాలగురించి చెప్పారు. ఆ కులవృత్తుల జీవితాల్లోని చీకటి బతుకుల్ని రాయలేకపోయారు.

'కొండచాటున వెలిగిన మోహపుదీపం' ఒకరకంగా కులసమస్యను నిర్మూలించాలనే ఆలోచనతో రాసినట్టి కథ వర్ణాంతర వివాహాలు తప్పనిసరిగా జరగాలని

సూచించే కథ. సిద్ధమాదప్ప అనే దొర దగ్గర కరియ అనే దళితుడి కొడుకైన బసవ పనిచేస్తుంటాడు. యజమాని కూతురు దేవేరమ్మ బసవడిపై మనసుపడుతుంది. ఇద్దరూ పెళ్ళి చేసుకొంటారు. పంచాయితీ పెట్టిస్తారు. దేవేరమ్మ బసవణ్ణి తప్ప వేరెవర్నీ పెళ్ళి చేసుకోనంటుంది. ఇక ఊరి చివరన ఒక పూరిపాకలో జీవిస్తుంటారు. వారికి ఒక మగబిడ్డ పుట్టాక గౌరికి దొర ఇంటికి పిల్లాడి ద్వారా దారి ఏర్పడుతుంది. ఆ బిడ్డ అగ్రకుల నిమ్నకులాల మధ్య వారధిలా అవుతాడు. కులాంతర వివాహం చేసుకొన్నందుకు దేవేరమ్మకు గవర్నమెంట్ ఉద్యోగమిచ్చి ప్రోత్సహిస్తుంది.

'మార్పు' అనే కథ నిజంగా మార్పు దిశగా పయనింపజేస్తుంది పాటిల్ అనే యజమాని కొడుకు ఒక గౌతమ బుద్ధుడిలా ఆలోచించి మనకుండే సౌకర్యాలు మన ఇంట్లో పనిచేసే జీతగాళ్ళకెందుకు లేవు అని మదనపడి చాలా చింతిస్తాడు. ఒక దృశ్యం అతన్ని చలింపజేస్తుంది. దళిత స్త్రీలు బహిర్భూమికి వెళితే మగవాళ్ళెవరైనా అటుగా వస్తే మొహాన్ని కప్పేసుకానేవాళ్ళు. వారి అవసరం తీర్చుకొంటూ ఇవన్నీ చూసి దేశాయి నక్సలైటు ఉద్యమంలోకి వెళ్ళి సమసమాజం కోసం పోరాడుతాడు.

వినాయకుడి 'స్వగతం' కథలో ఊర్లో అందరూ వినాయకుణ్ణి పెట్టుకొని పూజలు చేస్తుంటారు. వినాయక చవితి పండుగకు కానీ దళితులు వినాయకుణ్ణి పెట్టుకోకూడదు అని హుకుం జారీచేస్తారు. వినకుండా చామయ్య అనే దళితుడి వినాయకుణ్ణి కూర్చోపెడతారు. మెరవణిగా మా వీథుల్లోకి రాకూడదంటారు. కానీ తీసుకొస్తారు. కొలకలూరి ఇనాక్ విష్ణు వినాయకుడి కథలో కొన్ని సంఘటనలు పోలివుంటాయి ఈ కథలో.

ఇలా దళితుల్ని గురించి వచ్చిన కథలు మిగతా శూద్రకులం గురించి తక్కువ కథలే వచ్చాయి. ఎక్కడా ప్రతిఘటనా తీరు కనిపించదు కన్నడ కథల్లో. బహుజనులు అనే పదం కూడా కన్నడ సాహిత్యంలో వాడుకలోనే లేదు.

పూర్ణచంద్ర తేజస్వీగారు బండాయ సాహిత్య అవసరాన్ని నొక్కి చెప్పారు. దళిత బండాయ సాహిత్యం కన్నడ కథకులు ప్రభావవంతంగా ఉపయోగించారు. దేవనూరు మహాదేవ, బోళువారు మహమ్మద్‌కున్ వీరి దారిలో పయనించి బెసగరహళ్ళి రామణ్ణ. కుం. వీరభద్రప్ప, చన్నణ్ణ పాలీకార, బరుగూరు రామచంద్రప్ప, అరవింద మాలగత్తి కటాపిడి అబ్బూల్ రషీద్, కొ.త. చక్కన్న, కాళేగౌడ నాగవార వంటి మొదలైన కథకులు. దళితుల సంఘర్షణా సమరాన్ని విశదపరిచారు. అంతేకాకుండా అనసూయకాంబ్లి, బి.టి.

జాహ్నవి. బి.యు.సుమజయదేవ్ గాయక్వాడలాంటి దళిత మహిళా రచయిత్రులు తమ కథల ద్వారా సామాజిక మార్పుకు ఎంతగానో దోహదపడ్డారు.

తెలుగు కథాప్రపంచానికి కన్నడ కథా ప్రపంచానికి చాలా వ్యత్యాసం కనిపిస్తుంది. తెలుగు కథల్లో కనిపించేంత ఉద్యమస్థాయి మాత్రం కన్నడ కథల్లో అంతగా కనిపించదు. కన్నడ కథకులు కూడా గొప్ప గొప్ప మానవీయ విలువల్ని కలిగిన కథలు రాశారు. అయితే తెలుగులో విడివిడిగా వచ్చిన వాదాలు కన్నడంలోకి వచ్చే సరికి అన్ని విభాగాలుగా కనిపించవు. 'బహుజన' అనే పదం చాలా విస్తృతమైంది దాని గురించి కన్నడ కథాసాహిత్యంలో చర్చ జరగాల్సిన అవసరం ఎంతైనా ఉంది. తెలుగులో కూడా ఇంకా పూర్తిస్థాయిలో బహుజనవాద సాహిత్యం తీసుకురావాల్సిన అగత్యం ఎంతైనా ఉంది. ఏది ఏమైనా సోదర భాషలైన కన్నడ 'తెలుగు భాషలు దక్షిణాది భాషల్లో ఒక మిత్రత్వం కలిగిన భాషలు. మిగతా రెండు భాషల్ని పోల్చి చూస్తే రెండు భాషల్లోని వైవిధ్యాలను వెలికితీయాల్సిన సమయం ఆసన్నమైంది. రెండు భాషల్లోనూ తులనాత్మక అధ్యయనం ఇంకా లోతుగా బలంగా జరగాలి. అప్పుడే రెండు ప్రాంతాల భాషా పాఠకులకు విందు ఆరగించినట్లవుతుంది. ఆ దిశగా పరిశోధనలు, విశ్వవిద్యాలయాలు, ప్రభుత్వాలు సాహిత్య సంస్థలు అనువాదకులు కృషి చేస్తారని చేయాలని ఆశిద్దాం.

ఆధార గ్రంథాలు

1. బహుజన సాహిత్య దృక్పథం – డా. దార్ల వెంకటేశ్వరరావు

2. బహుజన – కదిరె కృష్ణ

3. ఆధునిక సాహిత్యంలో వృత్తి చైతన్యం – డా. లంకా వెంకటేశ్వర్లు

4. దళిత హక్కుల సాధన కథలు – డా. కె. లక్ష్మీనారాయణ.

5. కన్నడ సాహిత్య చరిత్ర – ఎల్. ఎస్. శేషగిరిరావు

6. సమకాలీన కన్నడ దళిత కథలు – రంగనాథరామచంద్రరావు

7. సమకాలీన కన్నడ కథలు – రంగనాథ రామచంద్రరావు

8. మూగడి బాధ – ముద్నకుడు చిన్నస్వామి.

7. సమాజం, సాహిత్యాల సంస్కరణ కర్త వీరేశలింగం

ఒక దేశ విషాద పరిస్థితుల్లో ప్రజలంతా మూఢ విశ్వాసాల కంచెలో సహజీవనం చేస్తున్న రోజుల్లో, మతం మబ్బులు కమ్మేసి కులం పొరల్లో కుళ్ళిపోతున్న సందర్భంలో "తిరుగుబాటు" అనే పదం కనీసం నోటితో పలకడానికి కూడా సాహసించని రోజులవి. అడుగడుక్కి అంటరానితనం కుక్కర్లో ఉడికినంతగా కుతకుత లాడుతుండేది. బాల్యవివాహాల భజంత్రీలు మోగుతూనే ఉండేవి.

ఈస్టిండియా కంపెనీ పాలనవల్ల సౌకర్యాలు పెరిగాయి. ప్రజల్లో ధనం పట్ల ఆశ పెరిగింది. దళారీ వ్యవస్థ దండిగా వ్యాపించింది. భారతదేశంలో ఈస్టిండియా కంపెనీ అడుగుపెట్టడం ఒక విప్లవం. తెల్లవారు మన దేశానికి రాకముందు విద్య వెలుగునివ్వడం అటుంచి మరింత చీకట్లో పడేసింది.

చదువును మోసానికి ఉపయోగించుకొన్నారు. విద్యా పభ్రుద్ధులు. మంచిని ప్రోత్సహించడం మానేసి చెడును అందరి మెదళ్ళలోకి తీసుకెళ్ళారు. అప్పటి పెళ్ళిళ్ళ విషయంలో మేడ్ ఫర్ ఈచ్ అదర్ అనే నానుడికి అసలు తావుండేది కాదు. ఎందుకంటే అగ్రవర్ణాలవారి కుటుంబాల్లో కూడా బాల్యవివాహాలు యథేచ్చగా జరుగుతుండేవి. వృద్ధ పుంగవులు పెళ్ళి పీటల మీదకి ఎగేసి ఎక్కేసేవారు. వితంతువులకు కాదవ ఉండేది కాదు. కుటుంబంలో ఆధిపత్యం కూడా వారిదే మానసిక సౌఖ్యంలేక స్త్రీలు మనోవ్యాకులంతోనే మరణించేవారు. ఇలాంటి అల్లకల్లోల పరిస్థితుల్ని అణచడానికి కనీసం తగ్గించడానికి తన జీవితాంతం పోరాటం నడిపారు. సమాజంలోని అసమానతలను, సాహిత్యంలోని చైతన్యహీనాన్ని సంస్కరించాలని పూనుకొన్నారు. 1848 ఏప్రిల్ 16వ తేదీన వీరేశలింగం రాజమండ్రిలో జన్మించారు పున్నమ్మ సుబ్బారాయుడు తల్లిదండ్రులు. తండ్రి చనిపోయే నాటికి వీరేశలింగానికి నాలుగేళ్ళవయస్సు. తనకంటే పెద్దవాళ్ళను సైతం సత్ప్రవర్తనతోనే గెలిచేవారు. సమాజంలోని అసమానతల రోగాల్ని తుడముట్టించాలని తుదివరకు పోరాడారు.

డా.బి. నాగశేషు

వీరేశలింగం గొప్పవ్యక్తి అవడానికి తాను అనుసరించిన విధానాలు ముఖ్యంగా రెండున్నాయి. అంటే ఎలా చెప్పుకోవచ్చు అంటే చాలా చెప్పుకోవచ్చు. అయితే ఈ రెండు లక్షణాలు ప్రధానంగా చర్చించుకోవచ్చు. ఒకటి మూఢనమ్మకాలను విశ్వసించకపోవడం. రెండవది నిస్వార్థంగా జీవించే లక్షణం. ఈ రెండు విషయాలు కందుకూరిని విశిష్ట వ్యక్తిగా ఎదగడానికి అవసరం అయ్యాయి. వీరేశలింగం అనే వ్యక్తి పుట్టి వుండకపోతే వీధికొకరు విధవల పునర్వివాహం చేసుకోకుండా పరమార్థం లేని బతుకును బతికేవారు. వివేకవర్ధిని, హితకారిణి సమాజం స్థాపించడం ఆయనకు మాత్రమే చెల్లింది. ఉన్నదంతా ఆ సంస్థకే త్యజించారు. సమాజాన్ని సంస్కరించాలంటే సంస్కరణలు సామాన్యుణ్ణి ప్రభావితం చేయాలి. సామాన్యుణ్ణి ప్రభావితం చేయగలిగే భాష కావాలి. అందువల్ల ముందుగా భాష సంస్కరింపబడాలి. భాష వలన ప్రయోజనమేమి? తమ భావములను దూరమున నున్న వారికిని రాబోయే తరముల వారికిని సులభముగా ఉండవలెను'' గ్రంథములెట్లుండవలయును? అందరికి దెలియునట్లు సులభముగా ఉండవలయును అని అన్నారు. సాహిత్యం సమాజానికి   ఉపయోగపడేలా వుండకపోతే దాని పరమార్థం వ్యర్థం అనే మాటను కందుకూరి వ్యక్తం చేశారు. వీరేశలింగంలాగా మహిళాభ్యుదయం కోసం శ్రమించినవారు మరొకరు లేరు అంటే అతిశయోక్తి కాదు.

కందుకూరివారు తాగుబోతుల గురించి ఆనాడే మథనపడ్డారు. వ్యసనాల జోలికి వెళ్ళవద్దంటారు. ప్రజల సంఖ్య కంటే సారాయి కొట్టుల సంఖ్యే ఎక్కువగా రాబోయే రోజుల్లో ఉంటాయని ఆనాడే హెచ్చరించారు. నేడు ఇది మనం చూస్తున్న సంగతే. ఎక్కడ చూసినా మద్యం దుకాణాలే. హిమాలయ పర్వతాలకంటే తాగుబోతువారు తాగి పారేసిన సీసాల ఎత్తే ఎక్కువగా ఉంటుదని కందుకూరి ఆనాడే అభిప్రాయపడ్డారు. దేశాభిమానం గురించి ప్రసంగిస్తూ దేశాభివృద్ధి అంటే సాధారణ ప్రజల స్థితిని బాగుచేయడమే అభివృద్ధి అంటారు. గురువులం అని మోసపూరిత ప్రసంగాలతో అజ్ఞానులుగా తయారుచేస్తున్నారు. మత విషయంలో పెద్ద గ్రంథాలను సంస్కరించి సులభశైలిలో అందిస్తే బాగుంటుందని అభిప్రాయపడ్డారు. దేశంలో కొంతమందే చదువుకొని మిగతావారు చదువుకోకపోతే మూర్ఖులుగానే ఉండిపోతారు. ఒక మూర్ఖుడు అనేకుల్ని మూర్ఖులుగా తీర్చిదిద్దుతాడు. కాబట్టి చదువు అజ్ఞానాన్ని పారద్రోలుతుంది అని కందుకూరి వారనమ్మారు. దేశభాషలు అభివృద్ధి పొందితేగాని దేశస్థితి ఎప్పటికీ

బాగుపడడు అంటారు కందుకూరి. రాజకీయం ఎంత అభివృద్ధిగాంచినా అది ఎప్పటికీ దేశభాష కాజాలదు. సామాన్యుణ్ణి ఉద్ధరించాలంటే ముందు భాష పరిష్కరింపబడాలి అని నమ్మారు కందుకూరి వీరేశలింగం. సత్కార్యానికి దూరంగా ఉండి చూసే వారికి అన్ని కష్టంగానే కనిపిస్తాయి. మంచి ఎప్పుడూ ఆకర్షిస్తుంది అంటారు. లోకంలో ఏది ఆరంభంలో గొప్పగా వుండదు. కాలక్రమేణా అది పెరిగి గొప్పదవుతుంది. సూదంటురాయి ఇనుమును ఆకర్షించినట్లే సత్కార్యం అందరినీ ఆకర్షిస్తుంది అంటారు.అనుకూల దాంపత్యానికి వయసుకంటే బుద్ధితో సహ సమానంగా ఉండాలి. అలా ఉన్నప్పుడే భార్యాభర్తలు అనే పదానికి అర్థం ఉంటుంది అంటారు. "లోకంలో ప్రతి పురుషుడు వాస్తవం తన పక్షానే ఉండాలని కోరుకొంటాడు కానీ తాను సత్యమైన పక్షాన ఉండాలని కోరుకోడు" అని కందుకూరి మనుషుల మనస్తత్వాలను బేరీజు వేశారు.

ఈనాడు మనం సెల్ఫోన్తో కాలాన్ని వృథాచేస్తూ అడ్డమైన నీతుల్ని ఒక గ్రూపునుండి ఇంకో గ్రూపులోకి ఎత్తిపోస్తున్నాం కదా. వీరేశలింగంగారు పనిచేయని సోమరి సంఘాలకు గట్టి సందేశం ఇచ్చారు. "వొట్టిమాటలు కట్టిపెట్టోయ్ గట్టిమేల్ తలపెట్టవోయ్" అని గురజాడగారి మాటల్ని నమ్మారు. పనిచేయకుండా వట్టిమాటలు చెపుతూ కాలక్షేపం చేయడం ఆయన కెంత మాత్రమూ గిట్టెదికాదు. ఎప్పుడూ ఏదో పనిలో ఆయన నిమగ్నుడై ఉండేవాడు. కాలాన్ని వ్యర్థంగా గడపవద్దని ఆయన అందర్ని హెచ్చరించేవాడు. "పనిచేసి చూపవలయిననన్న చింతయేకాని నన్ను గూర్చి నేను చెప్పుకోవలయిననన్న అభిలాషయు మొదటినుంచి నాకంతగా లేకుండెను" అని స్వీయచరిత్ర ప్రారంభించారాయన సత్యమైన పక్షంలోనే మనం ఎప్పుడూ ఉండాలని, ఈనాటి నీతిమాలిన కొంతమందికి సత్యశుద్ధిని అందించారు. "విద్యాధికులు మూఢులకు దారిచూపటానికి సాహసించకుండా తామే మూఢుల దారిలో నడుస్తున్నంత కాలం దేశ దౌర్భాగ్యం తొలగదు" అని శతాబ్దం కిందటే చెప్పారు వీరేశలింగంగారు. మరి మనం ఈనాడు ఏవైపు పయనిస్తున్నామో ఒక్కసారి గుర్తుకు తెచ్చుకొంటే చాలు. వ్యసనాలను మానాలని, దేశసేవ చేయాలని, హేతువాదదృష్టితో ఆలోచించాలని జాగ్రతం చేశారు. విద్యవలన అవివేకం కలుగుతోందని కందుకూరి కంటే ముందువారు వాదించేవారు. అందువల్లే స్త్రీలను చదువుకోవడానికి అవకాశం కల్పించేవారు కాదు. దీనిని పూర్తిగా వ్యతిరేకించారు కందుకూరి. ఆడవారికి చదువేల అన్నట్లయితే మరి మగవారికి మాత్రం ఎందుకు అవసరం అంటారు.

జ్వరంచేత బాధపడేవారికి అన్నం పడకపోవచ్చు అలా అని అందరికీ సరిపోకూడదని ఏమైనా వుందా? ఎవరో ఒకరు ఇంట్లో కత్తిపీటతో గొంతు కోసుకుందని ఎవరింట్లోను కత్తిపీటలు లేకుండా చేయడానికవుతుందా? అని ప్రశ్నించారు. ఎవరో ఏదో తెలియని తనంతో బావిలోకి దూకి ఆత్మహత్య చేసుకుంటే అన్ని బావుల్ని పూడ్చేసేకి అవుతుందా? అలా చేస్తే నీళ్లు ఎలా దొరుకుతాయి అని అజ్ఞానాన్ని ప్రశ్నిస్తారు కందుకూరి. స్త్రీలు వేదమంత్రాలు చదవడం నిషేదమని కొంతమంది అంటారు. చదివిన వారా చదువులేనివారా అనేది కాదు. వారి వారి బుద్ధిని పట్టి వారు భవిష్యత్తు ఆధారపడి ఉంటుంది. అంటే బుద్ధి సిద్ధించాలంటే చదువుకోవాలనేది మనం ఇంతవరకూ గమనిస్తున్న విషయం కాబట్టి స్త్రీలకు విద్యాభ్యాసం తప్పనిసరి అంటారాయన.

రథానికి ఒక చక్రం, పగ్గం చూడబోతే పాము ఆధారం ఏమీలేని ఆకాశమార్గం సారథి చూడకపోతే కాళ్లులేని కుంటివారు (అనూరుడు) అయితేనేం ప్రతి రోజూ కూడా ఆకాశపు చివరవరకు ప్రయాణం చేస్తూనే ఉన్నాడు. సూర్యుడు మహాత్ములకు తమ సంకల్ప బలం వల్లనే క్రియాసిద్ధి అబ్బుతుంది. అంతేకాని తమ దగ్గర వుండే సాధనాల వల్ల కాదు అంటారు. కోకిలను చూసిన వెంటనే కాకులు వెంబడిరచినట్లు గొప్పవాళ్ళకొచ్చిన నష్టమేమి లేదు. అందుకని ప్రతి ఒక్కరూ స్త్రీ విద్యాభ్యాసం కోసం శ్రమించాలని కందుకూరి వారి ఉపన్యాసంలో ఉటంకించారు. స్త్రీలకు విద్యబ్యాసం అక్కర్లేదని నేటికీ అజ్ఞానులు మాట్లాడుతూనే వున్నారు. దెయ్యాలు, భూతాలున్నాయని తెగ ప్రచారంచేశారు. అలాంటివారు వెంటపడ్డారు కందుకూరివారు. నాకొక భూతమైనా చూపించండని కానీ ఉంటే కదా చూపడానికి, నేటి విద్యావ్యవస్థను మనం కళ్ళారా చూస్తున్నాం. చాలామంది అయ్యవార్లకే సరిగా రాయడం, చదవడం లేదని వాళ్ళన్నారు. అందుకే కందుకూరి వీరేశలింగం అంటారు. చెప్పువారికే తాము చెప్పెడిదేమో తెలియనప్పుడు వారి యొద్ద జదువుకొనువారి కేమి తెలియగలదు? సరైన గురువు లేకపోతే చదవుకొని కూడా ప్రయోజనం ఏంటి? కాలయాపన తప్పితే నేటి అన్ని అనర్థాలకు చదవుకున్నవాడే కారణమవుతుండడం మనం గమనిస్తూనే వున్నాం, కారణం ఏంటంటే సరైనటువంటి చదువును అభ్యసించలేకపోవడమే. చదవుకోవడమే వృథానా అనే ప్రశ్నవేసుకొంటే. ఏది చదవాలి ఎక్కడ చదవాలి. ఎవరి దగ్గర చదువుకోవాలి అనేది తెలీకుండా చదివితే ఆ చదువు నిరర్థకమే. నేటి వైద్యవృత్తి ఎంత బాధాకరంగా ఉందో మనకందరికీ తెలిసిందే! విదేశాల్లో వైద్యవిద్య చదివినవారికి మరింత ప్రాచుర్యం

లభిస్తుందటం గమనిస్తున్నాం. మరి వీరేశలింగంగారి కాలానికే వైద్యవృత్తి కలుషితమైనట్లు అతని ఉపన్యాసాల ద్వారా తెలుస్తున్నది. ఒక డాక్టరు దగ్గరికి రోగగ్రస్తుడు పోతే గుమ్మడికాయ ఎలా వండారు అని అడగ్గా పెచ్చుతీసి వండాము అనగా చూశారా అందుకే మీకిలా జరిగింది అంటారంట. ఒక వేళ పెచ్చుతీయకుండా వండాము అంటే అందుకే మీకిలా అయ్యిందని వారి ఆధిపత్యాన్ని ప్రదర్శిస్తుంటారు ధనవంతులు దేశాన్ని దోచేస్తున్నారు. కందుకూరి వారికి బుద్ధి చెపుతూ ధనవంతులంటే వారి దగ్గరుండే ధనాన్ని దేశక్షేమానికి ఖర్చుపెట్టాలని అంతేకాని దేశాన్ని దోచుకోవడానికి వారి ధనం ఉపయోగపడరాదని తెలియజెప్పారు. ఆనాటి కన్యాశుల్కాన్ని రూపుమాపడానికి కందుకూరివారు ప్రయత్నించారు. మనం మనుషుల మాంసాన్ని విక్రయిస్తున్నాం. సాధారణంగా జంతువుల్ని చంపి మాంసాన్ని అమ్ముకోవడం పరిపాటి కాని మనుషులను జీవంతంగానే ఉంటూ అమ్మేస్తున్నాం. చచ్చిన జంతువుకు బాధ వుండదు కానీ అమ్మాయిలను అమ్మేస్తుండటంతో వారి బాధ అలివికానిది.

పూర్వాచారాలను భూషించడం, నూతనాచారాలను దూషించడం ఈనాటిది కాదు. 'దేశానికి భంగం కలిగించే దురాచారాలను తొలగిస్తూ క్షేమంగా ఉండే సదాచారాలను నెలకొల్పడమే దేశాభిమానం' అని కందుకూరి వీరేశలింగం దేశాభిమానం గురించి ప్రవచించారు. వీరేశలింగంగారి నవల 'రాజశేఖర చరిత్ర' నేటికీ నూతనంగా ఉంది. సత్యవతీ చరిత్ర కుటుంబ జీవన ఇతివృత్తంతో సాగిన నవల. అనేక అనువాదాలు, తెలుగు కవుల చరిత్ర, స్వీయ చరిత్ర, సంఘసేవా పరాయణుడైన మహిళామణులల చరిత్ర, నాటకాలు, విజ్ఞానశాస్త్రాలు ఇలా ఒకటేమిటి అన్నీ తన చేతిలో ఓడిగిపోయాయి. అందుకే కట్టమంచి రామలింగారెడ్డి వీరేశలింగంగారిని ఉద్దేశించి "వీరేశలింగం పంతులుగారివంటి దేవతలను భారతదేశమెప్పుడు మరచిపోయిన అప్పుడు మనకు దుర్దశ సంప్రాప్తమైందని చెప్పవచ్చు అంటారు.

తన దేహము తన గేహము

తన కాలము తన ధనమ్ము తన విద్య జగ

జ్జనులకు వినియోగించిన

ఘనుడీ వీరేశలింగ కవిజనులారా

– అంటూ శ్రీ చిలకమర్తిలక్ష్మీనరసింహం వీరేశలింగం వ్యక్తిత్వాన్ని కొనియాడారు. ఒక యుగకర్త వందేళ్ళ భవిష్యత్తును కలగని ఆ దిశగా తన సంస్కరణలు తీసుకొని

రాగలిగారు. జనం భాషను, దేశ భవిష్యత్తును సమానంగా తుంచిన ప్రభావశాలి కందుకూరి. వీరేశలింగం రచనలు, నడత, వ్యక్తిత్వం, సంస్కరణలు ఆచరణీయమైనవిగానే ఉంటాయి. సమస్త తెలుగు సాహిత్య చరిత్రలో ఒక విలువైన గ్రంథంగా కందుకూరి వీరేశలింగంగారి జీవితం ఉంటుందనే మాట అక్షరాల నిజం.

8. అనంత కథ – కరువు

దేశంలోకి కథా సాహిత్యం ఆంగ్ల భాషా ప్రభావంతో పురుడు పోసుకొని సాహిత్యంలో చాలా మార్పులను తీసుకొచ్చింది. ఆంధ్రదేశంలోకి కథ చొరబడినా రాయలసీమలోకి మాత్రం ఆలస్యంగా అడుగుపెట్టింది. కారణం కరువుకు భయపడేమో. 1938 ప్రాంతంలో చిలుకూరి నారాయణరావు కథా రచన ప్రారంభించారు. జి.రామకృష్ణ 1941 మధ్య కథకు పునాదులేశారు. తూమాటిదోణప్ప, సర్దేశాయి తిరుమలరావు వంటివాళ్ళు కూడా కథారచనకు ప్రయత్నించారు. మధురాంతకంరాజారాం, నాదమునిరాజు, కె.సభాలాంటి ప్రసిద్ధ కథకులు ఇదే దారిలో పయనించినవారే.

అనంతపురం జిల్లాలో తెలుగు కథానికను వర్తమాన జీవితావిష్కరణకు, స్థానిక జీవిత వాస్తవికతా చిత్రణకు ఉపయోగించుకోవడాన్ని 1941 నుండి జి.రామకృష్ణ చిరంజీవి, గంజికోసం వంటి కథలతో బీజం వేశారు. బీజం మొక్కయ్యేందుకు పాదులు తవ్వింది. నీరుపెట్టింది. సింగమనేని నారాయణగారనే కథకాపలాదారుడే అనే మాట ప్రత్యేకించి ఇక్కడ ప్రస్తావించాల్సిన విషయం.

రాయలసీమలో ఓట్లకు, నోట్లకు, కొట్లాటలకు, కులాల కుమ్ములాటలకు, మత మార్పులకు, వలసలకు, మానాల మలినాలకు, మర్యాదల భంగానికి, మర్యాదకు, అమర్యాదకు, కుట్ర, కుతంత్రాలకు, మోసాలకు, వ్యసనాలకు అస్పృశ్యతకు, అవిద్యకు, ఆధిపత్యానికి, అంధకారానికి మూలం ఒక్కటే అదేనండి, సకల ప్రాణులకు జీవం అయిన 'నీళ్ళే'. ప్రపంచనాగరికతలన్నీ నీళ్ళ దగ్గర జన్మిస్తే, మనమేమో కరువులో జన్మించి కరువులోనే కాలధర్మం చెందుతున్నాం. మరి మనం నాగరికులమేనా! కాదా! అనేది మనకు మనమే ప్రశ్న వేసుకోవచ్చు.నీళ్ళు లేని మనకు మాత్రం అందరినీ గౌరవించే సంస్కారం పుష్కలంగా వుందని చెప్పవచ్చు. అనంతపురం జిల్లాలో నీళ్ళు సమృద్ధిగా దొరికే రోజు బహుశా రాదేమో. ఒకవేళ ఆశావాదిగా వుండి మంచే జరగాలని కోరుకుంటే, ఇక్కడికి నీళ్ళు వెల్లువలా ప్రవహించేలోపు పొలాలన్నీ కరువుకు తట్టుకోలేక ఏ కసాయి కర్మాగారానికో వాటికవే బలిచ్చుకుంటాయేమో!.

సీమలో కలం పట్టిన ప్రతి రచయిత కరువును ముద్దాడనిది ముందుకు పోరు. మధ్య తరగతి రైతు కుటుంబ నేపథ్యంలో పెరిగిన సింగమనేని నారాయణగారు కూడా కథా ప్రాస రోజే కరువును సొంతం చేసుకున్నారు. సీమలోని సేద్యం ఓ జూదం, ఓ మట్కా,

అవన్నీ పోలికలెందుకు సీమ రైతు సేద్యం. ఇక్కడ కురిసే వానలాంటిది అంటే సరిపోతుంది. కరువును ఇతివృత్తంగా స్వీకరించి కథారచన చేశారు సింగమనేని. ఊబి 1982, విముక్తి 1988, జూదం 1998, యక్షప్రశ్నలు 1998 వంటి కథల ద్వారా కరువు తీవ్రతను కళ్ళకు కట్టి చూపించారు.సింగమనేని కథలు అనంత జిల్లా హస్తరేఖలు. 'జూదం', కథలో ఎల్లమ్మ పూటగడవడం కోసం వృద్ధాప్యం మీద పడినా, కూలికి పోయి కోడల్ని, కొడుకును కంటికి రెప్పలా చూసుకొనేది. కూటి కోసం నంజప్ప ఇంట్లో జీతం పెట్టింది కొడుకుని. రైతుని మోసం చేసే ప్రతి ఒక్కడూ బాగుపడుతున్నాడు కానీ, ఆరుగాలం పంటకోసం కష్టించే రైతు మాత్రం పేదరికాన్ని దాటి అడుగెయ్యలేకపోతున్నాడు. ఈ వాస్తవాన్ని నారప్ప పాత్ర ద్వారా తెలియజేశారు. అన్ని చోట్లా అప్పులు చేసి ఆకాశానికేసి చూసి, అనంతపై అలిగిన వానను నమ్ముకుని నారప్ప అప్పుల్లో మునిగిపోయాడు. రైతుతో చేబదులు ఇప్పించుకొని కొట్టు వేసుకున్న రామశేషయ్య షావుకారయ్యాడు. రైతు పండించే అరకోర పంటను తక్కువరేటుకి కాని ఎక్కువ రేటుకు అమ్మే శివయ్య బాగుపడ్డాడు. కానీ, భూమిపుత్రుడు నారప్ప పాతాళానికి పడిపోయాడు.

'ఊబి' కథలో రైతు కలలో కూడా వాన గురించే ఆలోచిస్తుంటాడనే నిజానికి తార్కాణం 'ఊబికథ'. ఊబిలో తండ్లాడే కొద్ది లోపలి పోవడమే, సేద్యం కూడా అలాంటిదే. నిద్రలేచి చూస్తే వానా లేదు, గీనా లేదు. నెలలు నిండిన చూలాలు బిడ్డ కోసం ఎదురుచూసినట్లు నారప్ప ఎప్పుడు పంట చేతికొస్తుందా అనే ఆశతో వున్నాడు. కానీ అనుకున్నట్లుగా నీళ్ళు లేవు. బోరువేశాడు. బండ అడ్డం పడిరది. చేసేదిలేక బోరు పీకించేశాడు. డబ్బంతా బోర్లకే ఖర్చుపెట్టాడు. ఆశ చావలేదు. చేయి ఖాళీ అయ్యింది. పంట దీనమొగంతో తననే చూస్తుంటే తట్టుకోలేక తల్లడిల్లిపోయాడు. పంట ఎండిపోయింది, నారప్ప ఆశలాగే.

'విముక్తి' కథలో వెంకటప్పను కరువు కక్ష గట్టి పీడిస్తుంటే చేసేదిలేక వ్యవసాయం మానేసి రోడ్డు పనికి పోవాలని నిర్ణయించుకుంటాడు. రైతు దీనస్థితికి నిదర్శనం 'విముక్తి' కథ. ఒక కాంట్రాక్టరు దగ్గర 50 రూపాయలు అప్పడిగి కూలీవచ్చి తీరుస్తానని చెప్పి కూలీకి పోయ్యే స్థితి. రైతు తలదించుకునే గతికి నిదర్శనం 'విముక్తి' కథ. 'అడుసు' కథలో నారాయణప్పనే రైతు తన పంటకు తనే ధర నిర్ణయించలేని అసమర్థ స్థితిని తలచుకుని అందరూ పడుకున్నాక తన కొడుకును వెంట పెట్టుకుని పోయి చీనీ

తోటంతా నరికేస్తాడు. కరువు స్థితిని భరించలేక ఎందరో రైతులు ఆత్మహత్య చేసుకున్న దుర్భిక్ష పరిస్థితిని వివరించే కథ 'అలజడి'. కరువు తట్టుకోలేక తల్లడిల్లి ప్రాణాన్ని కాపాడుకోలేక వలసెళ్లే రైతన్నల గోడును 'ఒక పయనం కథ' వివరిస్తుంది. సింగమనేని కథలు వాస్తవ వ్యథలు.

శాంతి నారాయణగారు కరువు నేపథ్యంలో చాలా కథలు రాశారు. వాన కోసం ఎదురుచూసే రైతు మూఢనమ్మకాల దారిపట్టి అలా కుడా మోసపోతున్నారు. ప్రభుత్వం చేపట్టే ప్రతి రైతు చర్చ రైతును ముంచి, దళారులను బాగుపరచడానికే. ఈ పచ్చి నిజాన్ని 'కల్లమయపోయ' కథలో వివరించారు. పందక కరువు. పండిస్తే దళారుల మోసం, ప్రభుత్వ నిర్లక్ష్య చూపు, ముప్పేట దాడికి గురవుతున్నాడు రైతు. సేద్యం చేసి ఎవడు బాగుపడినాడు అనేంత నిస్తేజానికి తీసుకెళ్ళే కథ 'కల్లమయిపోయ'. 'పల్లేరుముళ్ళు' కథ కార్తులు నమ్ముకుని సేద్యంపై మోజు పెంచుకున్న రైతు, కార్తెలన్నీ అరచేతిలో నీటిలా జారిపోతుంటే, రైతు జీవితం కూడా నానాటికి దిగజారి పోతుందనే కఠోరనిజాన్ని వివరించింది. ఈ పయనం ఎక్కడికి, దళారీ, ఎండమావులులాంటి కథలు అనంతపురం జిల్లా కరువు బావుటాను ఎగరేస్తున్నట్లు ఉంటాయి. ఈ పయనం ఎక్కడికి' కథ నేటి వాస్తవిక చిత్రణ కానీ దర్శనం.

'హైనా' కథ కె.యం. రాయుడు గారిది, వానవస్తే చాలని వానకోసం నారాయణప్ప భోజనం కూడా రాత్రిపూట మానేయడం, నారాయణప్ప జీవితం ఎండమావుల పడవపై ప్రయాణంగా భావించుకున్నాడు. నిత్యం కరువు కోరల్లో కటకటాలులేని బందీగా గడిపే రైతు జీవితం హైనాలాంటి క్రూరజంతువులాంటి దయలేనిదేనని హైనాతో పోల్చారు. కరువును 'మెహ్న'గారి 'రాములగుడి వారి ముందు' కథలో కరువుతో పాటు బహుజనుల బాధలు తెలుస్తాయి.

అనంత కరువును అద్భుతమైన శిల్పంతో తీర్చిదిద్ది వైవిధ్యతను చాటిన ప్రసిద్ధ కథా, నవలాకారుడు బండి నారాయణస్వామి. 'నీళ్ళు, వానరాలే, సావుకూడు, బతుకు ఊబి' కథలు ప్రకృతి అసమతుల్య వికృతదారికి విలవిలలాడిన పేద ప్రజల బతుకు చిత్రాల్ని త్రీడిలో చూపించాయి. కరువు పేగుబంధాన్ని కూడా పరిహాసం చేస్తుందనడానికి సాక్ష్యంగా 'బతుకు ఊబి' కథలో స్వామి తెలియజేశారు. అలాగే ఎద్దులమీద రైతుకుండే మమకారాన్ని గురించి తెల్ల ఎద్దును ఉదాహరిస్తూ ఎద్దు, రైతు బంధాన్ని చక్కగా వివరించారు.

డా.బి. నాగశేషు

'నీళ్ళు' కథలో మనం సాధించిన అభివృద్ధి ఏ స్థాయిలో వుందో తెలిపి పాలకుల కళ్ళు తెరిపించారు. స్వాతంత్ర్యం సాధించి 65 సంవత్సరాలు గడచినా, మానవ మనుగడకు కనీస అవసమైన 'నీళ్ళను' పూర్తి స్థాయిలో పొందలేకపోవడం, నీటి కోసం నానా హైరానా పడటం గమనిస్తే, మన అభివృద్ధి ఎక్కడ జరిగిందో, ఎవరికీ జరిగిందో ఎంత జరిగిందో, అర్థం కాని పరిస్థితి. ఎక్కడో దూరాన చదువుకుంటున్న బిడ్డ ఎప్పుడాస్తాడో, ఎదురుచూడని తండ్రి, వాన రాక కోసం రోజూ ఆకాశానికేసి ఆశగా చూస్తుంటాడు, ఈ స్థితిని 'వానరాలే' కథ చెబుతుంది.

'తెల్ల దెయ్యం కథ' గ్రామీణ జీవితాల్ని, వ్యవసాయాల్ని, ప్రపంచీకరణ ఉక్కుపాదం ఎలా మింగేసిందో అద్భుతంగా వర్ణించారు. బహుజనుల బాధల్ని కథలుగా మలచడంలో స్వామిగారిది తీక్షమైన సూటిశైలి. ఆయన గురి పాలకులవైపే. తన ధ్యేయం పీడితులకు న్యాయం జరగడమే. 'సావుకూడు' స్వామి కథల్లో అందరూ ఇష్టపడే కథ. ఈ కథలో ఒక ముసలాడి చివరి జీవితపు ఆశ శియ్య బువ్వ తినాలనేది, అది తీరకుండానే చనిపోవడం, ముగ్గురు కొడుకులు దినాలకు బడ్యాట కోస్తే ఊరంతా తినడం, నిక్కర్లు వొదులుచేసుకుని తినడంలాంటివి కథలో గమనిస్తే ఒక్కపూట తిండి కోసం ఎంతగా కాసుక్కుసునేవాళ్ళో, ఎంత కూటి కరువో గమనించవచ్చు. చివరికి మొగుడు చనిపోయినాడనే బాధ కంటే ముసల్దానికితనకు సియ్యులువేయలేదనే బాధతో నానా శాపనార్దాలు పెడుతుంది.

'మన్నుతిన్న మనిషి' కథ భూమిని అమ్మాలనుకొనే కొడుకు రామచంద్రుని మాట వినేసరికి చెన్నప్పకు ఎక్కడలేని కోపంతో వయసయిపోతే మీ అమ్మను కూడా అమ్మే నా కొడుకువిరా నువ్వు అని తిడతాడు. భూమిలో భాగం అడిగిన కొడుకు మాటలకు తట్టుకోలేక చేన్లోనే చెన్నప్ప చనిపోవడం చూస్తే రైతుకు భూమి పట్ల వుండే నెర్లు అర్ధమైతుంది. ప్రాణం కంటే వాళ్ళు నమ్ముకున్న పొలమే గొప్పదిగా భావిస్తారు రైతులు. విలక్షణ కథా రచయితగా చిలుకూరి దేవపుత్ర గారికి స్థానం వుంది. సహజంగా నిజాయితీకి దగ్గరగా వుండే కథల్ని రాశారు. పరువు కథల్ని ఎక్కువగా రాశారు. పేదవారు సాధారణంగా ఎదుర్కొనే సమస్యల్ని దళితులు ఎదుర్కొంటున్న కుల సమస్యల్ని కూడా వారు ప్రస్తావించారు. ఆ సామాజిక వర్గానికి చెందిన చిలుకూరి దేవపుత్రగారు రెండు సమస్యలపైన గట్టి సందేశాలిచ్చే కథల్ని రాశారు.

ఇరుగు పొరుగు

కరువు రసాన్ని కర్కశంగా తాగిన కథకుడు, పల్లెతనాన్ని ఒళ్ళంతా నింపుకున్న వ్యక్తి, మన్నుగింజలో పుట్టిన మట్టిమనిషి సడ్లపల్లె చిదంబర రెడ్డి. కరువు కొట్టిన దెబ్బలు తన జీవితం నిండా నింపుకున్న వ్యక్తి. పల్లెలోని ఒక ముసలమ్మ మన పక్క నుండి కథ చెబుతున్నట్లుగా వుంటాయి వీరి కథలు. తనకు తెలిసిన నిజాల్ని, వ్యథల్ని తన కథల్లో నింపుకుని కరువు సాహిత్యంతో తన ప్రత్యేకతను నిలుపుకున్న వ్యక్తి. మనం ఇటీవల ఇసక హత్యలు, ఇసక దాడులు పత్రికల్లో వార్తలుగా చూస్తున్నాం. ఈ ప్రమాదాన్ని 1993 ప్రాంతంలోనే చిదంబర రెడ్డి భవిష్యద్దర్శనం చేశారు. కరువు వల్ల రైతులు ఇసక అమ్ముకుని బతికేవారు. వారి బతుకుల్లోని వాస్తవ జీవితాలను 'ఇసక' కథల సంపుటిలో చిత్రించారు. పశువులు, అడవి, సుడిగుండం, వరుణనీతి ఇవన్నీ కరువు కేంద్ర బిందువుగా సాగే కథలే. పల్లె తల్లి మట్టి పట్టణ సౌందర్య సౌధాల్లో నలుగుతుంటే తట్టుకోలేని పల్లెమనిషి సడ్లపల్లె. రైతు కనుమరుగయ్యే పరిస్థితి దాపురించిందని హెచ్చరిస్తూ రైతు 'మహాభినిష్క్రమణాన్ని' 'కొల్లబోయిన పల్లె' కథల సంపుటి ద్వారా వివరించారు. ఈ నలభై ఏళ్ళలో రైతు, కూలీల మధ్య వచ్చిన మార్పుల్ని కొల్లబోయినపల్లె కథలు తెలుపుతాయి. మట్టిబతుకులు, రైతు హృదయం, జీవనచిత్రం, నీళ్ళ కథలే కరువుకు సాక్ష్యంగా నిలుస్తాయి. పల్లె గోడులు, రైతుల తిప్పలన్నీ చిదంబర రెడ్డి కథల్లో చూడవచ్చు.

శశికళగారి 'చిన్నోడు' కథలో హృదయవిదారకమైన వాస్తవాల్ని చూడవచ్చు. కొడుకును కూటికోసం వసతి గృహంలో చేర్పించి, శెలవులు వదిలినా చిన్నోడి కోసం తల్లిదండ్రులు హాస్టల్ దగ్గరకు పోరు, చేసేదిలేక చిన్నోడు ఒక హోటల్లో పని వెదుక్కుని జీవిస్తుంటాడు. తరువాత వాళ్ళ అమ్మానాన్నలు పిలిచినా ఇంటికి పోకుండా తన చదువుకు ఖర్చయ్యే ధనాన్ని వాడే సంపాదించుకుంటాడు.

'వర్తమానం హోరు' కథలో సోముగాడు పల్లెలో జీవితం కష్టంగా నడుస్తుందని పట్టణానికెళతాడు. అన్నీ తిరిగి సొంతూరికొచ్చి తన కులవృత్తి విసురాళ్ళ వృత్తి చేసుకుంటూ వానకోసం ఎదురుచూస్తుంటాడు. వానొస్తే రైతులు కాస్త తిండి పెడతారని ఆశ. పిల్లలు పుట్టకుండా ఆపరేషన్ చేయించుకుంటే వంద రూపాయలు ఇస్తారని తెలుసుకుని, ఆపరేషన్ చేయించుకుంటుంది. గాయం పుండయి చూయించుకోవడానికి డబ్బులేక బిడ్డకు పాలిస్తూ అట్లే కన్నుమూస్తుంది. అంత్యక్రియలకు కూడా డబ్బుల్ని తన కొడుకు అడుక్కుని కార్యక్రమ్మాల్ని పూర్తిచేస్తాడు. కరువు మిగిల్చిన విషాదానికి నిక్కమైన కథ.

డా.బి. నాగశేషు

'డ్రాఫవుట్' కథ పేరే రచయిత్రి వైవిధ్యానికి తార్కాణం డ్రాఫవుట్ అంటే జీవితం నుండా, బడినుండా, వసతి గృహం నుండా! తలారి రామకృష్ణ కరువు మిగిల్చిన అప్పుల్ని కట్టలేక జీవితాన్ని గడిపే ధైర్యం లేక పురుగుల మందు తాగి జీవితాన్ని మధ్యలోనే బలవంతంగా డ్రాఫవుట్ చేసుకుంటాడు. మొగుడు చనిపోతే కాంతమ్మ పడే కష్టం చూడలేక బిడ్డ రమ బడి నుండి డ్రాఫవుట్ కావడం. మోసగాళ్ళు రమ అందాలను ఎర వేయడం ఇన్ని డ్రాఫవుట్స్ వున్నాయి. బహుజనుల బాధల్ని నిజంగా మన కళ్ళ ముందు జరుగుతున్నట్లు, చూపించారు. నేరుగా కరువును తాకకుండా కరువును కేంద్ర బిందువుగా చేసుకొని శశికళగారి కథలన్నీ నడపడం జరిగింది. సులభమైన శైలి, సహజమైన భాష, స్నిగ్ధ మనసు శశికళగారి కథల ప్రత్యేకత.

రాయలసీమ కరువు రైతును డ్రాయింగ్ వేసి చూపించినట్లు కథలు రాసిన కథకుడు దామగట్ల హిదాయతుల్లా. శిల్పం దృష్ట్యా ఇతివృత్తాల ఎంపికలో గొప్ప కథకుల స్థాయిలో నిలవదగిన కథకుడు హిదాయతుల్లా. 'అంతులేని కథ'లో రంగడు బోర్లు వేయించడం, నీళ్ళు పడకపోవడం, బోర్లు వేసేవారు కూడా రంగన్ని మోసం చేయడం, పందిరచేది మనమే, పస్తులుండేది మనమే ఘూ...! దీనెమ్మ రైతు జీవితం అని అసహ్యించునేలా రంగడిచే అనిపించారంటే రైతు వ్యథ అర్థం చేసుకోవచ్చు. చివరికి ఎవరికీ చెప్పకుండా బెంగలురుకు వెళ్ళి, అక్కడ బిల్డింగ్ కట్టే పనికి కుదిరి తిరిగొచ్చి భార్యాపిల్లల్ని తీసుకెళ్ళి వాళ్ళని కూడా పనిలో పురమాయించడం, నాసిరకం కట్టడం వల్ల భవనం కూలిపోవడం రంగడి కుటుంబ సభ్యులంతా నేలకొరగడం, ఈ వార్త పేపర్లో చదివి రంగయ్య వాళ్ళ నాన్న కూడా ప్రాణాలను వదలడం లాంటివి కరిన హృదయుల చేతనైనా అయ్యో అనిపించే ఇతివృత్తాలు, ఇంతకంటే కరువు గురించి చెప్పేదేముంది.

'బ్రతుకు ప్రశ్న' కథలో నాలుగెకరాల పొలం కలిగిన పార్వతమ్మ ఆకుకూరలు అమ్ముకుంటూ ఆడబిడ్డల్ని పోషించుకుంటూ ఎక్కడో ఏదో ఒక మూల భూమి మీద ఆశ, వాన కోసం ఎదురుచూపు, కార్తెలన్నీ నీరులా కరిగిపోతున్నాయి. ఆమె కలల్లాగే. కానీ చేసేదిలేక పిల్లల్ని బతికించుకోడానికి అనంతపురానికి మసకమసక చీకట్లోనే ఆకుకూరల గంప ఎత్తుకుని వచ్చి వీధి వీధి తిరిగి అమ్ముకుని, జీవనం గడుపుతుంటుంది. వాన ఎప్పుడు వస్తుందో అంటూ కనిపించిన జాతకగాళ్ళనందరినీ విచారిస్తుంటుంది. గొప్ప శిల్పంతో కూడిన ఈ కథకు అమెరికా వారి 'ఆటా' పురస్కారం లభించడం అనంత జిల్లా సాహితీప్రియులందరికీ గర్వకారణం.

ఇరుగు పొరుగు

'వలసెల్లి పోతోంది' కథలో ఒకప్పుడు బాగా బతికిన కుటుంబం పూట గడవడం కష్టంగా మారిన దీనస్థితికి దిగజారిపోవడం, పశువులకు గడ్డిలేక పశువులన్నింటిని అమ్మేసి సావుకార్ల అప్పుల్ని తీర్చేసి ఊరువదలి వలసెల్లి పోవడం కథ. ఇలాంటి సంఘటనలెన్ని వున్నాయో నిజంగా రైతుల వ్యథలు చెప్పడానికి వీలుకానివి.

'వ్యసనం' కథ ఆప్యాయతలకు దూరమైన వ్యక్తి డిప్రెషన్లోకి వెళ్ళినట్లే, రైతును పట్టించుకోనేవారు లేక వాడు కూడా డిప్రెషన్లోకి వెళ్ళిపోతాడు అది చివరి అంకం. వ్యసనం కథలో రైతుది ఇంచుమించు అదే పరిస్థితి. కరువు రైతుల కథల్లోనే అగ్రస్థానాన నిలబడే కథ 'వ్యసనం' కథనం చాలా బాగుంది. ఇతివృత్తం పాతదే అయినా నడచిన తీరు కొత్తది. దాదాపు శూన్యంలో నిలబడిన ఒక రైతు తను చనిపోవాలని నిశ్చయించుకొన్నాక వానరావడం రైతుచావుపై పైచేయి సాధించడం కథలోని కొసమెరుపు. రైతు గెలవాలనే ఆశావాదం ఈ కథలో మనం చూడొచ్చు. వేరుశనగ మొలక దగ్గరకు రైతు వెళ్ళి నీకేం కావాలని అడగడం కోరిక తీర్చలేక వెళ్ళిపోవడం కరువు రైతు తారాస్థాయి స్థితిని చూడవచ్చు. నాలుగు చినుకులు పడగానే మళ్ళీ లాటరీలోకి దిగడం నిజంగా ఓ వ్యసనమే. అనంతకరువు బారిన పడిన ఎన్ని కుటుంబాలు నేటికీ వేశ్యావాటికల్లో తేలియాడుతున్నాయో వాళ్ళ శవాలు. నిజంగా మనం అభివృద్ధి చెందామా! అని మనకి మనం ప్రశ్నించుకుంటే, వాస్తవిక పరిస్థితుల్ని చూస్తే వున్నచోటే కుప్పకూలి పోతాం.

నిర్మలాదేవిగారి 'కాటేసిన కరువు' కథలో ఎప్పుడో ఊరొదిలి వెళ్ళిన నాగప్ప తిరిగి తన సొంతూరికి తిరిగిరాగా, అక్కడి కరువు పరిస్థితులు చూసి తీవ్ర ఆవేదన చెంది తిరిగి పట్నానికి బయలుదేరాలనుకుంటాడు. కానీ తల్లిని, చెల్లిని ఎవరుచూసుకొంటారు అనే ప్రశ్న. కరువును తాళలేని నాగప్ప చెల్లెలు వేశ్యావాటికలకు పోయి సంసారాన్ని ఈదుతుండటం, అక్కడనుండి తిరిగొచ్చి ఇక ఆ నరకంలోకి వెళ్ళనని మారాం చేయడం. కుళ్ళయప్పతో లేచిపోవడం మద్రాసు భోగం కంపెనీవాళ్ళు వచ్చి డబ్బులడగడం, లక్ష్మీ బదులు తన తల్లి నేనే మద్రాసుకు వస్తా పదప్పా అనడం. ఈ కథ చదువుతుంటే దృశ్యకావ్యంగా అనిపిస్తుంది. ఏమంత దయనీయ స్థితిలో వున్నాయో కరువు జీవితాలు, మానవత్వం లేని వాళ్ళు ఈ కథల్ని చదివితే ఒక్క అడుగు వెనకేసి చింతించితీరుతారు.

చిత్రావతి కథలు, శేష ప్రశ్న, ముళ్ళుదారి, భూతుబల్లి ఇలా ప్రతి కథకుడు కరువును తాకకుండా వెళ్ళరు. మనముందు కరువే అగుపిస్తుంది. కరువును మీరి బయటికి రాలేకున్నారు అనంతకవులు, ప్రేమ, హాస్యం, ప్రేమను చాలా తక్కువగా

స్మరిస్తున్నారు. కరువులో పుట్టినోళ్ళం కరువును తప్ప ఇంకేం రాయమంటారు అంటారు, కరువుపై సానుభూతితో రాసిన వాళ్ళు కొంతమంది, కరువును ఎదుర్కొని వారి అనుభవంతో రాసిన కథకులు కొంతమంది, కరువును అనుభవించిన వారి కథల్లో వాస్తవికత కనిపిస్తుంది. కరువును రాయకపోతే కథకుడే కాదనేలా మారిపోయారు అనంతకథకులు. కరువును గూర్చి రాశారే కానీ కరువును ఎదుర్కొని దాన్ని ఉద్యమంగా మలచే ప్రయత్నం మాత్రం చాలా తక్కువ మంది చేశారు, కరువును తుడముట్టించి నీటిని తీసుకురావడానికున్న వనరులగురించి కూడా చర్చిస్తే ఇంకాబాగుండేది. ఇది అనంతకరువు కథల్లో లోటుగా భావించవచ్చు. కరువును సజీవంగా రూపుమాపాలంటే ఏం చేయాలో చెప్పే కథలు అరుదుగా వచ్చాయి. ఎడారి ఛాయలు పూర్తిగా తొలగిపోవాలంటే మన అనంతను సరిహద్దులో వుండే కర్ణాటక ప్రాంతాలైన గౌరిబిదనూరు, తుమకూరు, కోలార్, బళ్ళారి ప్రాంతాల మీదుగా సమాంతర కాలువ నిర్మిస్తేమంచిది. కాలువలో పుష్కలంగా నీరు పారుతుంటే మన ప్రాంతంలోని బోర్లకు సదును దొరుకుతుంది. అలాగే పడమటి కొండలవైపు పరుగులెత్తే గాలుల్ని మనకున్న సాంకేతిక జ్ఞానంతో ఆపగలిగితే అనంతకరువును రూపుమాపవచ్చు. అంతేకాకుండా అనంతపురానికి ప్రాతినిధ్యం వహిస్తున్న రాజకీయనాయకులు పార్టీలకతీతంగా అభివృద్ధి చేయాలనే కృత నిశ్చయంతో ముందడుగు వేస్తే తప్పకుండా అనంతపురం కరువును కొంతమేరైనా పారద్రోలవచ్చు. లేకపోతే రాబోయే రోజుల్లో ఇంకా తీవ్ర వర్షాభావ పరిస్థితుల్ని చూడాల్సివస్తుంది. కరువుకంటే పాలకులు ముంచిందే ఎక్కువపాలు. పాలకులు స్వార్థం వీడి, ప్రజలలో అజ్ఞానం తొలగినప్పుడు సీమలో సిరులు పండుతాయి. కాదు పచ్చటి పంటలు పండుతాయి.

9. దక్షిణ ద్రావిడ భాషల్లో భక్తి కవిత్వం, తెలుగు సాహిత్యంలో భక్తితత్పరత

భారతదేశంలోని భాషలను నాలుగు కుటుంబాలుగా భాషా శాస్త్రజ్ఞులు విభజించారు. 1. ఇండో యూరోపియన్ భాషా కుటుంబం 2. ద్రావిడ భాషా కుటుంబం 3. సీనో టిబెటన్ భాషా కుటుంబం 4. ఆస్ట్రో ఏషియాటికో భాషాకుటుంబం (లేదా) ముంగేరియన్ భాషా కుటుంబం ఇందులో ద్రావిడ భాషలు ముఖ్యంగా దక్షిణ భారతదేశం అంతటా వ్యాపించాయి. ద్రావిడ భాషలు మొత్తం 23 వరకు ఉన్నాయని ఇప్పటివరకు భాషా శాస్త్రజ్ఞులు నిర్ధారించారు. ఇంకా కొన్ని భాషల్ని : గుర్తించడం కూడా జరిగింది. అలాగే వీటి ప్రత్యేకతను గుర్తించేందుకు ఇంకా తగినంత కృషి జరుగుతోంది. కొన్నిభాషలు మరికొన్ని భాషలతో అధిక సాదృశ్యాన్ని చూపుతున్నట్లు కనిపిస్తాయి. దీనికి కారణం భౌగోళిక సాన్నిహిత్యం కారణంగా పేర్కొనవచ్చును. దీనిని మించి ఆయా భాషల్లో ఏర్పడిన వర్గశబ్ద వ్యాకరణాది పరిణామం ప్రధాన కారణంగా కనిపిస్తుంది. ఈ కారణాలను అనుసరించి సన్నిహితులైన భాషలను ఒక వర్గానికి చెందినట్లుగా నిశ్చయించవచ్చు. మధ్య ద్రావిడ భాషల్లో 12 భాషలనున్నాయి. వీటిలో తెలుగుదే అగ్రస్థానం. తెలుగు భాషలో అనేక ప్రక్రియలు అనేక ధోరణలు వెలుగుచూశాయి. అందులో భక్తికవిత్వం ఏవిధంగా రూపుదిద్దుకొందో తెలియజేయడం ఈ వ్యాస ఉద్దేశ్యం.

బజ్ అనే ధాతువుకు 'తి' అనే ఉపసర్గ చేర్చడంతో భక్తి అనే పదం ఏర్పడిరది. భక్తి గురించి చాలామంది అనేక రకాలుగా నిర్వచించడానికి ప్రయత్నించారు. సంపూర్ణంగా ఏ నిర్వచనమూ అతకలేదు. భక్తి అనే మాటకు ప్రేమ, విశ్వాసం, అభిమానం అనే అర్థాలను చెప్పవచ్చు. సర్వకాలమందు, సర్వావస్థలనుండి తైలధారవలె హృదయమందు అవిచ్ఛిన్నమైనది. భక్తుని మరోవృత్తి భగవంతుడిని ఎడబాయకుండ ఉండటం మరియు అమృత స్వరూపమైనది, భగవద్గుణములు వినడం, చెప్పడం భక్తిసాధనాలుగా చెప్పవచ్చు. భక్తి అనేమాటకు అర్చించడం, భగవంతునిలో లీనమవడం అని అర్థం. భక్తి భావనను సైద్ధాంతికంగా రూపమిచ్చింది నారద భక్తి సూత్రాలు. భగవంతుని పట్ల ప్రేమే కలిగివుండటం, శుద్ధమైన ఆత్మస్వరూపంతో అవిచ్ఛిన్నమైన ఆత్మరతిని ఊహించడమే భక్తి అంటే అత్యున్నతమైన ప్రేమస్వరూపమే భక్తి అన్నమాట. భగవంతున్ని అర్చించే భావాన్ని భాగవతులు రతిగా పోలుస్తారు. భారతీయ సాహిత్యంలో

మొట్టమొదటి భక్తిని రసంగా పేర్కొన్నది బమ్మెరపోతనే అయినా, భక్తిని రసంగా నిరూపించింది రూపగోస్వామి. అయితే స్థాపించి ప్రచారం చేసింది మధుసూదన సరస్వతి. భక్తి రసానికి స్థాయీభావం మధురరతి, వామపక్షవాదులు లేక ఆధునిక సామాజిక వేత్తలు భక్తిని నిర్వచిస్తూ ''మధ్యయుగాల్లో భూస్వాములకు అత్యంత విశ్వాసంగా, అణకువగా ఉండటానికి ఉపయోగపడిన సిద్ధాంతమే భక్తి'' అన్నారు.

భారతదేశంలో పూర్వకాలాలలో రాజులు, చక్రవర్తులు, ఋషులు బ్రాహ్మణుల సహాయంతో యజ్ఞ, యాగాది క్రతువులు నిర్వర్తించేవారు. ఇవి సంపన్న కుటుంబాలకు చెందిన వ్యవహారంగా ఉండేది. నిమ్నవర్గం వారు కర్మకాండలను కాదని, భగవంతునిపైన నిర్మలమైన విశ్వాసం ఉంచే భక్తియాగాన్ని ప్రచారం చేయడం ప్రారంభించారు. కబీర్, నామ్‌దేవ్, తుకారం, తులసీదాస్ మొదలైన బ్రాహ్మణేతర వర్గానికి చెందిన నామస్తుతి, భగవత్ స్తుతి శరణాగతి ద్వారా భగవంతుణ్ణి చేరవచ్చు అనే భావనను నెలకొల్పారు. భారతదేశంలో వ్యవహారంలో ఉండే భాషలను స్థూలంగా అభివృద్ధి చెందిన, అభివృద్ధిచెందుతున్న భాషలుగా చెప్పుకొనటం జరిగింది. వీటిలో అభివృద్ధిచెందిన భాషలను సాహిత్య సహిత భాషలని వాగరిక భాషలని అంటారు. వీటికి లిపి, సాహిత్యం ఉంటాయి. అభివృద్ధి చెందుతున్న భాషల్ని సాహిత్యరహిత భాషలని అనాగరిక భాషలని అంటారు. వీటికి నిర్దిష్ట లేఖనం ఉండదు. మనదేశంలో ఈ రకమైన భాషలే ఎక్కువ. భక్తికవిత్వం అంటే భక్తిభావం కవిత్వకళ, ఉన్నకవిత్వం, భక్తి కవులందరూ ప్రజలందరికి అర్థమయ్యే తేలిక భాషలో రాశారు. వీరి రచనలు ప్రజలు పాడుకునే రీతిలో ఉండటంతో భక్తికవిత్వం విశేషంగా వ్యాప్తిచెందింది. భక్తితత్త్వం దక్షిణ భారతదేశంలో తమిళనాడులో మొదట ప్రారంభమైంది. కర్మమార్గాన్ని ప్రేమించడమే భక్తిమార్గం, భక్తి కవితను ముఖ్యంగా అయిదు విభాగలుగా విభజించారు. అవి –

1. ఆత్మాశ్రయ భక్తికవిత
2. వర్ణాశ్రయ భక్తికవిత
3. ప్రబోధాత్మక భక్తికవిత
4. ధార్మిక భక్తికవిత
5. తాత్త్విక భక్తి కవిత

ఇస్లాం హిందూ మత విభేదాలకు, సంఘర్షణలకు అభేదమైన భక్తితత్త్వాన్ని ఆశ్రయించి భక్తి కవులు, దేశంలోని అన్ని భాషల్లోనూ చక్కటి సాహిత్యసృష్టి చేశారు. వీరు

ప్రధానంగా తమ రచనలద్వారా ప్రజలను మేల్కొలిపారు. మతం పేరటసాగే కర్మకాండ, యజ్ఞయాగాదులు, పూజాపురస్కారాలలో విసిరి వేసారిన ప్రజలు నిర్గుణ నిరాకారుడైన భగవంతునిపట్ల భక్తి భావాన్ని పెంపొందించుకొన్నారు. భక్తికవుల రచనల ద్వారా సంఘంలో ఐక్యత సమన్వయం సాధ్యమైంది. భక్తి కవులలోనే ఒక భాగంగా సామాజిక నిరసనను తమ రచనలలో ఎలుగెత్తి చాటిన నిరసనకవులు కూడా ఉన్నారు. భారతీయ సంస్కృతికి మూలాధారాలు వేదాలు. ఈ వేదాలలో సైతం త్రిమూర్తులు, మహిళలను గూర్చి చెప్పబడిరది. ఈ లోకాన్ని సృష్టిచేసిన బ్రహ్మ లోకస్థితికారుడుడైన విష్ణువు, లయకారుడైన శివుడు చాలాచోట్ల వేదాలలో ప్రస్తావింప బడ్డాడు. ఈ త్రిమూర్తులను మనదేశంలో సర్వమతాలకు సర్వజ్ఞాన సంపదకు మూలభూతమైన దైవస్వరూపులుగా భావించుకొంటున్నారు.

పురాణాల విషయానికివస్తే బనవపురాణంలోని భక్తిమార్గం. మార్కండేయ పురాణంలోని జ్ఞానమార్గం. పోతన భాగవత పురాణాలలో మిశ్రితమై కనిపిస్తాయి. భక్తి పురాణ కవితలకు పోతన భాగవతమే ప్రబలనిదర్శనం. పోతన భాగవతం ఆంధ్రుల ఏకైక మహాపురాణం. పోతన సమన్వయ దృక్పథం పురాణానికి సమగ్ర వ్యక్తిత్వాన్ని సంతరించి పెట్టింది. భక్తి, జ్ఞాన వైరాగ్యాలచేత మొక్షమార్గాన్ని సుగమం చేయగలిగిన ఉద్గ్రంథం భాగవతం. పోతన తన భాగవతాన్ని శ్రీరామచంద్రుడికి అంకితమిచ్చి తన భక్తి పారవశ్యాన్ని చాటుకొన్నాడు. మానవ జీవన గమ్యాన్ని బోధించే భక్తితత్వం భాగవతంలో నిక్షిప్తమై ఉంది. వివిధ ప్రక్రియల్లో భక్తికవిత్వం ఏవిధంగా పొంగి పొర్లిందో చూద్దాం.

ద్విపద సాహిత్యంలో భక్తి కవిత్వం: శివకవులలో పాల్కురికి సోమన ప్రథమగణ్యుడు. శివభక్తిని బోధించటానికే కవిత్వాన్ని సాధనంగా గ్రహించారు. బసవపురాణం, వృషాధిపశతకం మొదలైనవి ఆకోవకి చెందినవే. శివకవులయుగంలో – ప్రజలలో భక్తి భావం, వర్ణవ్యవస్థలో మార్పు, సాహిత్య ప్రక్రియలలో నూతనత్వం కలిగి ఉన్నాయి.శివతత్వసారంలో మల్లికార్జున పండితుడు సద్భుక్తుల మహిమాభిమానాల వర్ణనలను చేశారు. కొందరి భక్తితత్వాన్ని పరిచయం తెలుసుకొందాం. శివభక్తివలన భక్తులు ఏవిధమైన ఆత్మానందం గడిరచారో పండితారాధ్యుడు ఉదహరించాడు. కాటకోటునికథ, బసవపురాణంలోని కథ, బెజ్జమహాదేవి కథ, ఉరుమూరికన్నప్ప, సకలేశుమాది రాజయ్య. మడివాలు మాచయ్య, ఇరువదత్తుడు, ధూర్జటి, ఆచ్యుతుడు భవానీ వ్యాఘ్రపాదుడు, రావణుడు, భట్టబానుడు, వీరశంకరుడు, శివనాగయ్య,

చిరుతొండనంబి, జంబూరి మహాకాళయ్య, కరగోవిందుడు, బండారుబసవడు, బడయవల్ల, ఉద్భటుడు, శ్రీపతివండితుడు కరికాలచోడుడు మొదలైనవారి భక్తి భావంతో సాక్షాత్తు శివున్ని దర్శించగలిగారు. శివుని గొప్పతనం సాగుతూ ఈ భక్తుల చరిత్రలను స్మరించాడు పండితయ్య. నన్నెచోడుడు పరమేశ్వరుని వేదకర్తగా, సకలకర్మఫలదాతగా వర్ణించి శివాధిక్యతను ప్రదర్శించారు.

ప్రబంధ సాహిత్యంలో భక్తి కవిత్వం

ధూర్జటి :– ధూర్జటి శివభక్తుడు. శ్రీకాళహస్తీశ్వర శతకం, శ్రీకాళహస్తీశ్వర మహత్యం.23, 44, రచనలు. శ్రీకాళహస్తి మహత్యం దేవుడికే అంకితం చేశారు. పోతన తరువాత రాజుని అకింతం చేయనికవి. దైవభక్తి వస్తువుగా చేసుకొని రచనలు చేసిన కవి ధూర్జటి.

తెనాలిరామకృష్ణుడు :– ఇతని పాండరంగమహత్యం, ఘటికాచలమహత్యం, ఇతని రచన పాండురంగ మహత్యంలో కృష్ణప్రార్థన, లక్ష్మీప్రార్థన, బ్రహ్మస్తుతి ఉన్నాయి. ఆ తరువాత శివస్తుతి చేశాడు. నిగమశర్మను ముందు అధమునీగా చిత్రించి ఆ తరువాత పరివర్తన చెందించి ఒక మార్చిన విధానం అద్భుతంగా ఉంది. తెనాలి రామకృష్ణుడి భక్తితత్పరతకు నిదర్శనం నిగమశర్మోపాదాన.

పింగళిసూరన :– భక్తిశీలుడు, గరుడపురాణం, గిరిజాకల్యాణం, రాఘవపాండవీయం, సూరసని గొప్పను నిరూపించాయి. రాఘవపాండవీయ, విరూపాక్షేశ్వరుడికి అంకితమిచ్చి తన భక్తితత్వాన్ని ప్రదర్శించు శతకసాహిత్యంలో భక్తికవిత్వం, భగవంతుని స్తుతిస్తూ అప్పుడప్పుడు నిందిస్తూ తన మనసులోని భావాలను బహిర్గతం చేస్తూ కవీరాసే శతకం భక్తిశతకం. ఇష్టమైన భగవంతుడితో సంభాషిస్తున్నట్లు, నిందిస్తున్నట్లు, వ్యాజస్తుతి మొదలైన లక్షణాలు కనిపించినా మౌలికంగా ఇందులో భక్తిరసం తొణికిసలాడుతుంది.

మల్లికార్జున పండితుడు, శివతత్వసారాన్ని శ్రీగిరి మల్లికార్జున శతకాన్ని రచించారు. పాల్కురికి సోమనాథుడు వృషాధిశతకం, యథాపక్కల అన్నమయ్య సర్వేశ్వరశతకం, ధూర్జటి కాళహస్తీశ్వర శతకం, రావూరి సంజీవ కవి వీరనారాయణ శరతం, శతకాలలో పేర్కొనదగినవి. పరవస్తు మునినాథకవి లక్ష్మీశతకం, శ్రీ

వెంకటరమణమ్మ, శ్రీవరలక్ష్మీశతకం, దిట్టకవిరామచంద్రకవి రచించిన మహిషాసుర మర్దిని శతకం, శిష్టసర్వశాస్త్రి రాసిన 'జ్ఞానప్రసూనాంబికా శతకం' విశ్వనాథ సత్యనారాయణ కవిరాసిన జగన్మోహినీ శతకం, గుంటుపల్లి వామనకవి మహాగణపతి శతకం, వెంకటేశ్వరస్వామి పేరుతో ఎన్నో శతకాలు వచ్చాయి. ముంచెళ్ళ కృష్ణకవి వెంకటనగాధిపశతకం, భగవచ్ఛాస్త్రి శ్రీవేంకటేశశతకం ముఖ్యమైనవి.

వ్యాజస్తుతి శతకాలలో మొదట గోగులపాటి కూర్మనాథుడు రచించిన సింహాద్రి నరసింహ శతకం, భల్లా పేరయ్య రాసిన భద్రగిరి శతకం, మట్టుపల్లి నృసింహశతకం మొదలగునవి అలాగే పదసాహిత్యాన్ని ప్రపంచ వ్యాప్తంచేసి వెంకటేశ్వరస్వామి మహత్యాన్ని తెలియజేసి, కలియుగవైకుంఠంగా తిరుపతి దేదీప్యమానం చెందేలా చేసిన మహనీయుడు పద కవితా పితామహుడు అన్నమయ్య తన భక్తిపారవశ్యంతో శ్రీ వెంకటేశ్వరస్వామినే సాక్షాత్కరింప చేసిన ధన్యజీవి.

అన్నమాచార్యుడు, కడపజిల్లా రాజంపేట తాలుకాలోని తాళ్ళపాక అనే గ్రామంలో లక్కమాంబ, నారాయణసూరిలకు అన్నమయ్య జన్మించారు. అన్నమయ్య కాలం 1424–1530 అని విమర్శకుల అభిప్రాయం. అన్నమయ్యకు పాటలు పాడటం, పాటల కట్టడం అలవాటయింది. తిరుపతికి గుంపులు గుంపులుగా భక్తులు కొండకు వెళ్తుంటే వారితోపాటు తిరుపతికి వెళ్ళాడు. తిరుపతిలో అశువుగా వెంకటేశ్వర శతకం చెప్పాడు. తర్వాత పన్నెండు శతకాలు రాశాడు. తిరుపతి నుండి అకౌరీబిలం చేరి ఆదిపనశత గోవయితి దగ్గర వైష్ణవ మతరహస్యాలు తెలుసుకాని దేశసంచారం మొదలుపెట్టాడు. తమిళంలో ఆళ్వారుల పాశురాలు పాతి వైష్ణవాన్ని ప్రచారం చేశారు. నరసింగరాయలు తనమీద పాటలు కట్టమంటే '

"నరహరి కీర్తన నానిన జిహ్వా పరులను కీర్తింపనోపదుజిహ్వా" అని తిరస్కరించిన ధైర్యశాలి. దాదాపు 32 వేల కీర్తనలు రాశాడు. తెలుగుసాహిత్యంలో శ్రేష్ఠమైన వాగ్గేయకారుడు అన్నమయ్య.

భక్తరామదాసు. భక్తరామదాసు అసలు పేరు 'కంచర్ల గోపన్న' ఇతడు 17వ శతాబ్దానికి చెందినవాడు. రామదాసు సంగీత విద్వాంసుడు. భక్తరామదాసు రాముని భక్తుడు. భక్తినివైరాగ్యాన్ని ఆరాధించిన వాగ్గేయకారుడు రామదాసు, త్యాగరాజు భక్తిలోను, వాగ్గేయరచనలో రామదాసు ఆదర్శప్రాయుడు. రామదాసు కీర్తనలన్నీ ఆయన

జీవితం నుండి పుట్టినవే. ఆ కీర్తనలలో అతని మనస్సు, వ్యక్తిత్వం, ఆర్తి, జీవితం మొదలైనవి దర్శనమిస్తాయి.

వేమన :-

అన్నమయ్య, రామదాసులు సమాజాన్ని వివర్శించారు. కానీ అది సుతిమెత్తగా ఉంది. కానీ వేమన పద్యాలు వాడిసెలరాళ్ల దెబ్బల్లాగా తగిలాయి. నూతన శైవ, వైష్ణవ సంప్రదాయాలు రెండిరటినీ విమర్శించాడు. తాను తెలుసుకొన్న అనుభవంలోకి వచ్చి విషయాలను నిర్భయంగా వ్యక్తం చేశాడు.

కొంతమంది వేమను అద్వైతి అని వీరశైవుడు అని జైనుడు, చార్వాకుడు, సంఘ సంస్కర్త, రామకృష్ణ పరమహంసకు పూర్వరూపం, బౌద్ధనాగార్జునుడి పూర్వబింబం, మహాకవి, విశ్వకవి, లోకకవి, వ్యవసాయదారులకవి, సాంఘిక కవి ఇలా రకరకాలుగా ఎవరికి తోచినట్లు వారికి అనుకూలంగా పేర్కొన్నారు. వేమన దృష్టిలో మనిషే దేవుడు ఆయన తత్వం మానవతావాదం. మనిషి మనిషికి ద్రోహం చేస్తే ఆత్మవంచన, దైవవంచన అని అంటాడు. తెలుగు సాహిత్యాన్ని మత దృక్పథం నుండి సాంఘిక దృక్పథంవైపు నడిపించిన అభ్యుదయశీలి పూజ, పురస్కారాలను ఖండిస్తూ ...

రాతి బొమ్మకేల రంగైన వలువలు

గుళ్లు గోపురములు కుంభములను

కూడుగుడ్డ తాను కోరునా దేవుడు

విశ్వదాభిరామ వినురవేమ

సంఘంలోని సమస్యలను సాధికారికంగా ప్రశ్నిస్తాడు వేమన.

పోతులూరి వీరబ్రహ్మం : – కాళికాంబ శతకం, కాలజ్ఞానం, గోవిందపదములు ఇతని రచనలు. కాలజ్ఞానం చాలా ప్రసిద్ధి చెందింది. పారమార్థికంతోపాటు రహస్యంగా, గూఢంగా అనేక విషయాలను వెలువరించారు. నోస్త్రథామస్ (ఫ్రెంచి) తెలుగులో నారాయణతీర్థులు. వీరబ్రహ్మంగారు కాలజ్ఞానం రచించారు. కానీ వీరబ్రహ్మంగారి కాలజ్ఞాన తత్వాలు చాలా ప్రచారం పొందాయి. వీరబ్రహ్మం కాలజ్ఞానం రాయడం వెనుక ప్రధానమైన సాంఘిక భూమిక ఒకటి కనిపిస్తుంది. వీరశైవంలో బసవణ్ణ కులవృత్తుల వారిని ఆదరించాడు. వారి పేర్లతో అనేక వచనాలు రాశాడు. వృత్తి విధానానికి ప్రాధాన్యత నిచ్చాడు. అన్నమయ్య తన కీర్తనల్లో వైశ్య, రజక, వస్త్రాలు అమ్మేవారి వృత్తుల గురించి

పేర్కొన్నాడు. ఆనాటి సమాజంలో వృత్తి పనివారికి గౌరవం లేకుండా ఉంది. అందువల్ల స్వయంగా చేతివృత్తిదారుడైన వీరబ్రహ్మం, సమాజంలోని ఉన్నత వర్గాలవారు అని పిలవబడే వారితో సమానంగా ఉండటానికి, వారిని ధీకొట్టడానికి తత్త్వాలు రాశాడు. జరగబోయే సామాజిక, చారిత్ర, భౌగోళిక, ధార్మిక విషయాలు అనేకంగా పేర్కొన్నాడు. తెల్లవారి పాలన, ఆడవారు రాజ్యాలు ఏలేది. వితంతు వివాహాలు వేపచెట్టులో కల్లుకారడం, అగ్రవర్ణాల అధోగతి ఇలా అనేక విషయాలను స్పృశించాడు.

మలయాళ భాషలో భక్తి సాహిత్యం

మలయాళ సాహిత్యంలో పాట్టు సాహిత్యం, మణిప్రవాళం మొదలైనవి ముఖ్యమైనవి. మలయాళ సాహిత్యంలో ఆదికావ్యంగా చెప్పబడుతున్న 'రామచరితం' పాట్టు సాహిత్య సంప్రదాయానికి చెందింది.

రామచరితం 'పాట్టు' సాహిత్యంలో ప్రసిద్ధ కావ్యం, మొట్టమొదటిసారిగా 30 పరిచ్చేదాలను రామచరితం నుండి ప్రకటించిన ఉల్కూర్ పరమేశ్వరయ్యర్ ఈ గ్రంథం క్రీ.శ. 1195లో 164 అధ్యాయాలున్నాయి. ఒక్కో అధ్యాయంలో 10 లేక 15 పాట్టులుంటాయి. రామాయణంలోని యుద్ధకాండ ఇందులోని ప్రధాన విషయం.

మలయాళ సాహిత్యంలో ప్రాంతీయ భాషా ప్రాధాన్యాన్ని గుర్తించి సనాతన హిందూ సాంప్రదాయాలను రక్షించాలంటే ప్రాంతీయ భాషలో పురాణాది మత గ్రంథాలు రాయాలని గుర్తించారు 'నిరణం' కవులు. మలయాళ కవిత్రయంగా పేరుగాంచిన శంకర ఫణిక్కర్, మాధవ ఫణిక్కర్, రామఫణిక్కర్, వీరు ముగ్గురూ నిరణం కవులు. 'భరతమాలను' శంకర్ ఫణిక్కర్ భగవద్గీతను మాధవ ఫణిక్కర్, రామాయణాది ప్రబంధాలను రామఫణిక్కర్ రాశారు.

కృష్ణగాథ, ప్రాకృత భాషలో కావ్యాలను గాథలనేవారు. మలయాళ భాషలో కృష్ణగాథా మంజరి ద్విపదలో రాయబడిరది. శుద్ధ మలయాళ భాషలో కృష్ణగాథలను రచించారు.

పాలాఖ్ఖి మోతుతాన్ పాలిచ్చు పోరున్న
కోలాధి నాథను దయవర్క్న్
ఆజ్ఞయోచ్చయక్కయాలజ్ఞ నాయుల్కృజ్ఞాన్
ప్రాజ్ఞ నెన్నిగనె భాచ్చపోళ్

కృష్ణగాథకు మూలం విష్ణుభాగవతంలోని దశమస్కంధం.

కెళిప్పాట్టు, చిలుకలచేత కథ చెప్పించడాన్ని 'కళిప్పాట్టు' అంటారు. తమిళ శైవాచార్యుడైన మాచశిక్య వాచకర్ చిలుకలపాట పద్ధతిని కావ్యంలో ప్రవేశపెట్టాడు. 'పుందానం' రాసిన 'భాషా కర్ణామృతం' ఒకస్తోత్రకావ్యం జ్ఞానప్పాన, కుమారహరణం, పూందానం రచనలలో ముఖ్యమైనవి. తెలుగులో పోతనతో మలయాళ సాహిత్యంలో 'పూందానం'ను పోలుస్తారు.

తమిళ సాహిత్యంలో భక్తి సాహిత్యం

తమిళ భాషలో సంగం సాహిత్యం తర్వాత భక్తి ఉద్యమం వచ్చింది. నయకారులుగా శివభక్తులు, ఆళ్వారులుగా వైష్ణభక్తులు, పిలువబడ్డారు. వీరివల్ల భక్తి గీతాలు రచించి ఉపయోగించి ప్రచారం చేశారు. తమిళ వాఙ్మయాన్ని బలోపేతం చేసిన వారిలో 'తిరుక్కురళ్' రాసిన 'తిరువళ్ళువర్' మహాకవి ప్రసిద్ధుడు. దీనినే తమిళవేదం అనికూడా అంటారు. రెండు పాదాల మధ్య పద్యపాదానికి కురుళు అని పేరు. తిరుశబ్దం పవిత్రతను సూచిస్తుంది. దీనికి అనేక పేర్లు వాడుకలో ఉన్నాయి. ఈ గ్రంథం తరువాత భక్తి సాహిత్యం అధికంగా శైవ, వైష్ణవ యుగంలో వెలువడిరది. శైవుల్లో తిరునావుక్కరశర్, సుందరమూర్తి నాయనారు, మాణిక్యవాచకర్‌వంటి వారు ముఖ్యులు.

మాణిక్య వాచకుల్ని తెలుగులో ధూర్జటితో పోల్చవచ్చు. ఆత్మాశ్రయ భక్తి సాహిత్యాన్ని మలయాళ భాషలో ప్రవేశపెట్టారు. ధూర్జటికన్నా ముందుకాలానికి చెందినవాడే తిరువారూరు క్షేత్ర మహిమను తెలిపే 'మనునీతి చోళుడికథ', 'కుంగులియక్కలయర్ కథ'లు చాలా ప్రసిద్ధిగాంచాయి. చండేశర్, కారైక్కల్, అప్పుది అడిగల్, పూసలార్‌నాయనార్ లాంటి శైవభక్తులు చాలా ప్రసిద్ధిగాంచారు. వైష్ణవుల్లో, ఆళ్వారుల్లో 'పొయిగైఆళ్వారు', 'భూతత్తాళ్వారు', 'పేయాళ్వారు' వీరు మొదటి ఆళ్వారులు. వీరు ఒక్కొక్కరు వందకు పైగా 'పాశురాలనుగా' చెప్పబడే గీతాలను రచించారు. వీరిని చూసే 'తాళ్ళపాక తిరువెంగళనాథుడు' తన 'పరమయోగి విలాసం' గ్రంథం రచించినట్లు చెప్తారు. వైష్ణవ సాహిత్యంలోనే గొప్పపేరు సంపాదించుకొన్న తండ్రి, కూతుళ్లు పెరియాళ్వారు, ఆండాళ్లు అన్యమత సహనాన్ని మధురభక్తికి వీరిద్దరూ పెట్టింది పేరు. అంతేగాక తిరుప్పాళ్వళుకథ. 'తిరుముగైఆళ్వారుకథ', 'సంపాదువాన్‌కథ', 'శత్రువిధ్వంసక నంబికథ', 'మారనేర్ నంబికథ', 'పొన్నాచ్చి కథ'

ప్రసిద్ధమైన వైష్ణవ సాహిత్యంలోని కథలు. శైవ, వైష్ణవులిద్దరూ సమాజ సంక్షేమం కోసం కలిసి పాటుపడినవారే.

కన్నడ భాషలో భక్తి సాహిత్యం

కన్నడంలో 12వ శతాబ్దంలోనే భక్తి సాహిత్యానికి బలమైన పునాదిపడిరది. తదనంతరం దాకా సాహిత్యంలో కనిపిస్తుంది. వచనకారులు, సంకీర్తనాచార్యులు తమ తమ భక్తి శ్రేష్ఠత్వాన్ని వ్యక్తం చేశారు. బసవణ్ణ కన్నడ దేశంలో భక్తి ఉద్యమానికి నాంది పలికారు. వైదిక వర్ణాశ్రమ వ్యవస్థను ఈయన ఎదురొడ్డి నిలబడ్డారు, యజ్ఞయాగాదులను ఖండిరచి, దయ, ప్రేమలను ఎత్తిచూపారు. పనిచేసే వారికి గుర్తింపునిచ్చి 'కాయకవే కైలాస' అనే దృక్పథాన్ని తీసుకొచ్చారు. దేవుడికోసం సర్వత్యాగాలు చేసేవారు పరమాత్ముడుగానే పరిగణించాలని ఆయన కోరారు.

'సంసారం అనే వలలో చిక్కితినయ్యా' అంటూ భవబంధాల వలలో చిక్కుకున్నాను సంసారం అనే రాహువు నన్ను మింగేస్తున్నది ఇంకెక్కడ మోక్షం సర్పంనీడలో కప్ప ఉన్నట్లు నా స్థితి అయ్యింది అని బసవణ్ణ తన భక్తి తత్పరతను చాటుకొన్నాడు. బసవణ్ణ వచనాలు హృదయం నుండి హృదయానికి ముట్టేలాగా ఆయన వచనాలున్నాయి.

అక్క మహాదేవి, అల్లమప్రభు, చెన్నబసవణ్ణ, సిద్ధరామ, మడివాళ మాచయ్య తమతమ వచనాలను వెలువరించి తమ భక్తి సాధనాలద్వారా ప్రజల్లో మార్పు తీసుకువచ్చారు. దాససాహిత్యంలో పురందరదాసు, శ్రీపాదరాలు, కనకదాస, వాదిరాజు మొదలైనవారు తమ భక్తి కీర్తనలద్వారా అమూల్యమైన విషయాలను తెలియజేశారు. తమ కీర్తనలు సామాన్యులకు అందాలని సులభమైన వ్యావహారిక భాషను ఉపయోగించారు సంకీర్తనాచార్యులు. రాఘవాంక, హరిహర, కుమారవ్యాస, లక్ష్మీ మొదలైనవారు ప్రారంభంలో భక్తిసాహిత్యాన్ని సుసంపన్నం చేశారు. వచనకారులు సంకీర్తనాచార్యులు, భక్తికవులు తమతమ రచనల ద్వారా భక్తిని కన్నడ సాహిత్యంలో ఒక శరీరంలోని అవయంలాగా చేశారు.

డా.బి. నాగశేషు

సంగీత చరిత్రలో ఆనందభైరవి రాగాన్ని మొట్టమొదట ఉపయోగించిన వాగ్గేయకారుడు రామదాసు. తన భక్తి కీర్తనలతో తనుతరించి, ఆంధ్రులను తరింపచేసిన మహాభక్తుడు. సంగీతజ్ఞులు రామదాసు కీర్తనలు. భజనకీర్తనలనుగానే పరిగణించారు. రామభక్తి మాధుర్యం రామదాసు కీర్తనలలో పొంగిపొర్లుతుంది. అందులో కొన్నింటిని క్రింద ఉదాహరిస్తాను. 1. ఏ తీరుగనను దయచూచెదవో ఇన వంశోత్తమరామా   2. పలుకే బంగారమాయెనా కోదండపాణి – 3. శ్రీరామ నీనామ మెంతరుచిరా   4. మమ్ముబ్రోవమని చెప్పవే సీతమ్మతల్లి చాలా మంది కవులు తమ జీవితాల్ని మరచి భగవంతుని కృపకు పాత్రులవ్వాలని ఈ జన్మ దేవుడిచ్చిన వరమని తిరిగి దైవ కైంకర్యం చేయడమే మన కర్తవ్యం అని భావించి, వారి జీవితకాలంలో భక్తి తత్త్వంతో దేవుళ్ళని కొలవడానికే వినియోగించారు. మానవజీవిత లక్ష్యం 'భగవత్సాక్షారమని' శ్రీరామకృష్ణులు భక్తులకు ఉపదేశించారు. అయితే నేడు భక్తులందరు బాబాలు గురువులు చూపించే మహిమల వల్ల జీవితంలో ఎదురయ్యే కష్టనష్టాలు తొలగిపోతాయని భావించి, మహిమలవల్ల సుఖసౌఖ్యాలు అనుభవించి అటుపిమ్మట ముక్తి సాధించవచ్చని అర్రులు చాస్తున్నారు. మహిమలనే సుడిగుండంలో చిక్కుకొని అదే భక్తిసాధన అని భ్రమ పడుతున్నారు. జీవితాదర్శమైన దైవసాక్షాత్కారాన్ని మరచిపోతున్నారు. లౌకికరమైన కోరికలను విడనాడి భక్తితో సన్మార్గాన్ని పాటించాలి. మహిమల దగ్గర ఆగిపోతే పరమాత్మ అనే గమ్యస్థానం చేరుకోరు. కాబట్టి నిస్వార్థభక్తిని అలవడుచుకోవాలనేది నా అభిప్రాయం.

ఆధార గ్రంథాలు

1) ద్రావిడభాషల్లో భక్తిసాహిత్యం సంపుటి '2, (సదస్సుపత్రాలు), తిరుపతి తమిళసంఘం, తిరుపతి

2) అంబేడ్కర్ సార్వత్రిక విశ్వవిద్యాలయం మొదటి సంవత్సర పుస్తకం.

10. తెలుగు సాహిత్యపు భావం, బలం గురజాడ

18వ శతాబ్దం చివరనుండి ఇప్పటిదాకా ప్రతీకవీ రచయిత, రచయిత్రి ప్రతిసందర్భంలోనూ స్మరించుకొంటున్న పేరు గురజాడ. అంతగా ఎలా ప్రభావితం చేయగలిగారు? ఒకవ్యక్తి తెలుగు సాహిత్య జాతకాన్ని మార్చగలిగేంత శక్తి ఎక్కడనుండి వచ్చింది, ఒక్కసారి మనం ఆలోచిస్తే గురజాడలోని ప్రత్యేకతలు తెలుస్తాయి. తిరుగుబాటు తత్వం, సంస్కరణ దృక్పథం, శాస్త్రీయమైన ఆలోచన, విరివిగా పుస్తకపఠనం సమాజాన్ని నిశితంగా పరిశీలించే గుణం, వ్యర్థ సాంప్రదాయాలను ధిక్కరించే శక్తి తనను ఇతరులనుంచి వేరుచేస్తాయి. ఆ రోజుల్లో గురజాడ సాంప్రదాయ విరోధి అని, గురజాడ రచనల్లో భాష బాలేదని ఆరోపించి, విమర్శించిన వాళ్లెవరు ఇప్పుడు మనకు వాళ్ల పేర్లుకూడా తెలీదంలేదు. మందిలో మనం ఒకరుగా ఉండిపోవడం ప్రత్యేకత కాదు. మందిని ప్రభావితం చేసే శక్తి యుక్తులు ఉన్నప్పుడే ఇతరుల నుండి మనల్ని భిన్నంగా చూస్తారు. గురజాడను ఎంతమంది మత ఛాందసుల తీస్కారాలకు గురయ్యుంటారు. ఎంతమంది సాంప్రదాయవాదుల శాపనార్థాలు గురజాడపై గుప్పించి ఉంటారు. కానీ అవేవి గురజాడ నీడను కూడా తాకలేకపోయాయి. మనిషి భావాలు, ఆలోచనలు సమాజాన్ని వెనక్కి నెట్టేలా ఉండకూడదు. విరుద్ధ సంఘర్షణ శక్తులతోనే సమాజం అభ్యుదయం వైపు నడిపిస్తుంది. మహాభారతం గొప్పవంశ చరిత్రే అయినా ఎంతమంది తెలుగువారు దాన్ని చదివారు? చదవకపోయినా పాండవులు మంచివారు. కౌరవులు చెడ్డవారని తెలుస్తున్నారు. ఇది కేవలం ప్రచారం మాత్రమే. మంచి చెడులు పూర్తిగా చదివిన వారికెరుక, మంచైనా చెడైనా చేసే ప్రచారంలోనే ఉంటుంది. దురదృష్టం ఏంటంటే పూర్వ సమాజపు పునాదులు చెడుమీద ప్రబలంగా పెరిగాయి. చెడే ప్రచారం జరిగింది మంచి లేదనేది కాదు నా ఉద్దేశ్యం. పైచేయి చెడుదే అని నేను చెప్పగలను. సమాజపు చీడపీడల పునాదులను కదిలించడానికి అనేకమంది సంఘ సంస్కర్తలు ప్రయత్నించారు. నవయుగ వైతాళికులు అని వారిని పిలుస్తారు. వైతాళికులు అనిపించుకునేంత బలమైనముద్ర వేశారంటే సమాజాన్నివాళ్ల రచనలద్వారా ఎంతగా ప్రభావితం చేసుంటారో అర్థం చేసుకోవచ్చు. ఇదే పనిని గురజాడ చేశారు. తను వందల పుస్తకాలు రాయకున్నా తెలుగు సాహిత్యం ఉన్నంత దాకా గురజాడను గుర్తుచేసుకుంటునే ఉంటాం. నాటకం అంటే కన్యాశుల్కం దగ్గరే ఆగిపోతున్నాం. కథ అంటే దిద్దుబాటును ముద్దాడుకోకుండా ముందుకుపోలేము. కారణం అటు పాశ్చాత్యభాష ఇంగ్లిషు, ఇటు

సాంప్రదాయక భాష సంస్కృత చట్రాన్ని పటాపంచలు చేయడమే. గురజాడ తరువాత కొన్నివేల మంది రచయితలు, కవులు గురజాడ దారిలో ప్రయాణిస్తూనే వారివారి పంథాలో రచనలు చేస్తున్నారు. కొంతమంది ఉత్తమ రచనలు, మరికొంతమంది ఉత్త రచనలు చేశారు. స్మరించుకోడానికి సృజనాత్మకతే కారణం. విస్మరించడానికి మూస ధోరణే కారణం. శాస్త్రీయత, హేతువాదం లోపిస్తే రచయిత లిస్ట్‌లో ఉంటారు జనం గుండెలకు దూరంగా. గురజాడ సమాజాన్నిశాస్త్రీయత వైపు నడిపించడంలో కృతకృత్యులయ్యారు.

గురజాడ కన్యాశుల్కం నాటకంలో అంతవరకు వచ్చిన ఒక గొర్రెదాటుతత్వాన్ని కాలదన్ని సంప్రదాయాల వలయాల్ని దాటి నాటకానికి సాంప్రదాయవాదులు కట్టిన గోడలు కూల్చేశారు. నాటకం ఇలాగే ప్రారంభం అవ్వాలి. ఇలాగే అంతమవ్వాలనే ఆద్యంతాలను ఉద్దేశ్యపూర్వకంగానే బద్దలుకొట్టారు. నాటకం ముగింపు కూడా విషాదాంతమో, సుఖాంతమో చెప్పలేని విధంగా ముగించి పాతకుల్ని వినూత్నంగా ఆలోచింపచేశారు. వసంతసేనలా బతుకుదామనుకున్న మధురవాణి ఆ కోరిక తీరకుండానే నిష్క్రమించడం విషాదమైనదిగా కనిపిస్తుంది. ఒక వేశ్య సంస్కరింపబడి నిష్క్రమించడం అనే దృష్టితో చూస్తే ఇది సుఖాంతంగా అనిపిస్తుంది. గురజాడ ఉపయోగించిన మాండలిక పదజాలం కూడా కన్యాశుల్కం నాటకం విజయవంతం కావడానికి కారణంగా చెప్పవచ్చు. 'దేశమంటే మట్టికాదోయ్ దేశమంటే మనుషులోయ్' అంటూ సామాన్యుల గురించి ఎలుగెత్తి చాటారు మనుషులంటే రాజులు రాజకీయ నాయకులే కాదు సామాన్యులు కూడా అని గురజాడ గుర్తుచేశారు. అలాగే భాషకూడా సామాన్యులభాషను అందలంఎక్కించినప్పుడే సామాన్యులు గద్దెనెక్కుతారని లోతైన పరిజ్ఞానంతో చెప్పిన మాటలవి. విద్యారంగంలో వాడుకభాషను ఉపయోగించినప్పుడే సామాన్యులు చదవగలరు. పండితుల భాష విద్యారంగంలో పాఠ్యాంశంగా ఉండడంవల్ల సామాన్యులు తెలుగుభాషను అదేదో కొత్త భాషగా అనుకోవడానికి అవకాశం లేకపోలేదు. ప్రజల భాషలోనే చదువుకోవాలని 1914లో తను సమర్పించిన 'డీసెంట్ పత్రం' సారాంశం కూడా అదే. కరుడుకట్టిన సామ్రాజ్యవాదులైన బ్రిటీష్‌వారు సైతం ఆంగ్ల, సంస్కృత భాషలే కాకుండా దేశభాషలనుకూడా ప్రోత్సహించాలని అందుకనుగుణంగా పాఠ్యప్రణాళిక ఉండాలని నిర్ణయించారు. జె.ఎ ఏట్స్ కూడా ప్రజలభాషకు మద్దతు పలికారు. సామాన్యులను చదువుకు దగ్గర

చేయాలంటే వాడుక భాషలో బోధన జరగాలని ఏట్స్ అభిప్రాయపడ్డారు. గురజాడకు ముందు తెలుగుసాహిత్యం కొంతమంది భాషా చాందసుల పంజరాల్లో ఊపిరాడకుండా ఉంది. పంజరాన చిక్కుకున్న భాషను స్వేచ్ఛావాయువులు పీల్చేలాచేసి, తెలుగుసాహిత్యానికి ఉరకలెత్తే ఉడుకు రక్తాన్ని ఎక్కించారు. గురజాడ భావజాలాన్ని బయటకి రానివ్వకూడదని చాలా ప్రయత్నించారు. కానీ కాలమే కొత్త బావజాలానికి గురజాడ రూపంలో స్వాగతించింది.

గురజాడ అపూర్వసృష్టి ముత్యాలసరం ఛందస్సు అయితే ఇది గురజాడ కంటే ముందుగా కన్నడ భాషలో రగళె ఛందస్సును అనుకరించారని, పార్శీ గజల్ రీతిలో ముత్యాలసరం కనబడుతుందని కొంతమంది పండితుల అభిప్రాయం. 'కొత్తపాతల మేలుకలయిక క్రొమ్మెరుంగల క్రమ్మగన్' అంటూ గురజాడ కవిత్వమేనిఫెస్టోను తానే ప్రకటించుకొన్నారు. తెలుగు దేశిఛందస్సులలో ముత్యాలసరం చెప్పుకోదగ్గది తెలుగుసాహిత్యంలో ఒక నూతనఅధ్యాయాన్ని లిఖింపచేసింది. సాహిత్యరంగంలో గురజాడకు ప్రాధాన్యత లభించాక గ్రాంథికభాషా చాందసులు బ్రాహ్మణీయభావజాల ఫ్యూడల్ అభివృద్ధి నిరోధకులు గురజాడ సాహిత్యంపై విమర్శలకు పూనుకున్నారు. వారిని వామపక్ష గ్రూపుల్లోకి జతకట్టారు. కామ్రేడ్ గురజాడ అన్నారు అయినా వెరవలేదు. ఆధునికత ఇంతగా సాధించిన నేటికాలంలోనే ప్రశ్నించేతత్వం ఉన్నవాళ్లను చూస్తే జీర్ణించుకోలేరు. మరి ఆనాటి మత,భాషా చాందసుల మధ్య ఉన్మాదుల కాలంలో గురజాడ మార్పు పదాన్ని ఉచ్చరించడానికి కూడా అనువుకాని కాలమది. అయినా ఎన్ని విమర్శా రాళ్ళదెబ్బలనైనా తట్టుకొని నిలిచారంటే మామూలు విషయం కాదు. కులం రేవులు కూడినా, కరడుగట్టిన కుళ్ళు కళ్ళు వెక్కిరించినా, గురజాడ అడుగును అడ్డుకోవడానికి ఎంతమంది ప్రయత్నించినా అవేవి గరజాడ నీడనుకూడా చేరలేదు. వెక్కిరించిన కళ్ళే మెచ్చుకొంటూ చెమర్చాయి. ఛీత్కరించిన చేతులే చప్పట్లు కొట్టాయి. గురజాడ తెలుగుకు మాత్రమే కవి కాదు. జాతీయ కవి జాతిని జాగృతం చేసిన కవి. ఈ విషయం దేశభక్తి గేయం ద్వారా తెలుసుకోవచ్చు. పెత్తందార్ల ఆలోచన ప్రజల్ని ప్రజల భాష నుండి వేరు చేయడమే. ప్రజలకు అర్థంకాని భాషని ప్రజలనాలుకల మీద నిలిచేలాగ చేస్తారు. అదే వారి దోపిడీ మార్గానికి మొట్టమొదటి విజయం. తెలుగు సాహిత్యానికి సంకెళ్ళను త్రుంచింది గురజాడ మాత్రమే. సమాజంలోని స్త్రీల అణచివేత, నిస్సహాయత, పరాధీనత గురించి వివాహ వ్యవస్థ, కుటుంబ వ్యవస్థలో స్త్రీ ఎదుర్కొంటున్న

సమస్యలనుండి స్త్రీలను కాపాడాలని గురజాడ ప్రయత్నించారు. వివాహ వ్యవస్థలో స్త్రీల అసమస్థితిని, విపత్కర పరిస్థితులను ప్రస్తావిస్తూ, వివాహ వ్యవస్థ పురోగతికి తాత్వికత ఉంటే వివాహబంధం అవిచ్చేద్యమైనదనే భావం అసంఖ్యాకమైన విషాదాలకు కారణమైందనే విషయం. మెటిల్డా కథానికలో మెటిల్డా దుస్థితి ద్వారా తెలియజేస్తారు. అలాగే స్త్రీ అభివృద్ధిలో దేశాభివృద్ధి దాగివుందని ఆయన ఏనాడో చెప్పారు కానీ నేటికీ ఇంకా పరిస్థితిలో మార్పు ఆశించినంత జరగలేదు.

మాయమర్మం లేని నేస్తము

మగువలకు మగవారికొక్కటే

బ్రతుకు సుకముకు రాజమార్గము

ప్రేమనిచ్చిన ప్రేమవచ్చును

ప్రేమనిలిపిన ప్రేమనిలుచును

మగడు వేల్పున పాతమాటది.

ప్రాణమిత్రుడు నీకు నీనెనరు

కలుగక యున్న పేదను, కలిగినను

నాపదవివేల్పులదేనికెక్కడ

– అని కాసులు గేయంలో స్త్రీ దాస్యభావనను పటాపంచలు చేశారు ఆడవారి గురించి అనవసర పసలేని ప్రసంగాలు, అర్థంపర్థంలేని వాదాలు స్త్రీ పురుష తారతమ్యాలు ఎందుకో ఇవన్ని గురజాడ చెప్పినట్లు మాయమర్మంలేని నేస్తం ఆడ, మగ తేడా ఏముంది. నేటికీ భర్త అంటే దేవుడనే నమ్మకం ప్రబలంగా ఉంది. గురజాడ ఏమన్నాడో చూడండి ప్రాణ మిత్రుడంటారు నిజానికి భార్యగా వచ్చాక తండ్రికంటే భర్తనే ఎక్కువగా నమ్ముతుంది. మరి అలాంటప్పుడు వేల్పు అని దూరంపెంచితే ఎలా? స్వాతంత్ర్యం వచ్చినప్పటినుండి ఇప్పటిదాకా దళితులను, స్త్రీలను అభివృద్ధి చేస్తున్నట్లు అన్ని రాజకీయ పార్టీలు చెప్పుకుంటూ వస్తున్నాయి కానీ ఏదీ మరి వారు చెప్పినమార్పు. ఉన్నత ఉద్యోగాల్లో సేవలందిస్తున్న మహిళలకు కూడా లైంగికవేధింపులు తప్పడంలేదు. దళితులపై దాడులు ఆగడంలేదు. ఈ నిజాన్ని లవణరాజుల కలలో మాలవాడు కనపడగానే భ్రాతృత్వం చాలా దూరంపలాయనంచేస్తుంది. మాలవాణ్ణి చూడగానే అమాంతం కౌగిలంచుకోనివాడికి దేశమాత పేరెత్తడానికి అర్హతలేదని నాగట్టి నమ్మకం.

అని దేశంకోసం, మార్పుకోసం అని ప్రగల్భాలు పలికే కపట కులపిచ్చి విష పురుగులకు చావు మందు చాలా తినిపించారు గురజాడ.

మీ పేరేమిటి. అనే కథలో మతాచారాల పేరుతో జరిగే వంచనను ఎండగట్టారు. మానవునికి నిజమైన ఆనందం పరోపకారంలో ఉందని మానవాళి పూసిన అత్యంత ఉజ్వలమైన పుష్పం ప్రేమ. వెర్రిప్రేమ కాదు వ్యామోహం కాదు అందమైన ఆత్మల సౌందర్యాలన్నీ స్పటిక స్వచ్చతను మెచ్చుకోవడం...... మంచితనమే దైవం అంటారు.

వేదాంతం, దేవుడి పేరుతో జరిపే మోసాలకు అంతేలేదు. దొంగ బాబాలకు కారతేలేదు మతాచారాల ముసుగులో నడుస్తున్న మోసాలకు అంతేలేదు. వీటన్నింటినీ గురజాడ 'మీపేరేమిటి' కథలో తూర్పారబట్టారు. మానవసంబంధాలు ఉద్వేగాలు, మతాలకు అతీతమైనవి అని 'పెద్ద మసీదు' కథ నుండి తెలియజేశారు. గురజాడ శాంతి ప్రియులు సామరస్యంతో ముందుకుసాగాలని కోరుకున్నారు. మొదటి ప్రపంచయుద్దాన్ని పూర్తిగా వ్యతిరేకించారు. 'దించులంగరు' అనే గేయం శాంతికోరుతూ రాసినదే 'పూర్ణమ్మ' గేయం మనపక్కనే కూర్చొని కథ చెబుతున్నట్లు ఉంటుంది. మనం చిన్న పిల్లల మీద జరుగుతున్న అత్యాచారాలను నిత్యం వింటున్నాం వాటన్నింటినీ పూర్ణమ్మ గేయం ద్వారా కనువిప్పు కలిగించారు. మిణుగురులు ద్వారా శాస్త్రీయ విద్యావశ్యకతను తెలిపారు. బూరుగుచెట్టు చిలకతోను ఏమనిపలికింది? ఎండినదూదై పకపక నవ్విందు. పాలించేవారే పీడిస్తే, కంచే చేనుమేస్తే పంటమాటేమిటి అనే నిజాన్ని కన్యక గేయంలో పట్టపగలే నట్టివీధిని పట్టబోరే జారచోరులు. ప్రస్తుత సమాజంలో జరుగుతున్న అన్ని అనార్థాలను ఎప్పుడో హెచ్చరించారు. గురజాడ సాహిత్యం ఎప్పటికీ నూతనంగానే ఉంటుంది. మనం నడవాలంతే కానీ గురజాడ ఎప్పుడో జాడ పరిచారు, మనమే మేల్కోవాలంతేకాని ఆయన ఎప్పుడో సమసమాజాన్ని దర్శింపచేశారు.' భావించడం నా ముచ్చట, ఆలోచన నా బలం' అని అనటంలో ఆయన నమ్మకబలాన్ని పరిశీలించవచ్చు. తనమాటల్లో మనుషుల్ని భావించారు. మనసులకు బలం నింపారు.

డా.బి. నాగశేషు

11. తెలుగు చాటువులు – సాంఘిక చరిత్రకు ఆనవాళ్ళు

ప్రపంచీకుల్ని ఆకర్షించడంలో తెలుగు ఎప్పటికీ ముందు వరుసలో ఉంటుంది. మనభాష ఎంతమంది విదేశీపాలకుల చేతిలో ఎదురు దెబ్బలు తిని నిటారుగా నిలబడగలిగిందో, ఎన్నెన్ని భాషల పెత్తనాన్ని సుతిమెత్తగా సుదారించిందో, ఉలిదెబ్బ తిన్న విగ్రహంలా, ఉవ్వెత్తున ఎగిసిపడే కెరటంలా ఉక్కుకడ్డీలా గట్టిగా నిలబడిరది. నేటికీ దాదాపు 14 దేశాల్లో తెలుగుభాష బోధనా భాషగా ఉండటం తెలుగు ప్రత్యేకత. తెలుగుభాషలో 18 పర్వాల మహాభారతాన్ని చూశాం. రెండు పంక్తుల నానీలను చూస్తున్నాం. మన భాష నీరులాంటిది కలుపుకుపోతుంది. ఉపయోగించడం తెలియాలి అంతేకాని ఎక్కడైనా ఇట్టే ఒదిగిపోతుంది. అవధానాలు తెలుగుభాషకు ఉండే విశేషమైన ప్రక్రియ. దీవించే దీవెనలైనా, తిట్టే తిట్లకైనా, ప్రేమించే కవితలైనా, విషాద గీతాలైనా తెలుగుభాష ప్రత్యేకత వేరుగా ఉంటుంది. అలాంటి సారస్వత ఉద్యానవనంలో విరబూసిన చాటువులు తెలుగు కవుల ప్రత్యేకతను తెలియజేస్తున్నాయి.

చందోబద్ధమైన కవిత ఆశు మధుర చిత్ర విస్తరాలని చతుర్విధాలు. ఇవి కవితార్ఖావాన్ని, కవితాస్వరూపాన్ని దృష్టిలో పెట్టుకుని ఆదిలో కవులు చేసిన వర్గీకరణ. ఆదికవి నన్నయ నుండి చాలామంది ప్రాచీనకవులు చాటువులు అల్లారు. భారతావతారికలో "మృదు మధుర చిత్ర విస్తరం నవరస భావ భాసుర కవితా రచనా విశారదులైన మహా మహులు రాజరాజ నరేంద్రుని ఆస్థానంలోఉన్నట్లు చెప్పాడు (ఆదిపర్వం 1–18).

శ్రీనాథుడు చాటువును మృదుకవితార్ఖంలో ఉపయోగించారు (శృంగార నైషధము 1–11) తరువాత కవులు ఆశు, మధుర, చిత్ర, విస్తర కవితలుగా చెప్పారు. చాటువులకు రకరకాల నిర్వచనాలను చెప్పుకుంటూ వచ్చారు. చాటువు అనగా ప్రియమైన మాట. రాజాది స్తుతివాక్యం. మిథ్యాప్రియవాక్యం. అనే విశేష అర్థాలు కూడా కలవు. చాటు అంటే గుట్టుగా అనే సామాన్యార్థం కూడా ఉంది. ఏది ఏమైనా చాటువు అంటే సాహితీప్రియుల హృదయాలను రంజింపజేసి ఉత్సాహం పుట్టించే విశేష ప్రక్రియను చాటువు అని అంటాం.

చాటువును " stray verses-a current epigrams- a couplet- aquat-rain a fancy-a short composition"అని బ్రౌణ్య నిఘంటువులో ఉన్నది. చాటువు ఆశురచనై ఉండటం, ధూషణ భూషణ సమస్యాపూరణంగా ఉండటం, ముక్తకలక్షణం కలిగి ఉండటం, సరసంగా, ఉల్లాసభరితంగా, పొడుపుకథల్లాగా పేరడీగా ఉండటం మొదలైన లక్షణాలను చాటువులు కలిగి ఉన్నాయి.

ఆశువుగా కవి చెప్పిన పద్యాలు ప్రజలు సందర్భానుసారం వాటిని ఉపయోగిస్తుంటారు.

చాటుపద్యాలు ప్రాచీనకాలం నుండీ కూడా వాడుకలో ఉన్నాయి. సంస్కృత భాషలో రసగంగాధర కర్త జగన్నాథ పండితరాయలు చాటుపద్యానికి పెట్టింది పేరు. జగన్నాథ పండితరాయలును ఒక రాజు తన ఆస్థానానికి రమ్మని ఆహ్వానించారట. అప్పుడు

ధల్లీ స్వరో మి జగదీశ్వరోవా
మనోరథాన్ పూరయి తుం సమర్థః
అన్యే: నృపాలై: పరిదీయమానమ్
శాకాయ వాస్యాత్ లవణాయ వాస్యాత్

(తెలుగులో చాటు కవిత్వం పే. నెం . 33)

ధిల్లీ పాదుషా ఇచ్చే దానాలవల్ల మనోరథాలు ఈరేడుతాయి కానీ, ఇతర రాజులు ఇచ్చే దానాలు ఉప్పుకు, పప్పుకు కూరగాయలకు మాత్రం సరిపోతాయని నిస్సందేహంగా సమాధానమిచ్చాడు.

తెలుగుచాటుపద్యాల వల్ల మన భాష, సంస్కృతి, సంప్రదాయాలు, ఆహారపు అలవాట్లు, చరిత్ర, బిరుదులు, భౌగోళిక వ్యాప్తి, రాజులవంశాలు, ప్రాంతాలప్రత్యేకతలు. కవులవాక్పటిమ, రాజులదానాలు, యుద్ధవిన్యాసాలు, శాస్త్రసాంకేతికవిషయాలు ఇలా ఆయాకాలాల్లో జరిగిన విశేషాలను, కాలానుగుణ మార్పులన్నీ మనం తెలుసుకోవచ్చు. చాటువు కదా అని చులకన భావంతో చూడకూడదు ఒక చరిత్రకు నిలువెత్తు సాక్ష్యంగా చాటుపద్యాలు నిలుస్తాయి. నేటి ఆధునిక కాలంలో పుస్తకాలను చదివేవారు తగ్గిపోతుండవచ్చు ప్రియమైనది మనం అందిస్తే తెలుగువారు స్వీకరిస్తుంటారు. ప్రచారంలో నిలవాలి ప్రచారంలో ఉన్నదేదయినా ఒక్కసారైనా ప్రజలు తిప్పి చూడటం చేస్తారు. చాటువులు కూడా నేటి తరానికి అందించాలి. వాటి రుచిని తెలుగు తరాలకు

తినిపిస్తే వాటిని ఆకలింపు చేసుకుంటారు. తెలుగులో మూడువందలమంది కవులు, కవయిత్రులు చాటువులను రచించారు. తెలుగులో దాదాపు యాభై చాటువుల సంకలనాలున్నాయి. కొన్ని అజ్ఞాత కర్తృత్వాలున్నాయి.

భారతీయ భాషలన్నింటిలోనూ చాటువులున్నట్లు ఆయా భాషల సాహిత్యాలను అధ్యయనం చేసినవారి మాటల్లో తెలుస్తుంది. మనదేశంలో సంస్కృత, తమిళ భాషల్లో, తెలుగుతోపాటు సరిసమానంగా చాటువులు కనిపిస్తాయి.

ఆంగ్లంలో చాటువును "Conceal" అని ఆశుకవితను "Extempore poetry" అని, తమిళంలో చాటువుని "తనిప్పాడల్" తమిళభాషలో శివప్రకాశ్ స్వామిగల్, అవ్వయార్, కంబర్, అంబికాపతి చాటుపద్యాలను రచించారు. కన్నడంలో 'ఆశుకవితె' అంటారు 'కంతి' అనే కవయిత్రి హంప సమస్యలను ఆశువుగా కంద పద్యాలతో సమాధానమిస్తుంది. అభినవ వాగ్దేవి అనే బిరుదు కూడా కలదు. సిద్ధప్పబిదిరి అని చదువు ఏమాత్రంలేని ఆధునిక ఆశుకవి ఉన్నాడు. ఇతను ఆశువుగా చెప్తుంటే పక్కన రాసుకొంటారు దాదాపు వేయి పుటలసాహిత్యం రచించారు.

11–13వ శతాబ్దంలో సౌత్ ఫ్రాన్స్, ఉత్తర ఇటలీ, తూర్పు స్పెయిన్ దేశాల్లో 'త్రుబుదో' అనే కవులు ఆశువుగా కవితను చెప్పేవారు. మన దేశంలో బత్రాజులతో పోలివుంటారు. (తెలుగులో చాటుకవిత్వం పు.ట 38) ఇటాలియన్ భాషలో ఆశవుగా పద్యం అల్లే కవిని "Improvisator" అని అంటారు. చాటు కవిత్వం ప్రత్యయాత్మక భాషల్లోనే సాధ్యమని పాశ్చాత్యుల అభిప్రాయం. ఆశుకవితకు ఇటలీ పేరు పొందింది బెర్నాండినో ఫర్ ఫెల్టీ (1681–1747) కవి ప్రసిద్ధుడు. స్వీడన్లో కార్గ్ మైకేల్ బెల్మాన్(1740–1795) అనే కవి ఆశువుగా పాటలు పాడి పార్కుల్లోని ప్రజలను రంజింపజేశాడంట. ఇంగ్లండులో తియొడోర్హుక్ (1788–1841) ఆశువుగా పద్యాల్ని చెప్పేవాడంట. చాలామంది పాశ్చాత్య కవులు జీవనవృత్తిగా భుక్తికోసం చాటుకవిత్వాన్ని ఎంచుకొనేవారని తెలుస్తోంది.

ఇంగ్లీషులోని "Limerick" పద్యప్రక్రియ కొంతమేర చాటు కవితగా చెప్పుకోవచ్చు. దీనినిబట్టి తెలుస్తున్నదేమంటే చాటువులు ప్రపంచమంతా ప్రజల్ని రంజింపజేస్తున్నాయని చెప్పవచ్చు. చాటువులు అంతగా ప్రజల్ని ఆకర్షించడానికి కారణం చాటువుల్లో శృంగారం, హాస్యం ప్రధానరసాలుగా ఉంటాయి. అవి ప్రజలకు తొందరగా చేరుతాయి.

వేములవాడ భీమకవి, చానమ్మ, ప్రోలమ్మ, శ్రీనాథుడు, అల్లసాని పెద్దన, తెనాలి రామలింగడు, ఆడిదం సూరకవి, పిండిప్రోలు లక్ష్మణకవి. శిష్ట కృష్ణమూర్తి, తురగా రామకవి ఇలా ఎందరో తెలుగు ప్రఖ్యాతులు చాటు పద్యాలను ప్రభంజనంలా ప్రజల్లోకి తీసుకెళ్ళారు. ఇవి గ్రంథస్థ సాహిత్యం కంటే ముఖస్థ సాహిత్యంగా చాలా పేరుగాంచాయి. నేటికీ సంభాషణా చతురతను, మాటకారితనాన్ని ప్రదర్శించడానికి చాటువులను మధ్య మధ్యన వాడటం ఆనవాయితీగా మారింది.

 సి.పి. బ్రౌన్, కల్నల్ మెకంజీ, వేటూరి ప్రభాకర శాస్త్రి, దీపాల పిచ్చయ్యశాస్త్రిలాంటి మహనీయులు చాటు పద్యాలను సేకరించి గ్రంథస్థం చేశారు.

రాజుల నుండి సామాన్యుల దాకా ప్రాచీనకాలం నాటి ఆచార వ్యవహారాలు, సంస్కృతి, సంప్రదాయాలు ఎలా ఉండేవో చాటువుల ద్వారా పరిశీలిద్దాం. భోజన విషయాలను ప్రస్తావిస్తే సంపన్నులు ఎలాంటి పిండిపదార్థాలు వండేవారో తెలుస్తుంది.

సీ. ఆహూపసూప సప్తాంగ భంజనులార

ఆజ్యసాగర బడబాగ్నులార

శ్రాద్ధాన్న భుక్తి విచార తత్పరులార

పచ్చళ్ళ రుచులకు మెచ్చులార

పొరుగూరి తిండికి బోడుపు జుక్కల్లార

వేటొక్కచో వాయు వేగులార

పానక వాహినీ మానభంజనులార

బొబ్బట్ల దొంతుల కుబ్బులార

తే.గీ. తక్రసాగర వాతాపి దమనులార

జజ్ఞపాతిన ప్రేలుడు బొజ్జలార

దిన దినము తద్దినముకోరు ధీరులార

పాయుతేరయ్య! నా పాటు బాపలారా (చా. మం. పుట 525)

ఇది శ్రీనాథుని చాటువని అంటారు. పప్పన్నం, పాయసన్నం, పరమాన్నం, నేయి, పచ్చళ్ళు, పానకాలు, బొబ్బట్లు, మజ్జిగ, పల్చని పెసరొట్ల పప్పు ఇవన్నీ ఆనాటి భోజనంలో కనిపించే వంటలు.

మనదేశంలో పోర్చుగీసువారు రాక ముందు మిరపకాయలు లేవట. పోర్చుగీసువారు మనకు మిరపకాయలను పరిచయం చేశారు. 'పెమ్మయ సింగధమణి'

అనే మకుటంతో ఉన్న చాటువులో, మిరియములేని కూర "సరసులకింపు" గాదని చెప్పబడింది. (చా.మం॥ పుట 101)

వేషభాషల విషయానికి వస్తే, శ్రీనాధుని చాటువుల్లో కొల్లాయించితి కోకచుట్టితి.. ఆ విశేషాలన్నీ దొరుకుతాయి. మొరసదేశం అని మైసూరుని పిలిచేవారు ఆ ప్రాంత ప్రజలు గొంగళ్ళను కప్పుకునేవారు. మేలు పచ్చడాలను ధరించేవారు. వంకర పాగలు పెట్టుకునేవారు. విజయనగర రాజులు పొడవైన అంగీ, పొడవైన టోపి, ధరించేవారని తెలుస్తోంది. ఆనాటి సంపన్నుల వస్త్రధారణ ఇలా ఉండేది.

అంగీలు పచ్చడంబులు

చెంగావి మెఱుంగసేలు సరిగంచుల మేల్

రంగుల దుప్పట్లనునీ

గొంగడి సరిబోలవన్న గువ్వల చెన్న (చా. రత్న. పుట.184)

ఆ కాలంనాటి స్త్రీలు పైట, ఎఱ్ఱచీర, తెల్లని చీర, తెల్లమడుగు, కుసుమంశద్దిన చీరలు, పాలవెల్లువ వంటి చేల, చెంగాని చీరలు, వన్నెలగాగరా (పావడా) ఇలా వారి వారి తాహత్తుకు తగ్గ వస్త్రాలను స్త్రీలు ధరించేవారు.

ఆచార వ్యవహారాలు, ప్రతిజాతికి అలవాట్లు, సంప్రదాయాలు ఉంటాయి. శకునాలు చూడటం కూడా ఆచార వ్యవహారాల్లో భాగంగా ఉంటాయి.

"ఎచటకేగదవని యెవ్వరు నుడుగక తంబళి బాపడు తారసిలక" అని ప్రబంధరాజ వేంకటేశ్వర విజయవిలాస ప్రయోగంగా చెప్పబడింది. (పు 760) భార్య ఎదురురావటం నీళ్లుఇవ్వడం అనేది ఆ కాలానికీ శుభంగా భావించేవారు. ఇక సంక్రాంతిపండుగకు అల్లుళ్లు రావడం, బావమరదళ్ల సరసాలన్నీ ఆనాటి చాటువుల్లో నిక్షిప్తమై ఉన్నాయి. భోగిపండుగను ఎలా నిర్వహించుకానేవారో కిందిచాటువులో తెలుస్తుంది.

సీ. భోగి పండుగ వచ్చె బొందుగా మనయింద్ల

తలయంట్లు సాగింపవలయు నేడు

ఎల్ల సంక్రాంతియు నెల్లండి కనుమాన

లెల్లండి ముక్కును మేగుదెంచు

దండిగా నిన్నాళ్ళు పిండివంటలతోడ

నిష్టమృష్టాన్నంబులింపు మీఱ

బావలు మఱదలు ఇందుగులల్లంద్రు
వదినెలు మఱదండ్రు ఇంతిగుడిచి
తే.గీ.   క్రొత్త పుట్టముల్ ధరియించుకొని ముదమున
గూడి కిలకిల లాడుచు వేడుకలర
పాడుదము పాట ఆటలనాడు కొంద
మొలిమన మెల్లరముగూడి బాలురార (చా. మం॥ పుట.112)

ఆ రోజుల్లో నిర్బంధించిన వారికి శిక్షలెలా ఉండేవో, కవిరాజు కంఠంబు కొగిలించెను గదా! అనే చాటువులో చేతికి వెదురు గొడియ తగిలించడం. నగరి వాకిట ఉన్న నల్లగుండు భుజంమీద కెక్కించడం నిర్బంధునికి ఆ రోజుల్లో విధించే దండనల్లో కొన్ని తెలుసుకోవచ్చు. పన్నులు కట్టని వాళ్ళని ఆనాడు ఏవిధంగా కష్ట పెట్టేవారో కూడా చాటువులలో తెలుస్తుంది. పల్నాటిసీమలో ఇండ్లనిర్మాణం పెట్టె బిగించినట్లు ఉండేవట. మిద్దెలు మిద్దెలన్న మన మేడలకంటెను సొంపునుంచి బల్ నిదపుసౌధ జాలముల లీల వెలుంగు నటంచు నెంచిన. నద్దిర మోసపోతిని'' అని వాపోయారు శ్రీనాథుడు (చా. రత్నాకరం. పుట. 10) ఆనాటి పెళ్ళిల్లలో పెండ్లికూతురు తరెలు, పిల్లాండ్లు, బెబ్బులికాయలు, వీరమద్దెలు పణిహారాలు ధరించేవారు. ఆనాటి ప్రజలవృత్తులు, రాజ, కోశ, రాష్ట్ర, దుర్గ, బల పద్ధతులు చాటువుల్లో వివరించబడ్డాయి. మంత్రులుగా కరణాలు ఉండేవారు. శ్రీనాథుడు చాటువుల్లో బట్టలు నేసేవారిని, జంగమువారిని, కమ్మరివారిని, ఏకులువడికే వారిని, రజకవ ఋత్తుల స్త్రీలను చూడవచ్చు. పూర్వం కూడా మగవారితో సమానంగా ఆడవారు పని చేసేవారని తెలుస్తుంది. తెలుగు చాటువులు తెలుగుప్రజల జీవనవిధానానికి దర్పణాలు. చాటువుల్లో ప్రజల జీవితాలు ప్రతిబింబించాయి. చాటువులు కొన్ని సామెతలుగా కూడా పరివర్తనం చెందాయి. ఇలా చెప్పుకుంటూ వెలితే తెలుగు చాటువుల్లో తెలుగువారి జీవన విశేషాలన్నీ విడమరచి చెప్పబడ్డాయి. రాజులకుటిల రాజకీయాలను, జాతి విద్వేషాలు కూడా చాటువుల్లో చెప్పారు. చాటువులు నేటి తరానికి అందించాలి. ప్రజా జీవితాన్ని సామూహిక జీవితం గడిపేలా నేటి తరాన్ని ప్రోత్సహించాలి. శతకాలతోపాటు చాటుపద్యాలను డిగ్రీ స్థాయి విద్యార్థలకు పాత్యంశాలుగా చేరిస్తే విద్యార్థల్లో భాషణనైపుణ్యాలను మెరుగు పరచవచ్చు.

డా.బి. నాగశేషు

ఆధార గ్రంథాలు:

1. చాటుపద్యరత్నాకరం – దీపాలపిచ్చయ్యశాస్త్రి
2. తెలుగులో చాటుకవిత్వం – ప్రొ.జి. లలిత
3 చాటుపద్య మణిమంజరి – వేటూరిప్రభాకరశాస్త్రి

12. నిత్యం వెలుగుతున్న జానపద కళారూపం "కురవంజి"

జానపదం అంటే పల్లె లేదా చిన్న గ్రామం జానపదంలో ఉండేవారు జానపదులు జానపదులకు సంబంధించినవి జానపదం, ఎత్తిన అరణ్యపర్వంలో జానపదులు గ్రామీణులనే అర్థంలోనే ప్రయోగించారు.

జానపదుల్ పురీజనుల సంతసమ్ముం ప్రమదం బెనర్పనీ
దైన శుభోదయంబ హృదయంబుల గోరుచునున్న వారుస
మ్మానము నొంది కౌరవసమాజము నిన్ను భజింప భూరితే
జోనిధివై వెలంగెదవు సూర్యుని చాడ్పున నీవ యిమ్మహిన్

కర్ణ, శకుని, దుర్యోధనుల ఆలోచనల్లో పల్లెప్రజలు, పురజనులు అనే అర్థంలో పై పద్యంలోని మొదటి రెండు పదాలు ప్రయోగింపబడ్డాయి. పల్లియులు, గ్రామీణులు ఎక్కడ ఉంటే అక్కడ జానపదత్వముంటుంది. ఎందుకంటే వారినాడు కేవలం గ్రామాల్లోనే ఉండడంలేదు నగరాల్లోనూ ఉంటున్నారు. అందువల్ల జానపదం అంతటా ఉంది. ఒకనాడు చేతివృత్తులు ప్రధానంగా పల్లెటూళ్ళలోనే ఉండేవి అప్పుడవి అంతటా కనిపిస్తున్నాయి.

వ్యవసాయక జీవనంలో చేతివృత్తులు మీద ఆధారపడే బ్రతుకుల్లో జానపదత్వం కొట్టొచ్చినట్లు కనిపిస్తుంది. ఆధునిక కాలంలో యంత్రం ఈ రెండిరటా ఆధిపత్యాన్ని చలాయిస్తున్నా ఏదోరూపంలో జానపదత్వం కనిపిస్తుంది. జానపదంలోని వ్యవహారాలు, భాష, విషయక అంకాలు, కల్పనలు, కథలు, గాథలు, కొద్ది సంస్కారాన్ని పొంది కావ్యాలుగా, పురాణాలుగా అవతరించాయనే వాదం కూడా ఉంది. మానవ జీవనానికి మూలం జానపదమే అన్నది వీరి వాదన. గుంపు మనస్తత్వమే జానపదమని అమెరికన్ జానపద విజ్ఞాన శాస్త్రవేత్తలు నిర్వచించారు. ఈ వాదన భారతదేశానికి సరిపోదు. ఆ కారణంగానే జానపద కళలు, జానపదుల ఆచారవ్యవహారాలు, జానపదుల సంస్కృతి, జానపదుల భాష, జానపదుల విశ్వాసాలు, జానపదుల సాహిత్యం, జానపదుల పండుగలు వీటన్నింటిని వేర్వేరుగా గుర్తించి ప్రదర్శించి పరిరక్షించే పద్ధతులు కొనసాగుతున్నాయి. అందువల్ల పాశ్చాత్యుల పరిశోధనా పద్ధతుల్ని, నిర్వచనాల్ని అధ్యయనం చేస్తూనే ఈ దేశంలో కనిపించే దేశీయ జానపదాన్ని లేదా భారతీయ

జానపదాన్ని ప్రత్యేకంగా నిర్వచించవలసి ఉంటుంది. అప్పుడే పల్లెల్లో, పరిసరాల్లో, కళల్లో, వర్గంలో, వర్ణంలో, సంస్కృతిలో, ధర్మంలో దాగిన జానపదాన్ని మనం సరిగా గుర్తించగలుగుతాం. ఇలా గుర్తించినదంతా జానపద విజ్ఞానం అవుతుంది.

జానపద సంస్కృతి, జానపద ఉత్సవం జానపద విశ్వాసం, జానపద ప్రదర్శన కళలు, ఈనాడు ఇవన్నీ జానపద జీవితంలో అంతర్భాగంగా పరిశీలింపబడుతున్నాయి. వెరసి ఇవన్నీ జానపద విజ్ఞానమనే విశాల భిత్తిన మీద చిత్ర విచిత్ర వర్ణాలై కాంతులను వెదజల్లుతూనే ఉన్నాయి.

జానపద కేవలం గత కాలానికి చెందిందే కాదని ఇది వర్తమానానికి కూడా ప్రతిధ్వని అంటారు ఎం. దార్సన్ Folklore and folk live అనే గ్రంథం ఉపోద్ఘాతంలో Folklore is an echo of the past but at thesametime it is also the vigorous voice of the present. (p,17) అంటే జానపద విజ్ఞానం నిత్యచైతన్య స్థితిలో ఉంటుందన్న మాట, ఆధునిక జీవనానికి కూడా జానపద విజ్ఞానం ప్రేరణను, స్ఫూర్తినిస్తుంది, జానపదవిజ్ఞానం ప్రధానంగా మౌఖిక ప్రచారమనే సాగింది. బ్రూస్వాండ్ అనే జానపద విజ్ఞాన శాస్త్రవేత్త సంస్కృతికి సంబంధించినవి వివిధ రూపాంతరాలున్నాయి. మౌఖికంగా గాని మరోవిధంగా గాని తరం నుండి తరానికి సంక్రమించేవి జానపద విజ్ఞానంలో చేరతాయని అంటారు. An introduction to the study of Indian folk (p.47) those material in culture that circulate tradionally among members of any group in different versions, whether in oral form or by means of coustomary example. సువిశాలమైన అర్థం ఇచ్చే ఈ పదం ఇవాళ ప్రపంచంలోని అన్ని భాషాసాహిత్యాల్లో ప్రయోగంలో ఉంది. మానవుడు బుద్ధిజీవి, సంఘజీవి, సంఘమంటే సంస్కృతిని ఆచరణలో పెట్టే మనష్య సమాహారం, తమకు తాము కొన్ని కట్టుబాట్లను నిర్ణయించుకొని ఒక ప్రత్యేకమైన వ్యక్తిత్వంతో నిర్మింపబడ్డ మనుష్య సముదాయం. సంస్కృతి అంటే సంఘంలో ఒక సభ్యుడిగా మానవుడు ఆ సంఘంలో అలవాట్లను, ఆచార వ్యవహారాలను కళాస్వరూపాలను గ్రహించడమని అర్థం. అలాంటి మానవ సంఘ సంస్కృతిని అధ్యయనం చేయడమే జానపద అధ్యయనం. జానపద కళలు అతి ప్రాచీనమైనవి. మానవుల యొక్క అనుభూతులను, మానసిక చైతన్యానికి, విజ్ఞాన వినోదాలకు,

ఆనందోత్సాహోలకు ప్రతీకలుగా నిలిచాయి. నేటి మన ఆధునిక కళలన్నింటికి మాతృక జానపద విజ్ఞానమే పునాదిగా నిలుస్తుంది.

ఆంధ్రుల సాంఘిక చరిత్ర రెండువేల ఏండ్లకు పైనాటిది. నాటి నుంచి నేటిదాకా ఆయా రాజులకాలంలో రకరకాలుగా ఈ జానపద కళలు పోషింపబడ్డాయి. ఆచరింపబడ్డాయి. అభివృద్ధి చెందాయి. శాస్త్రీయ కళలతోపాటు జానపద కళలు కూడా పోషింపబడ్డాయి. జానపద సాహిత్య సాంస్కృతిక విషయాల్లో భారతదేశపుపాత్రఅగ్రగణ్యమైంది. ప్రపంచభాషల్లో ఋగ్వేదగ్రంథంలో జానపదగేయాలు పేర్కొనబడ్డాయి. అధర్వణవేదంలో జానపదుల నమ్మకాలు, మూఢవిశ్వాసాలు, ఆచార వ్యవహారాలు, మంత్రోచ్చారణలు, కర్మకాండలు విస్తారంగా ఉదాహరింపబడ్డాయి. పంచతంత్ర కథలు, జానపద కళలకు పెట్టింది పేరు ఇలాంటి కథలకు పుట్టినిల్లు భారతభూమి.

రామాయణ, మహాభారతాలు జానపద కథలకు, ఐతిహ్యాలకు మూలకేంద్రాలు, ఉపనిషత్తుల్లోను, జాతక కథల్లోను అనేక గ్రంథాలున్నాయి. బృహత్కథలో జానపదకథలు, కట్టుకథలు, అపరిమితాలు, అష్టాదశపురాణాలు, ఐతిహ్యం, మతం, నమ్మకాలు, మూఢ విశ్వాసాలకు జన్మస్థానం. మన ప్రాచీన సాహిత్యాలను పరికిస్తూపోతే నాటి జానపద జీవితచ్ఛాయలు స్పష్టంగా కనిపిస్తాయి. రాజులు పోయినా, రాజ్యాలు మారినా జానపదకళలు మాత్రం ప్రజా హృదయాలలో అలాగే నిలిచి ఉన్నాయి. ఎందరో నిష్ణాతులైన కళాకారులు ఈ కళల్లో కీర్తిశేషులైనారు. ఎన్నో కళారూపాలు చితికి జీర్ణమై కాలగర్భంలో కలిసిపోయాయి. సమిష్టి ప్రదర్శనలు నాశనమై వ్యక్తిగత పాత్రలుగా, చిల్లరవేషాలుగా మిగిలిపోయాయి.

ఒకనాటి జీవన విధానానికి, విజ్ఞాన వికాసాలకు, ఆలవాలమైన ఆ కళాసంపదను మనం కాపాడుకోవాలి. వాటిని పునరుద్ధరించుకోవాలి. అలాంటి జానపద కళారూపాలలో "కురవంజి" చాలా ప్రసిద్ధిగాంచిన కళారూపం. నాటి నుంచి నేటిదాకా కురవంజి కళారూపం సజీవంగా బ్రతికేవుంది. 'కురవంజి' అనగా ఒక నృత్యవిశేషంతో కూడిన అడుగు. అడవులలోనివసించే కురవలనే వారి అడుగు కాబట్టి దానిని కురవంజి అనిపేరు. గెంతులు, చిందులు, గొండ్లి, అంజె అనేవి విశేషానికి సంబంధించిన పర్యాయపదాలు.

వెంకటరాయకవి రాసిన లేపాక్షి జలక్రీడలనే నాటకంలో ఎరుకలవారి పుట్టుపూర్వోత్తరాలు వర్ణించబడ్డాయి.

అఖిల భూతముల తెరగెల్ల

భంగులు తెల్లంబుగాను

ఎఱుక కల్గినవార మౌటకు మమ్ము

యెఱుకల వారని అందురే చెలియ....

అని వర్ణించబడిరది. తులాభారం అనే యక్షగానంలో ఎరుకల వేషం యొక్క వర్ణన

బ్రహ్మ సమ్మతిని యా భారతీదేవి

ఎరుకల వేషంబు యింపుగా దాల్చి

....

భామను చూడంగ భామిని వచ్చె

చొక్కమగు రత్నములు జెక్కిన

బుట్ట శిరసున బెట్టుకొని

కుందనపు కట్ల మరవేసిన

కురచ బెత్తము చేయబట్టుకు... వచ్చె

ఏనుగులూరి పాపరాజు రాసిన రుక్మాంగద చరిత్రలో కురవంజి ఎలాంటి పాత్ర వహించిందో తెలియజేశారు.

అంగన! నాదు పేరు కొర

వంజి యటందురు నాదు వవియున్

సింగడు తావు ద్రోణగిరి

నేదు, జనుల్కొని యాడనెప్పుడున్

పొంగుచు సోదె చెప్పె వర

భూషణముల్ కొని వార్తకెక్కి మా

బంగరు పల్లెవాని మీది

బాయక నమ్మిన వారమయ్యెడన్

అని ఎరుక చెబుతుంది.

శివుడు కూడా కొరవంజి వేషం వేసుకొన్నట్లు జానపదులు ఊహతో కొరవంజి వేషంతో శివుడెలా ఉన్నాడో వివరించారు. పార్వతిని హిమవంతుడు తీసుకుపోయినపుడు శివుడు విరహవేదనను భరించలేక పార్వతిని చూడాలని తహతహలాడాడని కొరవంజి వేషం వేసుకొని పార్వతి దగ్గరకు శివుడెలా వెళ్ళాడో చెబుతున్నారు.

ముక్కున బిలుకెంపు ముక్కెర చెలగ

పెక్కు రత్నము పూస పేర్లు చెన్నొంద

సిరమున రత్నభాసిత పాత్రబూని

యెరుకత వచ్చె హిమశైలమునకు

అంటూ వేషం గురించి తెలియజేస్తూ ఎరుకలసాని ప్రవేశం తెలియజేసి ఎలా సాగుతుందంటే.

ఎరుకల సాని వచ్చె ఎరుకనుచు అను

ఎరుకలసాని వచ్చె నెరుకోయెరుకో యెరుకో యనుచు

అంటూ ఎరుకలసాని ఎలా రంగప్రవేశం చేస్తుందో ఆమె రూపాన్ని కళ్ళకు కట్టినట్లు వివరించారు.

కురవంజి కళారూపం ఇంకా ఇప్పటికీ తమిళనాడు ప్రదేశంలో బ్రతికేఉంది. దక్షిణ భారతదేశంలో చాలా ప్రాముఖ్యతని సంతరించుకొన్న కళారూపం. ఆంధ్రదేశంలో సోదెమ్మసోదె అంటూవచ్చే ఎరుకలవారిలో కురవంజికి సంబంధించిన ఛాయలు కనిపిస్తాయి.

కురవంజి ఒక జానపద దృశ్యకావ్యం కురవంజి అంటే ఎరుకలసాని. పూర్వం ఈ ఎరుకలసాని సంఘంలో ఎక్కువ పేరుగడించింది. విజయనగరరాజుల కాలంలోసైతం ఈ కళ ప్రాముఖ్యతని సంపాదించుకొన్నది. కురవంజి కళారూపం ఆటవికులది మానవులు అడవుల్లోనివసించే కాలంలో వెలుగులోకివచ్చింది కురవంజి. సింహాచలం, మంగళగిరి, విజయవాడ, శ్రీశైలం, తిరుపతి దేవస్థానాల్లో యాత్రికుల వినోదార్థం కురవలు వినోద ప్రదర్శనలిస్తుంటారు. 'పాలకవేరి కదరీపతి' ఒక రాజు దర్శనార్థం వచ్చి కురవంజిని చూసి

ఇఱుకువలి గుబ్బచన్నుల– యెఱుకు జవరాలోకర్త, ఎఱుకోయవ్వా

యెఱుకోయని తనచందం– బెఱుకు వడగా హజార మెలిమింగదిసెన్

కురవంజి వేషధారణ కోసం అడవి జంతువుల రకరకాల చర్మాలు, నెమ్మలి ఈకలు, పందిముళ్ళు, కోరలు, పులిగోళ్ళు, ఎలుగుబంటి వెంట్రుకలు మొదలైనవి ధరించి నృత్యం చేస్తుంటారు.

ప్రారంభదశలో ఏదోకాలికి వచ్చిన చిందులు తొక్కి, నోటికి వచ్చిన పాటలు పాడి ఆడినా, క్రమేపి ఒక విశిష్ట రూపాన్ని పొందింది కురవంజి, చక్కని ఇతివృత్తాలను కథలుగా తీసుకొని వాటిని పాటలుగా రాయించి, వాటికి తగ్గట్టుగా అడుగులను కదిపి ఆ అడుగులకు ఒక రూపం కల్పించి అభివృద్ధి పరిచారు. కురవంజి కళారూపాన్ని జక్కులనే యక్షులు కూడా ప్రదర్శనలు ఇవ్వడం జరిగింది. కురవంజిలు నృత్యం కంటే గేయానికి, గానానికి, వచనానికి ప్రాముఖ్యం ఇవ్వడం వల్ల ఇవి యక్షగాన రూపంలో కూడా అభివృద్ధి చెందాయి. ఒకనాటి కురవంజి కథల్లో వచ్చే అన్ని పాత్రలకు ఒక్కడే నిర్వచనం ఇచ్చేవారు. క్రమేపి పురుష పాత్రలకు సింగడు, స్త్రీ పాత్రలకు సింగి ప్రాతినిధ్యం వహించేవారు. ఇందులో కూడా హాస్యంకోసం తోలుబొమ్మలాటలోని జుట్టుపోలిగాడు పాత్రతో పోలి ఉండే కొంటె కోణంగి ఒకడు ప్రవేశించి సింగీ సింగని మధ్య చెనుకులు వేస్తూ ఇద్దరి మధ్య కయ్యాలు పెంచి పరిష్కరించేవాడు.

కురవలు ఈ కళారూపాన్ని వినోదం కోసం ప్రారంభించినా రాను రాను ఇది వారి జీవనోపాధికి తోడ్పడిరది. ఏ పుణ్యక్షేత్రంలో కార్యక్రమం ఉంటుందో ఆ యాత్రా స్థలం యొక్క పవిత్ర కథల్ని, గాథల్ని ఆశువుగా చెప్తూ యాత్రికులకు ఆనందాన్ని కలిగిస్తూ సంబరాల్లో ముంచెత్తుతారు. కురవంజిని దక్షిణ దేశంలోని కర్ణాటకలో 'కాఅవంజి' ఆంధ్రదేశంలో కురవంజి ఎరుకలసాని అని ప్రచారంలో ఉంది.

కురవంజిని ప్రదర్శించే వారికి స్తంభన, వశీకరణ, ఆకర్షణ, పరకాయ ప్రవేశంలాంటి విద్యలెరుగుదున్ అవ్వా, పరమంత్ర, పరయంత్ర భేదములెరుగుదునే యవ్వా అశ్వలక్షణ, గజలక్షణా, రత్నలక్షణ, స్త్రీ లక్షణ, పురుషలక్షణ సాముద్రిక లక్షణాలెరుగుదునె యవ్వా అంటుంది. పై విద్యలన్నీ వారికెరుకనే వీరు చేతులు చూసి భవిష్యత్ కూడా చెబుతారు. వీరి వాక్పటిమతో భూత భవిష్యత్ వర్తమాన కాలాల గురించి తెలియజేసి వారికి నమ్మకం కలిగించేలా వారి పట్ల నడుచుకుంటారు. తెలుగు ప్రబంధంలో అక్కడక్కడ కురవంజి రచనలు కనిపిస్తాయి. కొన్ని యక్షగానాలలో సైతం కురవంజి పాత్ర ఉంది. కొరవంజి కేవలం వినోదం కోసం మాత్రమే కాక కథా నిర్వహణ

కూడా ఎంతగానో ఉపయోగపడుతుంది. సంస్కృత నాటకాల్లో విదూషకుని మాదిరి యక్షగానాల్లో చల్లమ్మే గొల్లది ఈ కొవరంజి లాంటిదేనంటారు.

చింతాదీక్షితులుగారు వారి వాజ్మయంలో భామయంలో భామాకలాపంలో గొల్లది ఏవిధంగా వేదాంతోపన్యాసం చేసి ప్రజలను ఎలా అలరిస్తుందో చెప్పారు. ఆ విధంగానే కొన్ని యక్షగానాల్లో కొరవంజి పూర్తిగా వేదాంత బోధచేస్తుంది.

మన తెలుగు కురవంజి నాటకాల్లో వర్ణించబడ్డ ఎరుకలసాని ఎటువంటిదో దాని చాకచక్యం ఎటువంటిదో, దాని మాటలచాతుర్యం ఎటువంటిదో గోకులపాటికూర్మనాథకవి రచించిన 'మృత్యుంజయవిలాసం' ద్వారా తెలుసుకోవచ్చు. ఎరుకలసానిచెప్పే సోది నిజంగా నమ్మబలికేలా ఉంటాయి మాటలచాతుర్యం. పార్వతీదేవి విరహంపోగొట్టే సమయంలో దగ్గర్లోనేఉందని నీ ప్రియుడితో నువ్వు కలవబోతున్నావని నమ్మబలుకుతారు.

నీకు నాథుండ నయ్యెదనని యిప్పుడిచ్చుటనే
యున్నాడు నీపై చాలా దయ వచ్చింది
శీఘ్రంబె పెండ్లయాడు నీకోర్కె చేకూరు
నమ్ము నాఇట్టతోడని నమ్మించి చెప్పిన

అంటూ వారి సొంతమాటల్లో కథకు కథ, వినోదానికి వినోదం రెండూ ఉంటాయి. ఒక్కోసారి వారు చెప్పినట్లు జరిగిన సంఘటనలు కూడా ఉన్నాయి. అంటే ఎరుకలవారి కంత ముందుచూపు ఉందని అర్థం.

రాజాధిరాజులూ, రాణులూ, పండితులు మొదలైన వారంతా ఎరుకలసాని సోదెకు చెవులు తెగకోసుకాని, ఆమెను ఆహ్వానించి ఎరుకత చెప్పించుకొని అనేక పారితోషికాలను ఇచ్చేవారు. ఎరుకలసాని ఏ సంస్థానంలో ప్రవేశించాలన్నా ఏ అభ్యంతరమూ లేక దర్శనానికి అనుమతి ఇచ్చేవారు. ఈ ఎరుకలసాని సమాజంలో ఎంత పలుకుబడిని సంపాదించిందో, అంతటి స్థానాన్ని ఆనాటి సాహిత్యంలోనూ, కళారూపాల్లో కూడా పొంది ప్రత్యక్షంగా ఒక పాత్రగా వర్ధిల్లింది. ఆనాటి ప్రతి కురవంజిలోను, యక్షగానాల్లోను, ఎరుకలసాని ఒక పాత్రగా ప్రవేశించి నాయికకో నాయకులకో ఎరుక చెప్పి నిష్క్రమించేది.

విజయనగర సామ్రాజ్య కాలంలో ఎరుకత ముఖ్యపాత్ర వహించింది, ఎరుకల యొక్క వేషధారణను గురించి ఆముక్తమాల్యదలో వివరించబడింది. ఎరుకత వన్నెల

రవికనుతొడిగి, ముంజేతులకు, ముఖంపైనా పచ్చబొట్టులతో కురుమాపు పైటలో చిన్నబుడతణ్ణి మూపునకట్టుకొని, తరతరాలనాటి పైడిబుట్ట నెత్తినబెట్టుకొని, కనుబొమలసందున నామం పెట్టి, నొసటవిభూతిపెట్టి కన్నులకు కాటుకపెట్టేది, దారికట్టు, మొనకట్టు, కనికట్టు, స్త్రీవశం కలిగించే తాయిత్తులన్నీ ఏరుల్ని అమ్ముకునేది దీనిని కురవంజి అని సంబోధించారు.

యాదవదాసు రాసిన గరుడాచల యక్షగానంలో లక్ష్మీదేవి తెర వెడలిన తరువాత ఎరుకలసాని నాంచారిని ద్వారకాపాలకుడు పరిచయం చేశాడు. అదెలా ఉందంటే

తరుణిరో తెరకును వెళ్ళుము

....

ఎరుక నాంచార బొమ్మ వెలది రావమ్మ

అంటూ ఎరుకల నాంచారిని ప్రవేశపెట్టాడు. ఆమె పాడే కీర్తన ఎలా ఉంటుందంటే

ఎరుక జెప్పితి వినవమ్మ ఓ ముద్దులగుమ్మ

కరుణతో కలదే కనకపు బొమ్మా

యెరుకా, యెరుకా, యేడు జగములు

మురియుచు నీరీతి దనముచ్చట జెప్పెద

ఈ విధంగా ఆనాటి కురవంజిలోను, యక్షగానంలోను ఎరుకలసాని ప్రాముఖ్యం చాలా ఉండేది.

స్వాతంత్ర్యానికిపూర్వం 19 వశతాబ్దంలోనే ఆంగ్లేయుల రాకతో జానపద పరిమళాలు వెదజల్లబడ్డాయి. తెలుగువాళ్ళలో జానపదసాహిత్య ఆసక్తిని పెంపొందించిన వాళ్ళలో సి.పి.బ్రౌన్, కల్నల్ మెకంజీ, ఛార్లెస్ ఇ. గోవర్, జె.ఎ. బోయల్, కెప్టెన్ ఎం. డబ్ల్యూకార్ మొదలైనవారు చిరస్మరణీయులు. తెలుగు విద్వాంసుల్లో నందిరాజు చలపతిరావు, టేకుమళ్ళ, చిలుకూరి నారాయణరావు, వేటూరి ప్రభాకరశాస్త్రి, అక్కిరాజు ఉమాకాంతం మొదలైవారు. వీరందరూ స్వాతంత్ర్యానికి పూర్వమే జానపద సాహిత్య రంగంలో కృషి చేసిన మహనీయులు. వీరిని స్మరిస్తూ మన సంస్కృతి, సంప్రదాయాలను కాపాడుతూ జానపద విజ్ఞానపు జ్యోతి కొడిగట్టకుండా చూడాల్సిన బాధ్యత ప్రభుత్వాలపైన, నేటి యువతపైనా కూడా ఉంది.

ఎరుకలవారు ఇప్పటికీ అక్కడక్కడ సోదిచెప్పుకొంటూ బతుకుతున్నారు, చాలావరకు తగ్గిపోయారు గద్దె చెప్పేవారు. నేటి పిల్లలకు 'కురవంజి' అంటే ఏంటో

తెలియకుండా అయిపోయింది. కాబట్టి మన వారసత్వ కళలను పిల్లలకు చూపించాలి. పెద్దలు చూడాలి మన జాతి ప్రత్యేకతను నిలుపుకోవాలి అనేది నా అభిప్రాయం.

డా.బి. నాగశేషు

13. ఆధునిక బాల సాహిత్యం – సమస్యలచిత్రణ

ప్రపంచ పురోగతి బాలల మీద ఆధారపడి ఉందనటం సత్యదూరంకాదు. ఈ ప్రాధాన్యాన్ని గుర్తించిన చాలా మంది కవులు బాలల సాహిత్యాన్ని అనేక ప్రక్రియల ద్వారా బహిర్గతం చేశారు. జానపద సాహిత్యంలో చీమకథలు, పేదరాశి పెద్దమ్మ కథలు, ఏడుచేపల కథలు, సరదాగా బాలవాఙ్మయం సృష్టించబడిరది. లయస్పందనకు ఊహవేశం తోడైనపుడు ఆశువుగా కవిత్వం పుట్టుకొస్తుంది. అలా పుట్టుకొచ్చినదే జానపద సాహిత్యం. జానపదులు ప్రకృతిలోని ప్రత్యణువుకు పులకించి అనేక సందర్భాలలో అప్రయత్నంగా చాలా గేయాలు పాడారు. బాలవాఙ్మయానికి కర్తృత్వం వహించింది తల్లిహృదయమే. బాల ప్రపంచం ప్రత్యేక ప్రపంచం, మాయా మర్మాలులేని మరో ప్రపంచం, మోసాలు, ద్వేషాలు, బాధలూ, క్రోధాలు లేని దేవలోకం ఏడురంగుల ఇంద్రధనస్సు చూసినా, ప్రకృతి పరువాలు చూసినా పులకించే మనోహరలోకం. దుమ్ము, ధూళి, ఆకుల, అలంకూడా బాలల కానందాలే, అనంత సముద్రతీరాలలో అందమైన పూలతోటల్లో ఇసుక తిన్నెల మీద పిచ్చుక గూళ్ళు కట్టి వెన్నెల పందుగలాటల్లో మైమరచేవారు బాలలు. అంతటి స్వచ్చమైన బాల ప్రపంచాన్ని నిసర్గంగా దర్శించారు శ్రీశ్రీ.

పాపం పుణ్యం ప్రపంచమార్గం
కష్టం సౌఖ్యం శ్లేషార్థాలు
ఏమీ ఎరుగని పూవుల్లారా

అంటూ మాలిన్యంలేని మనసులను వివరించారు. చాచా నెహ్రూకు పిల్లలంటే ప్రేమ, అభిమానం, పిల్లలే కాబోయే నాయకులు, సంస్కర్తలు, డాక్టర్లు, ఇంజనీర్లు, కవులు, న్యాయవాదులు, శిల్పులు, గాయకులు, కర్షక కార్మికులు, మానవతాభ్యుదయానికి దేశపురోగతికి పాటుపడే వారంతా నేటి పిల్లల్లోనే ఉంటారన్నారు.

జాతిపితగాంధీ పిల్లలనుద్దేశించి జాతికి జీవనాడి పిల్లలు అన్నారు. అమెరికన్ సామాజికవేత్త హార్డెన్ బర్గ్ పిల్లలు ఎక్కడ ఉంటే అక్కడ స్వర్ణయుగమే అంటారు. ఏసుక్రీస్తు పరలోక రాజ్యము పిల్లలదే వారిని అడ్డుపెట్టకండి నా వద్దకు రానీయండి అని దగ్గరకు పిలుచుకొన్నారు.

గురుదేవులు రాగురు బిడ్డలు ఒక సందేశంతో ఈ ప్రపంచంలో అవతరిస్తారు అంటారు.

ఇరుగు పొరుగు

చలంగారు పిల్లలను పువ్వులవలె నక్షత్రాల మెత్తని కాంతివలె చూడగల దృష్టిని అలవరచుకోవాలని ప్రపంచానికి చాటి చెప్పాడు. ఇలా ప్రాచీన కాలం నుండి నేటి ఆధునిక కవుల వరకు బాలల నిసర్గ, రమ్య నిర్మలత్వాన్ని దర్శించినవారే! కవికుల గురువు కాళిదాసు ''ధన్యస్తదంగరజసామలనీ భవన్తి'' అంటూ పసిపాపల స్పర్శానుభూతిని వర్ణించారు. ఆదికవి పుత్ర పరిష్వంగ సుఖాన్ని చేసుకొమ్మని దుష్యంతునికి బోధ చేస్తారు. తమిళవేదకర్త తిరువళ్ళువర్ చిట్టిచేతులతోడ చిట్టిపాప కలుపు పట్టెడన్నమె సుధ్రప్రాయమై తనువు అన్నారు.

పల్నాటి వీర చరిత్రలో శ్రీనాథుడు బాలలనుద్దేశించి

బాలురే పెద్దలు బల్లిదులు వారే

బాలురకే బుద్ధ పరికించి చూడ

కీర్తికినైన అపకీర్తికినైన

బాలురె పై నుండు భారతమంతయును

అన్నారు.

వింజమూరి లక్ష్మి ఒక గేయంలో

చిన్నారి పాపాయే చిరునవ్వున దేవుడూ

రంగారు పాపాయి మనసే ఒక దేవుడు

అంటూ పిల్లల ప్రాశస్త్యాన్ని తెలియపరిచారు.

ఆచార్య పింగళి లక్ష్మీకాంతంగారు జాతి మనుగడకు బాలలే ఆధారాలంటారు.

జాతి వరుసలో పాప చివరిది

జాతి మనుగడకు పాప మొదటిది

ధర్మశాస్త్రం ప్రకారం వలసంచలనే ఇతిబాల ఆషోడ శాద్బవేద్యాల తతస్తరుణ ఉచ్యతే! 16 ఏళ్ళ వరకు బాలుడు ఆ తరువాత తరుణుడు 14,15 ఏళ్ళ వరకు పిల్లలుగా పరవశించవచ్చు.

మీదే మీదే సమస్త విశ్వం

మీరేలోకపు భాగ్య విధాతలు

– అంటూ శ్రీశ్రీగారు ప్రపంచ మతలు మీరే అని కొనియాడారు. బాలలోకాన్ని పొగిడిన ఆశయాల వరకు బాగుంది కానీ ఆచరణలో చిత్తశుద్ధి లోపించింది. నార్ల చిరంజీవిగారు ఈ ప్రయత్నంలోపం గురించి ఆవేదన వ్యక్తపరుస్తూ మనలో దృష్టి సౌందర్యం

లోపించింది. ఆత్మసౌందర్యం కొరవడిందని పిల్లలపట్ల పెద్దలకుగల అనాశక్తతను వివరించారు. మనం తీసుకొనే శ్రద్ధనుబట్టి పిల్లలు పెరిగి పెద్దగయితారు. పెద్దలకు మించిన బుద్ధి గ్రహణశక్తి జ్ఞాపకశక్తులు పిల్లలకుంటాయి. కల్పనలు, ఊహలు, వారిసొత్తు ఈ దశలో వారిని సరైన దారిలో పెట్టాలి.

సామాజిక బాధ్యతలకు దూరంగా బ్రతకనేర్వటం నేటి మనజాతీయ అవలక్షణాలలో ఒకటి బాలసాహిత్యాన్ని ఏదో పిల్లల సాహిత్యం అని తీసిపారేయకూడదు. సంపూర్ణ జీవితానికి బాల్యం పునాది అయినట్లు బాలసాహిత్యం పునాది అంటారు ఆచార్య తిరుమల.

బాలలసాహిత్యంలో నీతి కథలను సమున్నత స్థానం ఉంది. కందుకూరి వీరేశలింగంగారి ఈసపు కథలతో ఈ ఒరవడి ప్రారంభమై వెంకటపార్వతీశ్వర కవులు, గిడుగు వెంకటసీతాపతి, నార్ల చిరంజీవి, భమిడిపాటి కామేశ్వరరావు వంటివారు కథలను రచించారు. చింతాదీక్షితులు, ఇల్లందుల సరస్వతీదేవి, మునిమాణిక్యం, రావూరి భరద్వాజ సాంఘిక జీవితానికి సంబంధించిన కథలు రాశారు. తెనాలి రామకృష్ణుడు, అక్బర్, బీర్బల్, పరమానంద శిష్యుల కథ, ముళ్ళపూడి బుడుగు కథలు వినోద కథలు రాశారు. తెలుగు బాలసాహిత్యంలో కథా ప్రక్రియ మిగతా ప్రక్రియలకంటే బహుళ ఆదరణ పొందింది.

బాలల భావనా ప్రపంచం కథలు వినడంతోనే ప్రారంభమౌతుంది. అనగనగ ఒక రాజు అని మొదలుపెట్టగానే కథ ఆకట్టుకొంటుంది. పిల్లల మనసుల్లో అరమరికలుండవు అడ్డుగోడలుండవు.

కల్పనలు, ఊహలు, కథాప్రపంచంలో సజీవ రూప చిత్రాలుగా మలచబడతాయి. అందుకే బాలలకు కథలంటే మక్కువ తేలికైన భాషతో సునిశితమైన హాస్యంతో బాలలకు ఆశ్చర్యం, ఆనందం, ఆహ్లాదం కుతూహలం కలిగించే కథలు ఆసక్తిదాయకంగా ఉంటాయి.

దేశజనాభాలో బాలబాలికలు ఒకదశకుచెందిన ప్రజలు ఇంటాబయటా వారి అనుభవాలు కొంతవరకు పెద్దలనుండి సంక్రమిస్తాయి. సమాజం ఎప్పుడూ ఒకే విధంగా ఉండదు మారటం దాని స్వభావం ప్రజలఆలోచనలు, అలవాట్లలో మార్పు రావడమే సమాజం మారడం అంటారు మెండా ప్రభాకర్‌గారు. బాలల ఆలోచనల అలవాట్లలో మార్పు రావడానికి బాలసాహిత్యం దోహదం చేస్తుంది.

ఇరుగు పొరుగు

తరతరాల సామాజిక ప్రభావం పిల్లల మనస్సులపై ముద్రవేస్తుంది. వారికందించే సాహిత్యం కూడా తగినట్లుగా పరిణతి చెందుతుంది. బాలల జీవితంలో సామాజిక మానసిక వికాసానికి దోహదం చేసే ప్రధాన సాధనం విద్య. బాలలను సమాజ పౌరులుగా తీర్చిదిద్దే ప్రయత్నం విద్య ద్వారానే జరుగుతుంది. విద్యాప్రాముఖ్యాన్ని బాలసాహితీవేత్తలు సాహిత్యం ద్వారా బహిర్గతం చేశారు. "అలపర్తివెంకట సుబ్బారావుగారి" అక్కయ్యజాబు కథలో వెంకటరమణ తెలివిగలవాడు కానీ, చదువంటే ఇతనికి ఇష్టం ఉండదు బొంగరాలాడడం ఇష్టమైన పని, ఆటపాటల్లో గడిపే వెంకటరమణకు అక్క జాబు రాసింది. ఆ బాజు ఎవరికీ చదివేకిరాక నానా ఇబ్బందులు పడాల్సివస్తుంది. అందరినీ బతిమాడాల్సివస్తుంది. వెంకటరమణకు కోపం వస్తుంది వెంకటరమణలో ఈచిన్న సంఘటన మార్పు తీసుకువచ్చింది. చదువు అవసరాన్ని గుర్తించాడు బలవంతంగా అయిష్టంగా వారిని బడికి పంపించడం కంటే బడిపట్ల ఆసక్తి కలిగించడం మంచిది. వెంకటరమణవంటి బాలలు బడంటే అసక్తిచూపకపోవడానికి పాఠశాల పరిస్థితులు కారణమే. బడిలోసరైన వసతులు లేవు ఆటపాటలకు సమాజాభిరుచులకు ప్రాధాన్యంలేదు. శెట్టిసాంబశివరావు బాబ్జీగారు "చైనాదేశం మంత్రికథ" చైనాదేశంలోని అతిబీదకుటుంబం నుంచి వచ్చిన బాలుని కథ చదువుల్లో దిట్ట అయిన పిల్లవాడికి ఉపాధ్యాయుడు ఒక పుస్తకం ఇచ్చాడు. అతనికి ఇంట్లో దీపంకూడా ఉండదు, గడ్డిపైన మెరుస్తున్న మిణుగురు పురుగులను ఏరి పల్చటి గుడ్డలో చుట్టాడు. వాటి కాంతిలో రాత్రంతా కూర్చొని పుస్తకం చదివి పూర్తి చేశాడు. అలా చదివిన అబ్బాయి చైనా దేశానికి మంత్రి అయ్యాడు.

గొడ్లపాకలో పుట్టిన ఏసుక్రీస్తు అందరిచేత పూజలందుకొంటున్నారు. ఉప్పుమ్మకొని సిక్కు మందిరాన్ని స్థాపించిన గురునానక్. బంగాళాదుంపలను అమ్ముకొని వచ్చినడబ్బుతో పెరిగి ప్రెసిడెంటయిన అబ్రహంలింకన్, ఏరు ఈది చదివిన వ్యక్తి దేశానికి ప్రధాని కాగలిగిన లాల్‌బహదూర్ శాస్త్రి, ఇలా వీళ్ళందరూ బాల్యంలో కష్టాలుపడే చదువుకొని పట్టుదలతో వారు లక్ష్యాలను చేరుకొన్నారు. కానీ అందరూ ఇలా కష్టపడి ఉన్నత శిఖరాలను చేరలేరు కదా. వీరిజతలో ఉండే సహవిద్యార్థిలే చాలా మంది చదువు ఆపేసి ఉంటారు. కాబట్టి బాలలకు చాలా రకాలైన సమస్యలున్నాయి చదువుకోవటానికి

చదువుపట్ల ఆసక్తి ఉన్నా ఆర్థిక పరిస్థితులు అనుకూలించని వారెందరో ఉన్నారు. భారతదేశం నిర్బంధ ప్రాథమిక విధానాన్ని ప్రవేశపెట్టింది. ఆచరణలో మాత్రం

సత్వరంగా అమలు జరగటం లేదు. మధ్యతరగతి ఉన్నత తరగతివారు మాత్రమే విద్యాసౌకర్యాలను పొందుతున్నారు. సమాజంలో అధిక భాగంగా ఉన్న అట్టడుగు తరగతివారు ఈ అవకాశాలకు దూరంగా ఉంటున్నారు. ఆర్థికదుస్థితియేదీనికికారణం. ఆకలి, అనారోగ్యం, అవిద్య వారిని పీడిస్తున్నాయి, అంరికీ అందుబాటలో వచ్చినవాడే విద్యాధ్యేయం సఫలీకృతం అవుతుంది. సాహిత్యంలో పట్టుదల కార్యదీక్ష ప్రేరేపించే కథల అవసరాన్ని కథకులు గుర్తించాలి. సాహిత్య సృష్టికి సమాజం ఆధారం మంచి చెడులు నీతి అవినీతి బాలలకర్థమయ్యే రీతిలో వారికి చెప్పాలి.

"మూడు మొగ్గలు" కథ సంపుటిలో లక్ష్మీరమణ గారు సమాజంలోని ఆర్థికఅసమానతలను చూపించారు చిన్నవారి చిట్టిమనసు మరుగున వారికి తెలియకుండానే కోపాలు, క్రోధాలు, నిరాశలు, నిస్పృహలు దాగి ఉంటాయి. అలాంటి ఉద్దేశాలకు తావివ్వరాదు అన్నారు లక్ష్మీరమణ. "చిన్నారి చిట్టి" కథలో రెండురకాల పాత్రలను పరిచయం చేశారు. ఆర్థికఅసమానతల వలన నిరాశా నిస్పృహలకులోనై సంఘవ్యతిరేకచర్యలకు పాల్పడకుండా తన దురదృష్టానికి, దారిద్య్రానికి తానే బాధపడుతుంది. అసమానతల గురించి ఆలోచిస్తుంది. అసమానతలనేవి చిన్నారి మనస్సునెంత క్షోభిల్లచేస్తున్నాయో చిట్టి మనస్సు ఘర్షణ చెబుతుంది. రంగుపోయి చిరిగి బొందల్లాగున్న తన బట్టల వంక తేరిపార చూసుకొని పాపం అమ్మకి నా బట్టలు ఉతకదానికి తీరికేది అని చిట్టి లోలోనే మదనపడుతుంది.

14. సుల్తానుల పరిపాలన – తెలుగు భాషా పోషణ

క్రీ.శ. 1206లో బానసి వంశస్థుడైన కుతుబ్ ఉద్దీన్ ఐబక్ భారతదేశంలో ఒక నిర్దిష్టమైన, పటిష్టమైన ముస్లిం సామ్రాజ్యాన్ని స్థాపించడం జరిగింది. పశ్చిమోత్తర భారతదేశంపై ముస్లింలు దండయాత్రలు చేయకమునుపే దక్షిణ భారతదేశ తీరప్రాంతాల్లో ముస్లింలు ఉన్నట్లుగా విశదమౌతుంది. ముస్లిం పాలకులైనప్పటికీ తెలుగు సాహిత్యాన్ని తెలుగు దక్షిణ నాడును సుసంపన్నం చేశారు. తెలుగు సాహిత్యాన్ని ఏ విధంగా ముస్లింలు సుసంపన్నం చేశారో చర్చించడమే ఈ వ్యాస ముఖ్యఉద్దేశ్యం. ఆంధ్రదేశాన్ని అనేక రాజవంశస్థులు పాలించారు. వాటిలో శాతవాహనులు, శాలంకాయనులు, విష్ణుకుండినులు, తూర్పు చాళుక్యులు, కాకతీయులు, రెడ్డిరాజులు, పద్మనాయకులు, సంగమ, సాళువ, తుళువ, అరవీటి వంశస్థులు. వీరిలో తెలుగు సాహిత్యాన్ని కవులను పెంచి పోషించినవారు తూర్పు చాళుక్యులు, కాకతీయులు, రెడ్లు, పద్మనాయకులు, వీరి కాలంలో తెలుగు సాహిత్యం వైభవోపేతంగా విరాజిల్లింది. విజయనగర సామ్రాజ్యం అంతమవడంతో బహమని సుల్తానులు బాగా ప్రాభవంలోకి వచ్చారు. బహమని సుల్తానులు 5 భాగాలుగా విడిపోయారు. అందులో గోల్కొండ రాజ్యం ఒకటి. గోల్కొండను రాజధానిగా కుతుబ్‌షాహి రాజులు పదహారో శతాబ్దం అంతం వరకు దాదాపు రెండు వందల సంవత్సరాల కాలం పరిపాలించారు. ఈ సుల్తానులు చాలా వైభవోపేతంగా పరిపాలించి అన్ని రంగాలకు సమప్రాధాన్యాన్ని కల్పించారు. ముస్లిం పాలకులైనప్పటికీ ఏ మాత్రం భాషా వివక్ష చూపకుండా తెలుగు భాషను అభ్యసించి తెలుగు భాషా కవులను ప్రోత్సహించి ఆదరించి కొన్ని కావ్యాలను వారే స్వయంగా రచించి కొన్నింటిని అంకితం కూడా తీసుకొన్నారు. కుతుబ్‌షాహి సుల్తానులు పారసీ, ఉర్దూ భాషాభిమానం గలవారైనప్పటికీ ఉర్దూ భాషతోపాటు తెలుగు, సంస్కృతాలను కూడా ఆదరించారు. కుతుబ్‌షాహి వంశానికి మూలపురుషుడు సుల్తాన్ కుతుబ్‌షా. ఇతడు పర్షియా దేశవాసి. క్రీ.శ. 15వ శతాబ్దంలో భారతదేశం వచ్చి బహమని సుల్తానులను ఆశ్రయించారు. క్రీ.శ. 1496లో బహమనీ ప్రభువు సుల్తాన్ కులీకి కుతుబ్ ఉల్'ముల్క బిరుదిచ్చి తెలుగుదేశంపై అధికారికంగా నియమించాడు.

బహమని ప్రభువు మహమ్మద్‌షా మరణానంతరం సుల్తాన్ కులీకుతుబ్‌షా అనే నామంతో క్రీ.శ.1512లో స్వతంత్ర్యం ప్రకటించుకొని స్వతంత్రరాజుగా పరిపాలన సాగించారు. వీరి తెలుగుభాషా పోషణ పొగడదగింది. సుల్తాన్ కులీకుతుబ్‌షా కాలంలో

చరికొండ ధర్మన 'చిత్రభారతం' అనే ఎనిమిది ఆశ్వాసాల మహాకావ్యాన్ని రచించాడు. కుతుబ్ షాహీల కాలంలో చిత్రభారతమే ప్రథమ తెలుగు కావ్యం. ఈ కావ్యాన్ని చిత్తాపఖాను అనే ఎముకల పెద్దనామాత్యునికి అంకితమిచ్చాడు. ఈ సుల్తాను కాలంలోనే ఖమ్మం మెట్టవాసి సహజసారస్వత చంద్రులైన హరిభట్టు 'వరాహపురాణం', 'మత్స్యపురాణం', 'భాగవతం'లో 6,11,12 స్కంధాలు, 'ఉత్తర నారసింహపురాణం' మొదలైన కావ్యాలను రచించారు. ఈ కవి 'అష్టఘంటావధాన'మనే గొప్ప బిరుదాంకితుడు. సుల్తాన్‌కులీ కుతుబ్ షా అనంతరం తన తృతీయ పుత్రుడు జంషీద్ కుతుబ్ షా రెండవ సుల్తాన్‌గా రాజ్యాధికారాన్ని స్వీకరించాడు. ఇతను మంచి పండితుడు. ఆంధ్రాభిమానిగా తెలుగుభాషను ఆదరించాడు. ఇతనికాలంలో పిడపర్తి బసప్ప, ప్రభులింగలీల అనే ఐదు ఆశ్వాసాల పద్య కావ్యాన్ని రచించారు. రాజ్యాధికార కాంక్షతో జంషీద్ కుతుబ్ షా తన సోదరుడైన ఇబ్రహీం కుతుబ్ షాను అంతమొందించాలనే ప్రయత్నంలో ఉన్నాడు. ఈ ప్రయత్నాన్ని గమనించిన ఇబ్రహీం కుతుబ్ షా విజయనగరాధీశుడైన అళియ రామరాయలను ఆశ్రయించాడు. ఆ ప్రభావంతో ఇబ్రహీం కుతుబ్ షా తెలుగు, సంస్కృత భాషలను అభ్యసించేలా జరిగింది. ఇబ్రహీం కుతుబ్ షా కాలంలో అనేకమంది కవులను, పండితులను, పెంచి పోషించారు. తెలుగు కవులు ఈ సుల్తానుపై ఉండే గౌరవంతో 'మల్కిభరాముడు' అనే బిరుదుతో సంబోధించారు. హిందూ ముస్లిం అనే తేడాలు లేకుండా తెలుగు, ఉర్దూ భాషాభేదాలు లేకుండా సమానదృష్టితో ఆదరించారు. ఇబ్రహీం కుతుబ్ షా దర్బారులో అద్దంకి గంగాధర కవి, పొన్నగంటి తెలగన అనే ఇద్దరు కవులు ఉండేవారు. అద్దంకి గంగాధర కవి 'తపతి సంవరణోపాఖ్యానం' అనే ఐదు ఆశ్వాసాల శృంగార కావ్యాన్ని రచించి సుల్తానుకే అంకితమిచ్చారు. ఒక తెలుగు కావ్యాన్ని ముస్లిం ప్రభువుకు అంకితమివ్వడం చరిత్రలోనే ప్రథమం. సుల్తాను జాతీయతకు నిదర్శనం. అనూరి మరింగంటి సింగరాచార్యుదుని సైతం కుతుబ్ షా సత్కరించారు. ఇతను ప్రేమాభిరామము, రామకృష్ణ విజయము, నలయాదవ పాండవీయమనే కావ్యాన్ని "రాకాసుధాపూర్ణిమ" దశరాజ నందనచరిత్ర మొదలగునవి రచించాడు. వీరికి అగ్రహారాలు మొదలైన వాటితో సుల్తాను సన్మానించి గౌరవించారు. ఇబ్రహీం కుతుబ్ షా సన్మానం పొందిన వారిలో కందుకూరి రుద్రకవి కూడా ఉన్నరు. ఈ కవి తన కవితా రీతిని ఏరులుగా పారించి సుల్తానునే కాక సభికులందరినీ ఆశ్చర్యపరిచి తన కవితా వైదుష్యాన్ని ప్రదర్శించారు.

ఈ కవికి సుల్తాను రెంటచింతల గ్రామాన్ని అగ్రహారంగా ఇచ్చి గౌరవించారు. సుగ్రీవ విజయమనే యక్షగానం నిరంకుశోపాఖ్యానమనే ప్రబంధం, జనార్దనాష్టకమనే స్తోత్రం మొదలైన రచనలు ఇతని పాండిత్యానికి నిదర్శనాలు. ఇబ్రహీం సుల్తాను కాలంలోనే కాకునూరి అప్పకవి అనే లాక్షణికుడు 17వ శతాబ్దంలోనే అత్యంత గొప్ప లక్షణ కర్తగా పేరుగాంచాడు. అష్టకవీయం అనే లక్షణ గ్రంథం తెలుగువారందరికీ సుపరిచతమే. కలభార్ణవం అనే జ్యోతిశ్శాస్త్ర గ్రంథం అంబికా వాదమనే యక్షగానం, అనంతర కల్పం కవి కల్పకం, అనే వ్యాకరణ గ్రంథం శ్రీశైలేశ్వర శతకం మొదలగు గ్రంథాలను వెలువరించి సుల్తాను ప్రీతికి పాత్రుడయ్యాడు. ఇబ్రహీం కుతుబ్ షా సన్మానానికి పాత్రుడైన అద్దంకి గంగాధరకవి, మరింగంటి సింగరాచార్యులు, కందుకూరి రుద్రకవి అనే కవిత్రయం ఉండేవారు. మేము కవులు అని వచ్చి సుల్తానుకు వచ్చిరాని కవిత్వాలను చదివి వినిపించి అనేకమంది తమ బతుకుబండిని ముందుకు లాక్కుపోయేవారు. ఇబ్రహీం కుతుబ్ షా కాలంలో తెలుగు సాహిత్యం విశేషంగా వికసించిందని చెప్పడానికి చక్కటి ఉదాహరణగా ఒక కవి, బ్రహ్మను సైతం దూషించి బ్రహ్మదేవుడి కంటే సుల్తానే గొప్ప అని కొనియాడారు.

ఉ. రార విధాత యోరి వినరా, తగురా, తలకొట్ల మారి ని
స్సారపు లోభిరాజులను జంపక మల్కిభరామ భూపరున్
జారు యశోధనున్ సుగుణి జంపితి వర్ధలకేమి దిక్కురా
చేరిన నింతరాజును సృజింపగ నీతరమా వసుందరన్

అని వాపోయాడు. సుల్తానుపై ఆ కవికి ఉండే భక్తి పూర్వకమైన ప్రేమ ప్రదర్శించాడు. ఏకంగా బ్రహ్మనే దూషించాడంటే సుల్తాను కీర్తి ఇక ఏ విధంగా విస్తరించిందో అర్థం చేసుకోవచ్చు. ఇబ్రహీం కుతుబ్ షా కాలంలో హిందూ ముస్లిం భేదభావాలు లేకుండా పరిపాలించాడు. ఈ విషయాన్ని షేక్ బుడేన్ సాహెబ్ అనే కవి ఈ క్రింది విధంగా వర్ణించారు.

కం. క్షీరములో నీరముವలె
దారము సూదియును రెండు దవలిన భంగిన్
గూరలలో గారమువలె
గూరిమి హిందూ ముసిలిము కూటములమరెన్

డా.బి. నాగశేషు

ఈ విధంగా ఇబ్రహీం కుతుబ్షా కాలంలో తెలుగు సాహిత్యం శోభాయమానంగా విలసిల్లింది. కుతుబ్షా తరువాత మహమ్మద్ కులీకుతుబ్షా క్రీ.శ. 1580 నుండి 1612 వరకు రాజ్యాన్ని పాలించారు. ఇతని ఉర్దూ కవిత్వంలో అక్కడక్కడ తెలుగుపదాలు కూడా దొర్లి ఉన్నాయి. తన కవితలను "దివాన్" అనే సంకలనాలుగా వెలువడ్డాయి. ఈ దివాన్లు 1800 పుటలతో 50 వేల పంక్తులు కలిగి ఉన్నాయి. తన ప్రియురాలి భానుమతిపై చక్కటి కవిత్వం రాశారు.

మహమ్మద్ కులీ కాలంలో చరిగొండ నరసింహకవి "శశిబింధు చరిత్ర" అనే పద్యకావ్యాన్ని రాశారు. వెల్లుట్ల నారాయణకవి 'వజ్రాభ్యుదయమ'నే కావ్యం, ఎలకూచి బాల సరస్వతి భర్తృహరి 'సుభాషితాల'ను తెలుగులో అనువదించారు. అలాగే భ్రమర గీతమనే ప్రబంధం 'కార్తికేయాభ్యుదయం', 'రంగకొముది' అనే నాటకం మొదలగునవి రచించారు. సుల్తానుచే సన్మానం పొందిన వారిలో నరసయమంత్రి మరొకరు. మహ్మద్ కులీకుతుబ్షా అనంతరం సుల్తాన్ మహమ్మద్ కుతుబ్షా క్రీ.శ. 1612 నుండి క్రీ.శ. 1626 వరకు సింహాసనాన్ని అధిష్టించారు. ఇతని పరిపాలన కాలంలో సారంగుతమ్మయ 'వైజయంతీ విలాసం' అనే నాలుగు ఆశ్వాసాల శృంగార ప్రబంధాన్ని రచించారు. దీనికే 'విప్రనారాయణ చరిత్ర' అనే మరొక పేరు కూడా కలదు. మహమ్మద్ కులీకుతుబ్షా అనంతరం సుల్తాన్ అబ్దుల్లా కుతుబ్షా రాజ్యాధికారాన్ని స్వీకరించాడు. క్రీ.శ. 1626 నుండి క్రీ.శ. 1672 వరకు రాజ్యం పరిపాలించాడు. ఈ సుల్తాను దర్బారులో సకలవేద వేదాంగ పారంగతులైన పండితులతో, కవులతో నిత్యం కళకళలాడేది. ఇతను కూడా మంచి పండితుడు. ఇతని కాలం ఉర్దూ సాహిత్యానికి స్వర్ణయుగంగా వికసించింది. విదేశాల నుంచి సైతం ఇతని రాజ్యాన్ని దర్శించడానికి వచ్చేవారు. ఈ సుల్తాను కాలంలో గవ్వాసీ, ఇజ్జని, షౌతి, అనే ఉర్దూ కవులుండేవారు. గవ్వాని కవి కుశసప్తతికి పారసీ అనువాదమైన తూతీనామాను ఉర్దూ భాషలోకి అనువదించారు. ఇతని ఆస్థానంలో గణనాథుడు, తులసీమూర్తి అనే కవులున్నారు. పదకవిత్వంలో ప్రసిద్ధుడు క్షేత్రయ్య సహ ఈ రాజు ఆస్థానాన్ని సందర్శించారు. కర్పూర కృష్ణమాచార్య కవి 'భగవద్గీత' ద్విపద కావ్యాన్ని రచించారు. కేసన, మల్లన కవులు 'దాక్షాయణీ పరియణం', 'విష్ణుభజనానందం', ఎలకూడి విన్నయ ప్రభాకరుడు, 'ఆదిత్య పురాణం', సోమనాథకవి 'వసుచరిత్ర'కు విద్వజ్జన మనోరంజనీ వ్యాఖ్యను, 'యాదవ చరిత్రం', 'గంగాగౌరీ సంవాదం' అనే రచనలు చేశారు.

102

ఇరుగు పొరుగు

కుతుబ్‌షాహీ వంశంలో కడపటి ప్రభువు అబుల్‌హసన్ తానాషా పరిపాలన కొచ్చాడు. క్రీ.శ. 1672 నుండి క్రీ.శ. 1687 వరకు పాలించారు. ఇతను కూడా తన పూర్వ సుల్తానులవలె ఆంధ్రభాషాభిమాని తెలుగుభాషను సంరక్షించారు. తానీషాన్ తానీషాగా వ్యవహారంలో స్థిరపడ్డారు. ఇతని కాలంలో రామదాసు కీర్తనలు దాశరధీశతకం, కుదుమపల్లివిలాసపుకర్త పానుగంటిజగన్నాధరావు, యతిరాజ శతకకర్త తిరునగరివెంకటాచార్యులు ఈ సుల్తాను కాలంవారే.

ఇబ్రహీంకుతుబ్‌షా కాలంలో ప్రముఖ ఉద్యోగి సామంతుడు, సర్దారైన అమీన్‌ఖాన్ కూడా తెలుగు భాషా సాహిత్యాలపై తెలుగు ప్రజలపై ఆదరాభిమానాలు చూపారు. ఇతని కాలంలోనే వేదశాస్త్ర ప్రవీణుడైన మరింగంటి అప్పలాచార్యుడున్నాడు పొన్నగంటితెలగనార్యుడు తన ఐదాశ్వాసాల 'యయాతిచరిత్ర'ను అమీనుఖానుకు అంకితమిచ్చాడు. ప్రథమాంధ్ర అచ్చతెలుగు కావ్యానికి కృతిభర్త అమీనుఖాను ఒక ముస్లిం‌ప్రభువు కృతిభర్త కావడం, శుద్ధాంధ్రలో ఈ కావ్యం ఉండటం అనే రెండు విశిష్ట లక్షణాలకు దోహదమయ్యింది. తెలుగు భాషను, తెలుగు ప్రజలను అంతగా అభిమానించారంటే తెలుగుభాష ఎంత మధురమైందో మనం గ్రహించవచ్చు. రెండువందలసంవత్సరాలు ఆంధ్రదేశాన్ని పరిపాలించారంటే వారి జాతీయభావం, ప్రజల ఆదరణ రెండూ సమతూకంగా ఉన్నాయని అర్థంచేసుకోవచ్చు. దేశం పచ్చగా ఉండాలంటే పాలకులు జాతి, మత, కుల రహిత పరిపాలన అన్నిరంగాల్లోను జరపాలి. నేటి పాలకులు కేవలం ఒక్క‌ప్రాంతానికే ప్రధానులైనట్లు, ఒక ప్రాంతానికే ముఖ్యమంత్రులైనట్లు కొంతమంది ప్రవర్తిస్తూ ఆ ప్రాంతాలను మాత్రమే అభివృద్ధి చేస్తుంటారు. అధికారకాంక్ష ఉన్నప్పటికీ ప్రజోపయోగ కార్యక్రమాలు చేపట్టాలి. ప్రజారంజకంగా దేశాన్ని పరిపాలించినప్పుడే ఆ పాలకులు ప్రజల మనసుల్లో చిరస్థాయిగా నిలిచిపోతారు. కొన్ని అవాంతరాలు వచ్చినా అవి ప్రజలకు ఉపయోగపడే విధంగా ఉంటే అవి తక్షణం చేపట్టాలి. సుల్తానులు పరభాషాజ్ఞానులైనా పరమతస్థులైనా తెలుగు సంస్కృతిని తెలుగు భాషను తెలుగు ప్రభువులకంటే బాగా తెలుగు ప్రజలకు ఉన్నత స్థానాన్ని కల్పించారు. పరిపాలకుల్లో జాతీయభావం తప్పని సరిగా ఉండాలి. పక్షపాతవైఖరి పాలకుల్లో ఉండకూడదు. దేశ ప్రజలను ఇంటి మనుషుల్లా భావించుకొని వారికి కావాల్సిన కనీస అవసరాలను తీర్చిదిద్దేలా పాలకులు, ప్రభుత్వాలు ఉండాలి. స్వదేశ భాషలను రక్షించాలనే దృఢమైన కాంక్ష పాలకుల్లో గట్టిగా ఉండాలి.

103

డా.బి. నాగశేషు

15. రాయలసీమ కరువు కన్నీటి ప్రాతినిధ్యపు పాట – పెన్నేటిపాట

విద్వాన్ విశ్వంగారి పూర్తిపేరు 'విశ్వరూపశాస్త్రి. ఈయన అనంతపురం జిల్లా తరిమెల గ్రామంలో 1915 అక్టోబర్ 21న జన్మించారు. లక్ష్మమ్మ, మునిరామాచార్యులు వీరి తల్లిదండ్రులు. కర్నూలు, ప్రొద్దుటూర్లలో సంస్కృత కావ్య నాటకాలంకారాలను, తర్కశాస్త్రాన్ని పఠించారు. మదరాసు విశ్వవిద్యాలయం నుంచి విద్వాన్ పట్టా పుచ్చుకొన్నారు. తన పదహైదవ ఏటనే కవితలల్లడం ప్రారంభించిన విశ్వం తన ఇరవయ్యవ ఏట 'విరికన్నె' అనే ఖండకావ్యాన్ని వెలువరించి మాజీ రాష్టపతి నీలం సంజీవరెడ్డి వివాహ సమయంలో ఆవిష్కరించారు. 'విరికన్నె'ను చిలుకూరి నారాయణరావుగారికి అంకితమిచ్చారు, పప్పూరురామాచార్లు సంపాదకత్వం వహించే సాధన పత్రికలో వ్యాసాలు రాసేవారు.

విద్వాన్ విశ్వంగారు సంస్కృతంనుంచి, ఇంగ్లీషునుంచి విరివిగా అనువాదాలుచేశారు. చెకోవ్ మొదలైన రష్యన్ రచయితల కథలను, నాటకాలను అనువదించడమే కాక, 'రోమారోలా' నవలను 'మానవుడు' అనే పేరుతో అనువదించారు. ఇబ్సన్, బెర్నార్డ్షా నాటకాలతోపాటు ఓల్ఫ్ హార్డీ నవలను, 'భూమి' అనే పేరుతో అనువదించారు.

మాకారిక్స్ వీణ రచయితగా మరెంతో మందికి సుపరిచితులు, దీనికి కారణం ఆంధ్రప్రభ వారపత్రికలో వారం వారం 'మాణిక్యవీణ' పేరుతో ఆయన రెండు దశాబ్దాలపాటు ఈ శీర్షికను నిర్వహించడమే కాక 1852లో ఆంధ్రప్రభ వారపత్రికలోనే తెలుపు-నలుపు పేరుతో 1959దాకా వారం వారం శీర్షికను నిర్వహించారు. ఆంధ్రపత్రికలో అవీ-ఇవీ పేరుతో ఆ తర్వాత ఆంధ్రజ్యోతి దినపత్రికలో 'ఇవ్వాళ' శీర్షికను కొనసాగించారు. రాయలసీమచరిత్ర తెలియనివారికి పెన్నేటిపాట ఒక దృశ్యరూపకంగా అగుపిస్తుంది. రైతుల ఆశ నిరాశలను, రాయలసీమ పలుకుబడులతో ఎంతోహృద్యంగా అభివర్ణించారు. పెన్నానది గట్టున సాగే రాయలసీమ దీన పరిస్థితిని కళ్ళకు కట్టినట్లుగా చిత్రీకరించారు.

రాయలసీమ కరువు ప్రాతినిధ్యపు పాట విశ్వంగారి పెన్నేటిపాట. "రాయలసీమ జీవనయానంలోని దుఃఖం, నిరాశ, నిర్వేదం, ఆకలిని అక్షరాలుగా

పేర్చితీర్చిదిద్దినపాట పెన్నేటిపాట. రాయలనాటి రత్నాలరాసుల ప్రసక్తేగాని రైతులధాన్యపురాసుల ప్రస్తావనే లేదు. గతమెంతో ఘనమని సంకలు గుద్దుకోవడమే గానీ, సామాన్యుడి జీవన వ్యథలను చర్చించేవారు ఎవరు? రాయలసీమ కరువు మిగిల్చిన విషాదాలను, విలాపాలను కుప్పగా పోసి "పెన్నేటిపాట"గా రూపొన్నించ్చారు విశ్వంగారు.

రాయలసీమలోని బీడుభూముల మూగవేదనను తనపదాలతో పరవళ్ళు తొక్కించి రాగాలాపన చేయించారు విశ్వంగారు. కరువు రైతులపై ముప్పేట దాడిచేస్తుంటే నిశ్శేష్టురాలై 'పెన్నమ్మ' చూస్తూనే ఉంది కానీ తన ఒడిలోని పరవళ్ళను జలజల జారవిడువలేదు. ఒకనాటి పెన్నమ్మ పరవళ్ళును స్తుతిస్తూనే నేటి దీన హీనస్థితిని ఆకలిచావుల అప్పులఆత్మహత్యలను తనపెన్నేటిపాటలో నిక్షిప్తంచేశారు. 'అచటనొకనాడు పండె ముత్యాలచాలు' అంటూ గత చరిత్రను స్మరిస్తూ

ఇది గతించిన కథ

వినిపింతు నిక

నేటి రాయలసీమ

కన్నీటి పాట

పెన్నానదినీళ్ళు దోసిళ్ళకొద్దీ తాగితే స్త్రీలు దీర్ఘసుమంగళిగా వుంటారని, దేవతల్లాఅమరులై అలరారుతారని తెలియజేస్తూ నీరులేని పెన్నమ్మకు మన కళ్ళముందుంచారు.

ఏదీ నీరు? ఏదీ హోరు? ఏదీ నీటిజాలు

ఇదే నీరు ఇదే హోరు! ఇదే ఇసుకవాలు

అదేపెన్నా! అదే పెన్ను! నిదానించెనేడు

విదారించునెదన్ వట్టి ఎడారి తమ్ముడు

పదిరోజుల్లో పడిన వర్షపు నీళ్ళన్నీ తన ఇసుక బొక్కసంచుల్లో దాచుకొని పడుకుంటుందని, పెన్నానది పరవళ్ళు తొక్కినప్పుడు చూడటానికి చాలా అందంగా లేడిపిల్ల పరుగులా గోచరిస్తుందని

చిటపట వానలకేఓ

క్కట నోరునే దెరచి, నురుగగ్రక్కుకొనుచు ను

త్కటమై, దరులోరసి రటత్

కటు ప్రవాహముల నింగికై పరువెత్తున్

అంటూ పెన్నానది వాలకాన్ని తెలియజేస్తారు. పంటలెన్నిసార్లు ఎండినా తనకు తిండిలేకపోయినా, రాయలసీమ రైతు దానగుణం, మానవత్వం, ప్రేమ, ఆప్యాయతలకు మాత్రం కరువేలేదని

కండలేక ఎండిపోయి
బెండువారినా సరే
తిండిలేక, తుండులేక
పండువారినా సరే
నిండు మనసు నిజాయితీ
పండువయసు పట్టుదల
దండిచేయి, ధర్మదీక్ష పండిరచును గుండెలలో

విశ్వంగారిది చలించే హృదయం ఆయన అనుభవాలనే ఆధారంగా చేసుకొని రచించిన పాట పెన్నేటి పాట. పెన్నేటి కాల్వలోతుల్లో పారేనీటి బొట్లలో ఎందరి రైతు నెత్తటిచుక్కలు కాలువల్లో కలిసి పారాయో అంటాడు. పెట్టిన పెట్టుబడి చేతికిరాక ఉసూరుమంటుంటే, మేఘం ఊరించి నాలుగు చినుకులు నేలపై రాలేసరికి ఇంట్లో ఉండే గింజా గిత్రా తీసుకుపోయి సేన్లో సల్లేసి వస్తాడని, అవిమొలకెత్తి ఆరిపోయే దీపంలాగా కొట్టుమిట్టాడుతుంటే మేఘాలవైపు ఆశగా చూస్తుంటాడు రైతు. వాన ఆడే జూదంలో సర్వంకోల్పోయి, అప్పులవాళ్ళు చేసే నిష్ఠూరపు మాటలకు తట్టుకోలేక ఆత్మహత్యలకు పాల్పడి బలవన్మరణం పొందడం సీమరైతుకు నిత్యకృత్యమే. ఆ ఆత్మహత్యలకు సాక్ష్యం ప్రతిగుట్ట, చెట్టు అని ప్రకృతిసైతం కరువురైతు కన్నీటి బాధలపట్ల జాలిలేక తానే ఆశ్రయంగా మారిన సందర్భాలను నెమరేసుకుంటున్నారు.

ఆ చింత చెట్టు కొమ్మే చిన్నిగాని యూ
పిరి దీసిన యూరికి బ్రాపు
ఆ తుమ్మ చెట్టుదిమ్మే 'సీతగానికా
అకు జేరవేసిన ఆలుగాయ
ఆయాతచెట్టు పట్టే 'యెంకి కడియాల
నూడ్చిన తీర్పులో నాక్కసాక్షి
ఆబోద పోచరెమ్మే 'బుఱ్ఱ ఎఱుకల
సాని చండాలూడ్డుజాలు జూనా

ఏట్లో బండినిండా ఇసుకేసి ఎద్దులను అదిలిస్తే లాగలేక ఎన్నిసార్లు కాడిమాన్లు, ఇరుసులు పుటుక్కుమన్నాయో లెక్కలేదంటూ, ఇసుకదోసిడీని, మూగజీవుల రోదనను రెండిరటినీ తెలియజేస్తారు. పెన్నానది పరివాహక ప్రాంత పల్లెల జీవనచిత్రాన్ని గుర్తుచేస్తూ కోనసీమ అందాలు కనిపించనిక్కడ, కాశ్మీరు ప్రాంతం లాగులాచీలు. ఆపిల్ పండ్లు కనిపించవు. పొపరకాయలు, పల్లేరుకాయలే కనిపిస్తాయిక్కడ. పెన్నానదిలో పూడ్చే శవాల అస్థిపంజరాల కోసం గద్దలు ఆకాశంలో తిరిగే దృశ్యాన్ని పరిచయం చేస్తారు.

> నాగకన్యలిచట కన్పడరుగానీ
> నాగుబాములు చకచక సాగునిచట
> గరుడ గంధర్వ కామినుల్ కానబడరుగాని
> బొంత గద్దలు గుంపుగట్టు, నిచట

తిప్పతీగ, రేగిగంప, తుమ్మతోపు, చిట్టేత, తంగేడు, గూబమ్యుళ్ళు, తీతువుపిట్టలు, పొపరకాయలు ఎదారిని తలపించేలా రాయలసీమ ప్రాంతం వుందని, బీడుభూముల్ని, పెన్నాదీనస్థితిని దర్శింపజేస్తాడు. బల్లులు, తొండలు, ఎలుకలు, చెవులపిల్లులు, తేలు, జెట్టులు, పాములకు అన్నింటికీ ఈ పెన్నానది ఇసుకయే ఆశ్రయం ఇస్తుండడం గమనించవచ్చు. కొత్తకోదండ్రు చెలమనీటిని తీసుకురావడానికి లోలోన ఎంత మథనపడుతూ కడవలు మోసుకొస్తారో వారి మనోబాధను పరిచయంచేస్తారు.

> ఈ డొంక మంచి నీళ్యెత్తుకవచ్చు
> కొంగ్రొత్త కోడెండ్రెంత కుళ్ళుకొనిరా?

స్త్రీల ఆవేదనను తెలుపుతూ పెన్నానది ఏటి గట్టున జరిగే రాసలీల గుట్టును విప్పారు.

> ఇచట ముని మాపులందెన్నియొన్ని
> మొజుకడలలో రసపట్టులు కాటు వడెనో?

అంటూ పెన్నానది ఒడ్డున జరిగే మొజుకథలను వివరించారు. ఏరుపారినపుడు అక్కడక్కడ కాల్వలగుండా నీటిని తీసుకుపోవడానికి కాలువలగుండా నడుచుకుంటూ వెళుతూ పూడుకుపోయిన ఇసుకను కాలువ ఒడ్డుకు ఎగేసి ఏట్లోని నీళ్యను ఎక్కడో ఏటికి దూరాన వుండే తన బతుకు పంటను తడపడానికి తీసుకెళ్ళే ప్రయాసను గుర్తుచేస్తూ రాత్రింబవళ్ళు పనిచేస్తేనే పంట చేతికొస్తుంది. గతుకుల బతుకులకు నాలుగు మెతుకులు

రాలుతాయి. పంటకు నీరు తీసుకుపోవడానికి రైతు పడే కష్టాన్ని విశ్వంగారు మన కళ్ళముందుంచారు.

అదిగో పొరలనెత్తి పట్టుకొని

వేయార్కుంది ఈ కాల్వనే

పది లంబోనరింప వత్తు

రిది కుప్పల్ గొట్టు కాలమ్ముదాక

దినమ్ముల్ బ్రతిరైతు సేయవలె

సర్కారూరకే పన్ను వేయదురంతే

రైతుకు వ్యవసాయం ఓ వ్యసనంగా మారిపోయింది. జీవితాల్ని సైతం ఆ భూమి కోసమే ధారపోస్తారు వ్యవసాయం నుండి బయటపడక అదే రోగంగా, భోగంగా, యాగంగా భావిస్తారు ఆ సందర్భాన్ని ఎంత సుందరంగా వర్ణించారో

ఆ గుంపులోన వచ్చును

రాగమ్మున వయలపాడు రంగన్నుకిదే

యాగము, యోగము, భోగము

రోగమ్మును కూడా నిదియె

రోజులు గడవన్

పెన్నానది హోరున ప్రవహించే కాలంనాటి రైతులు బతుకులను అది ఎండిపోయిన పిదప రైతుల జీవితాల్లో మార్పులను నారపరెడ్డి పాత్రద్వారా ఉదాహరించారు. నారపరెడ్డి బాగా బతికిన కుటుంబం కానీ దానధర్మాలకు, న్యాయస్థానాల్లోని వ్యాజ్యాలకు, అతన్ని పొగిడి మునగమానును ఎక్కించే వారికి సంపదనంతా కరిగించేశాడు. ఒకవైపు కరువు, రెండోవైపు నారపరెడ్డి నడవడిక వల్ల జీవితం అప్పుల్లో పడి చివరకు నారపరెడ్డి కష్టాలతో కనుమూస్తాడు. అతని కొడుకు రంగడు చాలా కష్టాలను అనుభవిస్తాడు. నారపరెడ్డి కాలంలో ధాన్యపు శులు తులతూగుతుంటాయి. కానీ రంగడికాలానికి గాదెల్లో గింజలు కరువైపోయి గబ్బిలాలకు నిలయాలుగా మారిపోయిన విషయాన్ని, తండ్రి చనిపోయిన తరువాత రంగడు పడిన కష్టాన్ని, కరువు మిగిల్చిన విలాపాన్ని విశదపరిచాడు. "డబ్బుంటే సుబ్బిగాడినే సుబ్బారావుగారంటారు అన్న సినీకవిమాటలు అక్షరసత్యాలు బాగా బతికిన రోజుల్లో

నాగిరెడ్డి, అప్పుల్లో చిక్కుకున్న నాటికి నారప్ప అయ్యాడు'' రంగడు మోతుబరి రైతు అలాంటి రంగడి దీనావస్థను

ఒకరింటి గాటిలో నూరి గంజెల్ల
నెత్తిపోయుట కెంత యేడ్డినాడో
ఒకరింటి దొడ్డిలో నుండిన కసవెల్ల
నూడ్చి వేయుట కెంత ఉడికినాడో
ఒకరింటి నట్టింట నున్న కొట్టలనెల్ల
దంటుకెంత కంపించినాడో
. . . .
కటిక కారము సంగటి గుటక వడక
ఎన్ని బిందెల నీళ్ళు త్రాగించినదియొ

ఒకనాడు నారపరెడ్డి బాగా బతికినవాడు. నారపరెడ్డి అప్పుల్లో చిక్కి నులకమంచం ఎక్కినాక రంగడి పరిస్థితి హీనాతిహీనంగా మారిపోయిందో పూట గడవడానికి గగనంగా మారి ఒకరింట్లో జీతం ఉంటూ జీవితాన్ని గడుపుతుంటాడు. యజమానిపెట్టే కష్టాల్ని రంగడుఎలాఅనుభవించాడో విశ్వంగారు పెన్నేటిపాటలో సాక్షాత్కరీకరించారు. అన్నంకూడా దొరక్క మంచినీళ్ళుతాగి పడుకొన్న రంగడి జీవితమే రాయలసీమలోని చాలామంది రైతుల దయనీయస్థితికి ఉదాహరింపు. బరువైన గడ్డిమోపు మోసుకొస్తుంటే ఖాళీకడుపుతో మోస్తుంటే పొట్టలోకి వీపు చేరిపోయేదంట.

ఆకలితో పస్తులున్నా దాంపత్య జీవితంలో రంగడు, గంగమ్మలు చాలా అన్యోన్యంగా ఉండేవారు అలసిన రంగడి శరీరానికి గంగమ్మ మునివేళ్ళే సంజీవనిగా భావించుకునేవాడు రంగడు.

పొంతనీళ్ళు దెబ్బ, రవంత వంగి నిలుచుకొన్న
రంగన్ను పైనిమిరి, నిమిరి కడుగుచున్న
ఆయిల్లాలి కరయుగమ్ము
వేయు సంజీవనుల మేళవింపుసుమ్ము

రంగడి, గంగమ్మగార్ల అనుబంధాన్ని చూసి స్వర్గంలోని అరుంధతి కళ్ళనీరు చిలకగా, పురూరవుని కళ్ళలో నీరుచిమ్మింది. అంతటి అన్యోన్య దాంపత్యం వారిది, రాయలసీమలోని కరువు బతుకుల కన్నీటి కష్టాలు ఎప్పటికీ మాసిపోవని...

డా.బి. నాగశేష

న్నింకు నేడు వీరికి, నేటి వలెనె రేపువచ్చును
గుండెల నూపి వదలు, మాపులే రేపులైన
ఈమాయ వదలు రేపకడ కోసమే
వీరి ఈ ప్రతీక్ష

సీమరైతుల కన్నీటిని తుడ్చే పాలకులు లేరు. చివరికి దేవుడు కూడా వీరికి అండగా నిలవడని, దైవమా ఉన్నావా చచ్చినావా నీవు? అంటూ ఉకింత ఆగ్రహం కూడా ప్రదర్శిస్తాడు. రాయలసీమ వైభవం క్రమంగా తనకళ్ళెదుటే కరిగిపోతుంటే కన్నీరు మున్నీరవుతారు విశ్వంగారు. కరువొక ప్రక్క, పాలకుల స్వార్థపూరిత ఆలోచనలపరంగా రాయలసీమ ప్రజల మూగవేదన అరణ్యరోదనగానే మిగిలిపోయింది.

రైతుల జీవితాల్లోకి చొరబడి నిశితంగా పరిశీలించి, అనుభవించి రంగరించిన అద్భుత మహాకావ్యం "పెన్నేటిపాట" కరువును ఇతివృత్తంగా చేసుకొని రచించిన రచనలన్నింటినీ మరపించేలా అగ్రస్థానాన్ని ఆక్రమించింది "పెన్నేటిపాట". కరువుగుండెలను మీటుతూనే వుండే పాట ఒక ప్రాంత ప్రజల కష్టాల్ని, జీవనచిత్రాన్ని త్రీడీలో చూపించారు. రాయలసీమవాసుల అభ్యుదయాన్ని ఆకాంక్షించి రచించిన రచన "పెన్నేటిపాట" సీమపట్ల విద్వాన్ విశ్వంగారి విశాలదృక్పథం నేటితెలుగురచయితలకు స్ఫూర్తిదాయకం. విద్వాన్ విశ్వంగారు 1987 అక్టోబర్ 20వ తేదీన కన్నుమూశారు. జయంతి వర్ధంతి పక్కపక్కనే ఉండటం గమనార్హం.

16. తమిళ, తెలుగు, కన్నడ, మలయాళ భాషల్లో 'దేశీ' కవిత్వం

ప్రపంచంలో ప్రతి భాషకు ఒక గౌరవస్థానం ఉంది ప్రాముఖ్యత కూడా ఉంది. ఏ భాషా మరొక భాషకంటే ఎక్కువాకాదు, తక్కువాకాదు. భాషను అభిమానించాలేకాని అవమానించరాదు. ఎన్ని భాషలు నేర్చుకొంటే అంత జ్ఞానం సంపాదించినట్లు లెక్క. భారతీయ భాషలన్నీ సమానమే. ప్రత్యేకించి ఒక భాషకున్న గౌరవం ఆ భాష ప్రజల సంస్కృతియే కారణం. సాహిత్యం, భాష, అనేవి స్వచ్ఛందంగా ప్రజల ఆత్మాభివ్యక్తికి ప్రధాన సాధనాలనడంలో సందేహం లేదు. సాహిత్యం భాష ప్రజల అభివృద్ధికి, సంస్కృతి, వికాసానికి కారకాలు.

"రాధాకృష్ణ పండితుడు చెప్పినట్లు సాహిత్యం అనేది పవిత్రమైన శక్తివంతమైన ఒక రమణీయసాధనం. భాష మనలో ఉండే అజ్ఞానాన్ని తొలగించి విద్వేషాలను విడనాడేలా, సమైక్యతను చాటేలా తోడ్పాటునందిస్తుంది". భారతీయ కవులందరి రచనల సారాంశం సమైక్యతను చాటడమే. సంస్కృతి విజ్ఞానం ఆధునికయుగంలో అనువాదాల ద్వారా మానవులందరి ఉమ్మడిసంపద అవుతుంది. ఒకదేశంలో కొన్ని కారణాలవల్ల సంస్కృతి శాస్త్రవిజ్ఞానం ముందంజ వేసినా ఆ సంస్కృతిని, శాస్త్ర విజ్ఞానాన్ని ప్రపంచంలోని అన్ని దేశాలవాళ్ళు తమ తమ భాషల్లో అనువాదాల ద్వారా తెలుసు కోవచ్చు. దక్షిణ భారతదేశంలోని సాహిత్యం విషయంలోని వివిధ రాష్ట్రాల మధ్య ఉన్న రాకపోకలు సంబంధ బాంధవ్యాల ఫలితంగా దక్షిణ దేశసాహిత్యంలో సమానధర్మాలు, ఆదాన ప్రదానాలు సహజంగానే చోటుచేసుకొనే అవకాశం ఉంది. దక్షిణ దేశభాషల్లో సామ్యమున్నా కూడా ఆ ప్రాంతప్రజల అభిమానులమేరకనుగుణంగా కొన్ని చేర్పులు మార్పులు జరగడం అనేది సామాన్యమైన విషయం. భాషలో ఆదాన ప్రదానాలు జరగాల్సిందే. ఒకభాషలోని ఆలోచనలు, భావాలు మరొకభాషా వ్యవహర్తలకు తెలియాలి. ఇతరుల సంస్కృతి, సంప్రదాయాలు మనం తెలుసుకోవాలి. మన సంస్కృతి, సంప్రదాయాలు ఇతర భాషలవాళ్ళకు కూడా తెలియాలి తద్వారా భాషాభివృద్ధి జరుగుతుంది.

ఆధునిక కాలంలో తులనాత్మక సాహిత్యం బాగా అభివృద్ధి చెందుతోంది. తులనాత్మక అధ్యయనం వల్ల ఆయా భాషల్లో ప్రత్యేకతలు మనం తెలుసుకోవచ్చు

తులనాత్మక సాహిత్యం గురించి ఆచార్య జి.ఎన్.రెడ్డిగారి అభిప్రాయం ఈ విధంగా ఉంది. "తులనాత్మకపద్ధతిలో భారతీయసాహిత్యాలను అధ్యయనంచేయడం జాతిసమైక్యతకు, భావసమైక్యతకు దోహదపడుతుంది. జాతి విధ్వంసక శక్తుల్ని పురికొల్పే దహనసంస్కారాన్ని తొలగించి, సహస సంస్కారాన్ని పెంపొందించే మానవత్వం తులనాత్మక అధ్యయన సాహిత్యం ద్వారా సిద్ధిస్తుంది"అని తెలియజేశారు.
సాహిత్యంలో మార్గ, దేశీ పద్ధతులున్నాయి సంస్కృత కవిత 'మార్గ'మని దేశ బాషలలోని కవిత 'దేశీ' అని కొందరు అభిప్రాయపడ్డారు. సంస్కృత సాహిత్య లక్షణప్రభావానికి విధేయమైనదంతా 'మార్గ'మని తద్భిన్నమైనదంతా 'దేశీ' అని కొందరి అభిప్రాయం.

భాష, చందస్సు, కథ, వస్తువు, భావం, భాష, రీతి, అలంకారాలు, కవిసమయాలు వీటన్నింటినీ ఆశ్రయించుకొని వీటి ద్వారా దేశీలక్షణాలను ప్రధానంగా ఆరోపించుకొని దేశీయ ప్రజాజీవితానికి దగ్గరగా జనసామాన్య వ్యాప్తికోసం ఉద్దేశింపబడిన ప్రజాకవిత 'దేశీ' అని నిర్వచించవచ్చు. ఏ భాషా సాహిత్యంలోనైనా మొదట దేశీ కవిత్వం ఆ తర్వాత మార్గకవిత్వం వ్యాప్తిలోకివచ్చింది. దక్షిణ దేశ భాషలైన తమిళ, కన్నడ, మలయాళ, తెలుగు, భాషలన్నింటిలో కూడా ప్రారంభదశలో 'దేశీ' కవిత గుర్తింపు పొందింది. దక్షిణ భారత సారస్వతాలలో కనబడే 'దేశీ' సాహిత్యాన్ని తులనాత్మకంగా చర్చించడమేఈ వ్యాస ఉద్దేశం.
'తమిళ సాహిత్యంలో దేశీకవిత'

దక్షిణ దేశభాషలలో అతి ప్రాచీనమైనది తమిళం. క్రీ.పూ.500 నాటికే గణనీయమైన సాహిత్యమున్నట్లు తెలుస్తున్నది తమిళంలో ఉన్నంత దేశీతనం తక్కిన దక్షిణ దేశభాషా సారస్వతంలో కన్పించదు. తమిళదేశంలో పండితులను, కవులను ప్రోత్సాహించడానికి, రచనలవిలువలను నిర్ణయించటానికి ఒక సాహిత్య పరిషత్తు ఉండేది దీనిని సంగం అని పిలిచేవారు. సంగం కవులు తమ భాషా పవిత్రతను కాపాడుకోవడానికి శ్రద్ధచూపారు. సంస్కృత భాషా ప్రభావాన్ని సహించేవారు కాదని తెలుస్తోంది. లభ్యమైన తమిళ గ్రంథాలలో మొట్టమొదటిది "తొల్కాప్పియనార్" రచించిన "తొల్కాప్పియం" అనేలక్షణ గ్రంథం ఇది మధ్యసంగకాలంలో వ్యాప్తికి వచ్చింది.

ఇరుగు పొరుగు

తమిళంలో లభ్యమయ్యే ప్రాచీన కవితా సంకలనాలలో ప్రసిద్ధిచెందినది "ఎట్టుత్తొగై" ఇది ఎనిమిది గ్రంథాల బృహత్‌గ్రంథం. ఇందులోని రచనలన్నీ దేశీ సాహిత్యానికి చెందినవే.

కడసంగానికి చెందినకవులలో ప్రసిద్ధుడు "తిరువళ్ళూర్" అతడు రచించిన "తిరుక్కురల్" తమిళ సాహిత్యంలో వేదంగా ప్రశంసలు పొందింది. 'కురళ్" కావ్యము రెండు భాగాలుగల 'కురళ్' అనే దేశీయచందస్సుతో కూర్చబడింది ఇదిఅందరితో ప్రశంసలందుకొనేలా నీతిగీతాలతో కూడి ఉంది. కడసంగ కాలానికి చెందిన కవయిత్రి "అవ్వె" ఈమె "కొండ్రవేండ్రన్ వాక్కుందాం, 'నల్వళి' మొదలైన నీతిగ్రంథాలను దేశీచందస్సులోనే రచించారు. సంగకాలానికి చెందిన తమిళసాహిత్యమంతా దేశీయమై తమిళ సామాన్య ప్రజల జీవనాన్ని తెలియజేస్తుంది.

తమిళసాహిత్యంలో జైన, బౌద్ధయుగంలో శిలప్పదిగారం, మణిమేఖలై, జీవకచింతామణి, వళయాపతి, కుండలకేశి అనే పంచకావ్యాలు వ్యాప్తిలోకి వచ్చాయి. ఇందులోని ఇతివృత్తాలన్నీ స్వతంత్రాలు, దేశీయాలు, శిలప్పదిగారం తమిళుల జాతీయకావ్యంగా ప్రసిద్ధిగాంచింది. ప్రాచీన కాలంనాటి తమిళుల జీవితాన్ని దగ్గరగా చూపే రచనలు శిలప్పదిగారం, మణిమేఖలై ఇవి రెండూ తమిళసాహిత్యంలో జంట కావ్యాలుగా పేరుగాంచాయి. తమిళ సాహిత్యం ఆదినుండి దేశీ పద్ధతినే కొనసాగిస్తూవుంది.

శైవ, వైష్ణవుల కాలంలో ప్రచారంలోకి వచ్చిన భక్తిరసమైన తమిళ సాహిత్యమంతా 'దేశీ, పద్ధతికి చెందినదే. నాయనారులు, ఆళ్వారులు, సంస్కృతాభిలాషులైనా కూడా తమిళ ప్రజలభాషలో శైవులు 'తిరుమరై', వైష్ణవులు 'వాలాయిరదివ్య ప్రబంధం' అనే గీత సంపుటాలని రచించారు. మాణిక్య వాలికర్ రచించిన "తిరువాచకం" అనే కృతితో శుద్ధదేశీ కవితాశాఖకు చెందిన అమ్మానై (అచ్చెంగాయలలాడే సందర్భంలో స్త్రీలుపాడే పాటలు), తెల్లేణం (గొబ్బిపాట), పాళల్ (జోలపాట) మొదలైన గీతాలు దేశికవితా శాఖలోనే రచించారు.

కంబరామాయణంలోని వర్ణనలు తమిళ జీవితం నుండి గ్రహించబడి తమిళ దేశీ కవిత్వచ్చాయలతో ఒప్పుకోబడ్డవే. తమిళ కవిత్రయయుగంలో సంస్కృత కావ్యానువాదంలో అనుసరణలు కొన్ని వెలిసినా తరువాత దేశీ కవితా రచనలే ఎక్కువగా వెలువడ్డాయి. క్షీణయుగానికి చెందిన అరుణగిరినాథుని రచనలలో ప్రశస్తమైనది.

"తిరుప్పుగళ్" అనే గ్రంథంలో సుమారు వేయికిపైగా మధురగీతాలు దేశీపద్ధతిలోనే రచింపబడ్డాయి. తమిళుల జాతీయకవి సుబ్రహ్మణ్యభారతి కవిత్వమంతా స్వతంత్ర, దేశీకవితా రీతిలోనే కొనసాగింది. నాటి నుండి నేటిదాకా తమిళ సాహిత్యమంతా స్వతంత్ర, దేశీ తనమే రాజ్యమేలుతున్నది.

'కన్నడ సాహిత్యంలో దేశీ కవిత'

తమిళం తరువాత దక్షిణదేశభాషలలో అంతటి గౌరవం పొందిన భాష కన్నడభాష. ఈ భాషలో లభ్యమయ్యే గ్రంథాలలో నృపతుంగడు రచించిన 'కవిరాజమార్గం' అనే లక్షణ గ్రంథం. దీనికంటే ముందే దేశీ కవిత్వం ఉందని కవిరాజమార్గం ద్వారా తెలుసుకోవచ్చు. కవిరాజమార్గ పీఠికలో బెదండె, చెత్తణి అనే రెండు ప్రాచీన కావ్యభేదాలు పేర్కొన్నారు. అవి రెండుకూడా దేశీయపద్ధతిలో రచింపబడిన కావ్య భేదాలే హళెగన్నడంలో రచింపబడి ఉంటాయని చెప్పవచ్చు. నాగవర్మ కన్నడ ఛందోంబుధిలో 'మెల్వాడు'. 'బాజనెగబ్బ' 'పాడుగబ్బ' అనే దేశీయ రచనలను పేర్కొన్నాడు కనుక క్రీ.శ.9వ శతాబ్దానికి ముందే కన్నడంలో దేశిరచనలు వ్యాప్తిలో ఉన్నట్లు తెలుసుకోవచ్చు. పంపాది కవులు దేశీని స్మరించినా కూడా చంపూ, మార్గపద్ధతిలోనే తమ రచనలను కొనసాగించారు.

కన్నడ సాహిత్య చరిత్రలో బసవయుగం (క్రీ.శ.12వ శతాబ్దం నుండి 14వ శతాబ్దం) దాకా స్వతంత్రయుగంగా పేర్కొనవచ్చు. బసవేశ్వరుని రాకతో కన్నడ భాషలో ఆడంబరంతో కూడిన గ్రాంథిక శైలిపై, మార్గ పద్ధతిపై ఒక విప్లవం తీసుకొచ్చారు. భాషలో, ఛందస్సులో పూర్తిగా దేశీ సాహిత్యమే పై చేయి సాధించింది. ఇంతకంటే ముందు 'నయసేనుడు" సంస్కృత భాషా పదాలపై అసంతృప్తిని వ్యక్తం చేస్తూ అచ్చకన్నడంలో 'ధర్మామృతం' అనే గ్రంథాన్ని పామరుల కోసం రచించారు.

12వ శతాబ్దంలో జైన, బౌద్ధ మతాలకు పోటీగా బసవాదులు తమ వీరశైవ మతాన్ని సామాన్య ప్రజల్లోకి తీసుకుపోవడానికి తమరచనలను దేశీ ఛందస్సులైన వచనం రగడలు, సాంగత్యాలు మొదలైన దేశీయ శైలిలోనే రచించారు. ఇలా బసవేశ్వరునితో ప్రారంభమైన భక్తికవిత్వ పరంపర అల్లమప్రభు, చెన్నబసవేశ్వరుడు, అక్కమహాదేవి, మడివాళమాచయ్య, అంబిగర చౌడయ్య మొదలైనవారందరూ తమ రచనలను దేశీ సాహిత్యంలోనే పూరించారు. క్రీ.శ.12వ శతాబ్దంలో ప్రసిద్ధిచెందిన భక్తకవి హరిహరుడు

''శివశరణదరగళ'' కావ్యాన్ని 'రగళ' ఛందస్సులో రచించారు. పాల్కురికి సోమనాథుడు శీల సంపాదనె, సద్గురు రగళె, చెన్నబసవస్తోత్రరగళె, శరణుబసవరగళె అనే రగడ కృతులను కన్నడంలో రచించారు. హరిహరుని మేనల్లుడైన రాఘవాంక కవి సంస్కృత భాషా పండితుడైనా, దేశీ ఛందస్సు షట్పదిలోనే సోమనాథచరితె, వీరేశచరితె, సిద్ధరామ పురాణం హరిశ్చంద్ర చరిత్ర మొదలైనవి దేశీ ఛందస్సులోనే రాశారు. రాఘవాంకుని సమకాలికుడైన 'అండయ్య' ఒక్క తత్సమ శబ్దం కూడా వాడకుండా అచ్చగన్నడంలో 'కబ్బిగరకావ' అనే కావ్యాన్ని రచించారు. పాల్కురికి సోమనాథుని తెలుగు బసవ పురాణాన్ని భీమకవి (క్రీ.శ.1369) భామినీ షట్పదిలో కన్నడంలోని అనువదించారు. పద్మణాంకుడు కూడా పద్మరాజ పురాణాన్ని వార్ధకషట్పదిలో రచించారు. నూతన సాహిత్య ప్రక్రియలకునాంది పలికిన వీరశైవ మతోద్యమకారుల భక్తి కవిత్వమంతా దేశీకవిత్వోద్యమంగా విమర్శకులు కొనియాడారు. వీరి తర్వాత క్రీ.శ.13వ శతాబ్దంలో జైనులు, వైదికులుకూడా మార్గ పద్ధతిని విడిచి దేశీ పద్ధతిలోనే రచనలు చేశారు. విజయనగర కాలంలో వైష్ణవదాసులు భక్తిగీతాలను రగడ ఛందస్సులో రచించారు. ఈ గీతాలను 'దాసరపదగళు' అనే పేరుతో పిలుస్తారు. దాస సాహిత్యకారుల్లో పురందరదాసు, కనకదాసు ముఖ్యులు. వీరు తమ పాటల ద్వారా ప్రజల్లో నవచైతన్యం తీసుకురాగలిగారు. కన్నడ సాహిత్యంలో మార్గ పద్ధతి ఎక్కువ ప్రాచుర్యం పొందింది. తదనంతరం 'దేశీ' సాహిత్యం అభివృద్ధి చెందుతూ వుంది.

'తెలుగు సాహిత్యంలో దేశీ కవిత'

నన్నయ మార్గపద్ధతిలో భారతానువాదం చేశారు. తెలుగుసాహిత్యం చాలాకాలంపాటు మార్గపద్ధతిలోనే కొనసాగింది. ఆ తర్వాత నన్నెచోడుని కుమారసంభవ రచనతో తెలుగుసాహిత్యచరిత్రలో శైవమత ప్రచారానికి సంబంధించిన రచనలు వ్యాప్తిపొందాయి. తెలుగులో తొలిసారిగా 'దేశీ' పద్ధతివైపు ఆసక్తిచూపిన కవి నన్నెచోడుడు. కుమార సంభవంలోని 'గజానన వృత్తాంతం' నన్నెచోడుని దేశీయ అభిమానాన్ని తెలియజేస్తుంది. దక్షపత్ని దక్షునితో చెప్పిన ఈ క్రింది మాటలు తెలుగు లోగిళ్ళలో నిత్యం వినబడేవే.

డా.బి. నాగశేషు

తల్లిదండ్రుల బూజించి తగ వెఱింగి
మన్న పొడవైననేఅత్త మామలనియె
ప్రియమొఱుంగుడం దిచ్చిన బిడ్డమనకు
బాసెని యుండు డిరక నీపలుకునేల?

ఈ మాటలు సహజదేశీయాలుగా విరాజిల్లుతున్నాయి. బహుభాషా కోవిదుడు, దేశీ కవితోద్యమకారుడు ద్విపద మహాకావ్యాలకు ఆద్యుడు పాల్కురికి సోమనాథుడు. ఇతను కన్నడాంధ్ర భాషారచనల్లో కాకుండా సంస్కృత భాషారచనల్లో దేశీ లక్షణాలకు ప్రాధాన్యతనిచ్చారు. గోనబుద్ధారెడ్డి ద్విపద చందస్సులో రచించిన రంగనాథ రామాయణం వాల్మీకి రామాయణానికి అనువాదం కవితారీతిలో నన్నయను అనుసరించినా పలుకుబళ్ళు, చందస్సులో పాల్కురికి సోమనాథుడు దేశీయ విధానాన్నే అనుసరించాడు. రంగనాథ రామాయణంలో 'ఊర్మిళా దేవి నిద్ర', 'లక్ష్మణదేవరనవ్వు', 'సులోచనా వృత్తాంతం' మొదలైనవి దేశీయ కథలుగా పేర్కొనవచ్చు. మొదట ద్విపదను ఈసడిరచిన శ్రీనాథుడు సైతం చివరిదశలో ద్విపదలను చేపట్టాడు. శ్రీనాథుని 'పల్నాటి వీరచరిత్ర', 'బాలచంద్రుని యుద్ధం', 'మంజరీద్విపద'లో రచించాడు. క్రీ.శ. 1181–1182 మధ్యకాలంలో జరిగిన పల్నాటి వీరచరిత్ర దేశీ కవితాశబ్దానికి సార్ధకం తెచ్చిపెట్టిన కావ్యం. ఈ రచనతోనే శ్రీనాథుడు ప్రజాకవి సామాన్య ప్రజలతో గొంతు కలిపి తెలుగు జాతి పౌరుషాన్ని కీర్తించాడు. శివకవులు ప్రారంభించిన ద్విపద కవితను శ్రీనాథుడు చేపట్టిన వీరగాథను రచించి ఇతర తెలుగుకవులలో దేశీయాభిమానాన్ని రగిల్చారు. ద్విపద కావ్య కర్తలలో పేరుగాంచినవాడు గౌరన ఇతని నవనాథ చరిత్ర, హరిశ్చంద్రోపాఖ్యానం చాలా ప్రాముఖ్యాన్నిపొందాయి. తాళ్ళపాక కవులు వైష్ణవమత వ్యాప్తికోసం రచించిన సాహిత్యమంతా దేశీ కవితా శాఖకు చెందినదే. పదాలు, కీర్తనలు, శతకం,

ఉదాహరణం, వచనం, రగడ, మంజరి అనే వివిధ సాహిత్యప్రక్రియల్లో తాళ్ళపాకకవులు వైష్ణవకవిత్వాన్ని సృష్టించారు. దేశీ కవితకు అన్నమాచార్యులు చేసిన సేవ అపారం. అన్నమయ్య సంకీర్తనల్లో జోలపాటలు, ఉయ్యాలపాటలు, తలుపుదగ్గర పాటలు, మేలుకొలుపులు, మంగళ హారతి పాటలు, తుమ్మెద పదాలు మొదలైన దేశీ రచనలెన్నో తీర్చిదిద్దారు. అన్నమాచార్యుని పెద్దభార్య తిమ్మక్క సుభద్రా కళ్యాణాన్ని

మంజరీ ద్విపదలో రచించారు. ఇందులో బొమ్మల పెండ్లిండ్ల గూర్చి వివరంగా చెప్పబడిరది. చిన్నన్న ద్విపదకు పెట్టిందిపేరు తాళ్ళపాక కవులందరూ దేశీ సాహిత్యాన్ని బాగా ప్రోత్సహించినవారే. ఆ తరువాత ప్రబంధసాహిత్యంలో ఇది నిలువలేకపోయింది. కందుకూరి రుద్రకవి రాసిన సుగ్రీవ విజయంలో ద్విపదలు, దరువులు, ఏలలు మొదలైన దేశీయ రచనలెన్నో కలవు. తంజావూరు నాయక రాజుల కాలంలో కూడా దేశీ కవితకు తగిన ప్రోత్సాహం లభించిందని చెప్పవచ్చు. ఆధునిక కాలంలో గురజాడ అప్పారావు దేశీ కవితకు నాంది వాక్యం పలికారు. దీంతో మార్గపద్ధతి సన్నగిల్లి దేశీ కవిత విరాజిల్లుతోంది. ఆంగ్లసాహిత్య ప్రభావంవల్ల వస్తువులో, భాషలో, ఛందస్సులో నూతనత్వం ప్రవేశించి దేశీ సాహిత్యానికి జనాదరణ పెరిగింది.

'మలయాళ సాహిత్యంలో దేశీకవిత'

మలయాళంలో గేయసారస్వతమంతా దేశీయమనే చెప్పవచ్చు. చెరుశ్శేరి నంబూద్రి మలయాళ చ్చందమగు 'మంజరి'లో కృష్ణగాథను రచించాడు. శుద్ధమలయాళ రచన 'ఆట్టుకథ' అనే సాహిత్య ప్రక్రియ తెలుగు యక్షగానాన్ని పోలి ఉంటుంది. దీనిని దేశీ రచనగానే చెప్పవచ్చు. మలయాళ సాహిత్యాన్ని సామాన్యజనాలకు దగ్గరగా తెచ్చింది కుంజన్ నంబియార్ తుళ్ళల్, తుళ్ళల్ విశేషంగా అందరిచేత ఆదరింపబడిరది. ఇందులో రచనలు చేసినవారు. 'పూన్‌తోట్టత్తు వాలియ దామోదరన్ నంబూరి, రామపురుత్తివారియార్, అంబయాట్టు ఫనిక్కర్ మొదలైనవారు ముఖ్యులు. మలయాళ సాహిత్యంపై చాలా వరకు తమిళ భాష ప్రభావం చూపింది. తమిళ సంస్కృతి బాగా వ్యాపించింది కానీ ఆధునిక మలయాళసాహిత్యంలో అనేక మార్పులు చోటు చేసుకున్నాయి. సామాన్యమానవుని జీవితమే అనేక రచయితలకు కావ్యవస్తువైందని చెప్పవచ్చు. మలయాళభాషపై సంస్కృతభాషా ప్రభావం ఉన్నాకూడా రెండింటికి సమప్రాధాన్యతనిస్తూ రచనలు కొనసాగాయి. చందుమీనన్ 1889లో ప్రచురించిన "ఇందులేఖ"తో మలయాళ వాఙ్మయంలో ఆధునిక నవల పుట్టింది. ఇది ఆధునిక మలయాళల సాంఘిక జీవితాన్ని తెలిపే నవల. సి.వి.రామన్ పిళ్ళె 1891లో మార్తాండవర్మ అనే నవల వెలువడింది. ఇది మలయాళసాహిత్యంలో భిన్నమైన ఉద్యమాన్ని తీసుకొచ్చింది. మార్తాండవర్మకు ఇతని దాయాదులైన 'తంపు'లకు

సింహాసనం కోసం జరిగే యుద్ధం ఈ నవల వృత్తాంతం. రామన్ పిళ్ళె రచనల్లోనే కాక బహుళ మలయాళ సారస్వతంలోని నవలల్లోకెల్లా అత్యుత్తమమైంది అని చెప్పవచ్చు. చందుమీనన్, రామన్పిళ్ళెల తర్వాత చాలాసంవత్సరాలు మలణాల సాహిత్యంలో నవలామాంద్యం ఏర్పడిరదని చెప్పవచ్చు. ఆ తర్వాత తకళి కేశవదేవ్లాంటి రచయితలు చాలా మార్పులు తీసుకువచ్చారు. మొపాసావంటి రచయితలు వాస్తవిక పరిస్థితులన్ని నవల్లో చేర్చడం వల్ల సాంప్రదాయకవాదుల్లో వ్యతిరేకత వచ్చింది. కమ్యూనిస్టు తిరుగుబాటును వర్ణించడానికి 'తలయోడు' రచన తొట్టియుడెమగన్ (పాకివాని కొడుకు) తెండివర్గమ్ (భిక్షువర్గం)వంటి ఆధునిక రచనలు అచ్చమైన దేశీసాహిత్యంలో కొనసాగాయి. కేశవదేవ్ ఇతని నవలలు సామాన్య ప్రజల జీవనవిధానాన్ని చిత్రించే విధంగా ఉన్నాయి. 'ఓడయల్నిన్ను' (మురికి కాలువ నుండి) అనే రచన అచ్చమైన మలయాళ ప్రజల స్వచ్ఛమైన దేశీ సాహిత్యంలో సాగింది ఉలక్క (రోకలి), అర్కువెండి (ఎవరికోసం) మొదలైన నవలల్లో సంఘ దురాచారాలను ఎండగట్టడం జరిగింది. ఇవి శుద్ధ మలయాళ సాహిత్యంలో రచింపబడ్డవి. శక్తివంతమైన కథలను రచించిన కృష్ణపిళ్ళె కథా ప్రక్రియల్లో నూతన ఒరవడి సృష్టించారు. మలయాళ సాహిత్యంలో మైలురాయివంటివి ఇతని రచనలు. మితిరింగొట్టు భవద్రతాన్ నంబూద్రి పాడ్ ఎస్. రామవరయార్ కూడ, తన జాతిని పీడిరచే వారిని నిర్మూలించాలనే ఉద్దేశ్యంతో కలం చేతపట్టాడు. 'ఆత్మాహుతి' 'వరకట్నం' ముఖ్యమైనవి ఇవన్ని దేశీ రచనలే. వైకం మహమ్మద్ బషీర్, పొన్కున్నమ్ వార్కే, కరూరు నీలకంతపిళ్ళె, పి.సి. కుట్టికృష్ణన్ (ఉరూబ్), కలంపేరుతో ప్రసిద్ధిగాంచాయి. రామన్ పిళ్ళె రచించిన కురుప్పిల్లకాలరి 1909 దేశీ భాషలో రచించిన తొలి సుఖాంత నాటకం. మలయాళ కవిత్వంలో పేరుగాంచిన మరొక కవి సర్దాన్ ఫణిక్కర్ సంస్కృతానికి బదులు దేశీ చందస్సులోనే రచనలు చేయాలని తెలియజేశారు. చింతా తరంగణి, అమృత లహరి, ప్రేమగీతి, బాలికామతమ్, చాటూక్తి మొదలైనవి దేశీచందస్సులోనే రచించారు. బాలామణి అమ్మ ఆధునిక కవయిత్రి గేయకవిత్వానికి పెట్టింది పేరు. ఆధునిక కవిత్రయం 'కుమారన్ ఆశాన్' 'వళ్ళుత్తోళ్ నారాయణ' మేనోన్, ఉళ్ళూర్ యస్. పరమేశ్వర అయ్యర్, దేశీ సాహిత్యానికి నిలువుటద్దాలుగా పేర్కొనవచ్చు. నాలుగు రాష్ట్రాల భౌగోళిక సామీప్యం, చరిత్రలో చాలాకాలం ఒక గొడుగుకింది పాలింపబడటం ఆచారవ్యవహారాల సమానత్వం కారణంగా ఏర్పరచుకొన్న సంబంధ బాంధవ్యాలు చేరి ఈ సాహిత్యాల మధ్య

సన్నిహిత సంబంధాన్ని పెంపొందించాయి. ఆధునిక కాలంలో అనువాదాలు విరివిగా జరుగుతున్నమాట వాస్తవమే కానీ మన తెలుగు భాషలోని గొప్పగొప్ప రచనలు, రచయితల గొప్పతనం గురించి తెలుసుకొనేలా మన భాష నుండి ఇతర భాషల్లోకి అనువాదాలు నత్తనడకన సాగుతున్నాయి. మనభాషలోని అపారమైన సాహిత్యపు విలువలు ప్రపంచానికి తెలియాలి. తెలుగు భాష అనేక భాషా పదాలను కలుపుకుంటూ నిత్య నూతనంగా ఉంటూ ఆదాన ప్రదానాలను జరుపుతూ మనభాష గొప్పతనం ప్రపంచ భాషల్లోకి అనువదించేంత స్థాయికి ఎదిగి తెలుగు భాష ప్రపంచ భాషగా ఎదగాలి, ఆ దిశగా భాషా సేవకులందరూ ప్రయత్నించాలి.

డా.బి. నాగశేషు

17. దేశీయ కథల్లో స్త్రీ దృక్కోణం

ఆధునిక భారతీయ స్త్రీలు అనేక సవాళ్లకై స్వారీచేస్తున్నారు. నేటికీ హింసలు, హత్యలు అఘాయిత్యాలు. అవమానాలు ఎదుర్కొంటూనే ఉన్నారు. వీటన్నింటిపై స్త్రీవాద రచయితలు వారి గళాలను ప్రపంచానికి వివిధ రూపాలలో వినిపిస్తూనే ఉన్నారు.

భాషలు వేరుకావచ్చు. ప్రాంతాలు వేరుకావచ్చు. సాంప్రదాయాలు వేరుకావచ్చు. అంతే వేదనల్లో ఏమాత్రం తేడాలేదు. కాస్తవెనుకటి రోజులే నయం ఇప్పటితో పోలిస్తే. దార్లో ఏదో కారుకూతలు కూసేవారు. మర్యాదరామన్న పేరుతో ఉత్తరాలు రాసి వేధించేవారు. కానీ నేడు చాలా దారుణంగా ఉంది పరిస్థితి. ఇష్టాఇష్టాలతో పనిలేకుండా అనుభవిస్తూ చీమల్లాగా చిదిమేస్తున్నారు. భారతీయ భాషల్లో కథాసాహిత్యాన్ని, పరిపుష్టం చేసిన స్త్రీవాద రచయితలు స్త్రీలలో చైతన్యం కోసం అనేక స్త్రీవాద కథలు రాశారు. కొన్ని కథల్ని చూద్దాం.

తెలుగులో ఓల్గా రాసిన 'తోడు కథ' మగవారి అవసరాలను ఆడవారు ఎలా సమాధులై పోవాల్సివస్తుందో తెలియచెప్పారు. సున్నితమైన విషయాలను స్పృశించి కథలు గీయడంలో 'ఓల్గా' తరువాతే ఎవరైనా గంగాధరం సుశీల, రాఘవరావు, విజయలక్ష్మి కుటుంబాలు ఒకే అపార్ట్‌మెంట్‌లో పక్కపక్కనే నివాసం ఉంటారు. రెండు కుటుంబాల మధ్య ఆరోగ్యవంతమైన స్నేహ సంబంధాలున్నాయి. గంగాధరం సంతానం, రాఘవరావు సంతానం ఇద్దరూ పట్టణంలో ఉద్యోగాల్లో స్థిరపడ్డారు. విజయలక్ష్మి, సుశీల ఇద్దరూ ప్రయివేట్ ఉద్యోగాలు చేస్తుంటారు. గంగాధర్, రాఘవరావులిద్దరూ ప్రభుత్వ ఉద్యోగాలు చేసుకొంటుంటారు. గంగాధరం భార్యకు క్యాన్సర్ వ్యాధి ముదిరిపోయింది. ఒంటరి బతుకుతో గంగాధరం చాలా ఇబ్బందులు పడుతుంటారు. తనకు వంటచేసేవారులేరు. బట్టలు ఉతికేవారు లేరు. తనకు కోపం వస్తే కుమ్మరించడానికి ఎవరూలేరు. ఇంటిని శుభ్రపరిచేవారులేరు. వీటన్నింటినీ చేస్తూ ఉద్యోగం చేసే సుశీల ఇప్పుడు లేదు. అందుకే సుశీల అంటే గంగాధరానికి చాలాకోపం ఇవన్నీ చేయకుండా అప్పుడే వెళ్లిపోయిందని. రాఘవరావు రోడ్డు ప్రమాదంలో చనిపోతాడు. విజయలక్ష్మిని చూసి గంగాధరానికి చాలా భయమేస్తుంది. ఆమె పడేబాధలో తెలుసుకుని గంగాధరం బాగా చింతిస్తాడు. కానీ, రాఘవరావు మరణంతో విజయలక్ష్మి కుంగిపోలేదు. తను చిన్నవాడు నేర్చుకొన్న వీణావాయిద్యాన్ని ఇతరులకు నేర్పించడానికి సమాయత్తం చేసుకొన్నది.

తను చేసే ప్రయివేట్ ఉద్యోగం అలాగే చేసుకుంటుంది. ఎవరి అరుపులకు భయపడే అవసరంలేదిప్పుడు. ఎవరి ఇష్టాల ప్రకారం తను నడుచుకోవాల్సిన బాధ అంతకూలేదు. గంగాధరం విజయలక్ష్మి పలకరించడానికి ఇంటికెళ్ళి, ఆమె పట్ల ఆయన పెట్టుకున్న అపోహలు, నమ్మకాలు పటాపంచలయ్యాయి. దిగులుతో ముఖం మాడ్చుకొని మూలన పడుతుంది. గాజులుండవు. బొట్టులుండవు. ఇళ్యంతా కళావిహీనమై ఉంటుందనుకుంటాడు. కానీ తలుపు తెరువగానే విజయలక్ష్మి మొహంలో ఏమాత్రం మార్పులేదు. రాఘవరావుగారున్నప్పటిలాగే ఉంటుంది. విజయలక్ష్మి, గంగాధరంలో విజయలక్ష్మి బాధలో మునిగిపోకుండ ఉండటానికి కారణం తను ఇన్నేళ్లు భర్తకోసం. పిల్లలకోసం బతికింది. ఇప్పుడే కొత్తగా తనకోసం బతుకుతుంది. తన ఇష్టప్రకారం బతుకుతోంది. ఎవరి దయమీద కానీ ఎవరి అజమాయిషీ కానీ ఇప్పుడు లేదు. తన తిండి తనకోసం, తన బట్ట తనకోసం తనువేసే అడుగు, ఆలోచన అన్నీ తానే. అందుకే తృప్తితో కూడిన జీవితం గడుపుతుంది. గంగాధరానికి ఇవన్నీ కరువయ్యాయి. గంగాధరానిది అవసరాలు తీర్చుకోలేని ఆవేశంతో కూడిన బాధ. కానీ విజయలక్ష్మి జీవితం అలా కాదు. తనకున్న ఇష్టాయిష్టాల ప్రకారం బ్రతికే బతుకు విజయలక్ష్మిది. అందుకే ఎవరూలేరు. నాకు అనే లోటు విజయలక్ష్మికి లేదు. రెండు ఒంటరైన జీవితాలు ఒక్కటైపోతే ఎంత బాగుంటుందని ఆలోచించి, గంగాధరం విజయలక్ష్మిని ధైర్యం చేసి అడుగుతాడు. బిగ్గరగా నవ్వుతుంది. నీ అవసరాలు అన్నీ తీర్చడానికే కదా పెళ్ళి అనే పేరు పెడుతున్నావు. నేను ప్రశాంతంగా జీవిస్తున్నాను. మళ్ళీ ఎవరి ఇష్టాలకో నా జీవితాన్ని త్యాగంచేసే స్థితిలో నేను లేను. గంగాధరం పట్ల సానుభూతితో కూడిన ఆప్యాయతతో ఇద్దరూ ఒకరికి ఒకరు తోడుగా నిలవడానికి సిద్ధమైపోతారు. ఆ తోడులో స్త్రీ ఎన్నో త్యాగాలు చెయ్యాల్సి ఉంటుంది. తన అనే తనం దూరమైపోతుంది. మళ్ళీ మునుపటి జీవితమే. కాకపోతే ఇది ఆంక్షలతో కూడుకొన్నది హద్దులులేనిది. మగవారి జీవితంలో భార్యలేకపోతే ఎన్ని ఇబ్బందులు ఎదుర్కొంటారో తెలుస్తుంది. భర్తలేకపోయినా భార్య ఒంటరిగానే ధైర్యంగా జీవించగలదు అని విజయలక్ష్మి పాత్ర తెలుపుతుంది.

కళ్యాణమ్మ రాసిన కన్నడకథ 'సూర్యాస్తమయం' 1540'97 మధ్యకాలాన్ని ప్రతిబింబించింది. మాతృభాష తమిళమైనా కన్నడభాషలో అంక కథలు రాశారు. ఈమె రచనల్లో స్త్రీ దృక్కోణం. జీవసమైక్యతకు దోహదకారిగా ఉన్నాయి.

డా.బి. నాగశేషు

అధికారదాహంతో సొంత సోదరులకే ద్రోహం తలపెట్టిన మాన్‌సింగ్‌కు దేశద్రోహిగా జమకడుతుంది. జోదాబాయి, నీ ఖడ్గం ఇంకుముందే నీ సోదరుల రక్తంలో తడిసి ముద్దయ్యింది. అంటూ కాబూల్‌నుండి బంగాళాఖాతం దాకా పాలించిన మాన్‌సింగ్‌కు ఒక స్త్రీ అంత నిర్భయంగా మాట్లాడగలిగిందంటే మాన్‌సింగ్ నోటమాటరాలేదు. రాణాప్రతాప్‌తో యుద్ధానికి తలపడికదా! మొగలులపంచన చేరావు? రాణాప్రతాప్ సామాన్యులు కాదుకదా అని ఆమె ఘాటుగా హెచ్చరించినట్లు రాజుతో నేరుగా మాట్లాడే సరికి. ఇంకోసారి నోరు విప్పితే స్త్రీ అనేమాట కూడా మరచిపోతాను అని గద్దించాడు. తల్లిరొమ్ము గుద్దే నీవంటి దేశద్రోహికి అంత పౌరుషం అక్కర్లేదు. ఆత్మద్రోహంతో కుంగిపోతున్నావు. తప్పు సరిచేసుకో అక్బరుకూడా నిన్ను అసహ్యించుకొంటాడు. అంటూ జోదాబాయి, అక్బరు భార్య, మాన్‌సింగ్ చెల్లెలు తన సొంత అన్ననే చేసింది తప్పు అనగలగెంత ధైర్యం తెచ్చావు. దేశంపట్ల భక్తి భావన ఆమెను అలా మాట్లాడిరచాయి. వ్యక్తులకంటే దేశం ముఖ్యం అని ఈ కథ గుర్తుచేస్తుంది.

'కొత్తప్రపంచం' అనే తమిళకథను రాజంకృష్ణన్ రాశారు ఆధునిక తమిళ సాహిత్యంలో రాజంకృష్ణన్ పేరుగాంచిన రచయిత్రి. తన చుట్టూ అంటే బ్రాహ్మణ సమాజంపై దృష్టిసారించారు చాదస్తాలకు, మూఢనమ్మకాలకు, పురుషహంకారానికి బలైన బ్రాహ్మణ స్త్రీల జీవితాలను కథావస్తువుగా స్వీకరించారు.

ఆర్థికస్వావలంబనతోనే స్త్రీ ప్రగతి సాధిస్తుందని, స్త్రీలకు విద్యతప్పనిసరి అని తెలిపే కథ. స్త్రీలంటే కేవలం భర్తలకు వండిపెట్టడమే కాదు. జీవితం మగళ్లకు సేవాచేయడానికే పరిమితం కారాదు. అంతకుమించి ఒక కొత్త ప్రపంచాన్ని పరిచయం చేసిన అత్తా, కోడలి మధ్య సంబంధమే ఈ కథావస్తువు.

రుక్మిణికి ఆనంద్ అనే కొడుకు ఇతను ఉద్యోగం చేసేవాడు. సహజంగానే తనకు కాబోయే భార్య ఉద్యోగస్తురాలై ఉండాలనే ఆశ ఉంటుంది. తాను ప్రేమించిన రంజని ఉద్యోగస్తురాలవడంతో ఆడంబరాల్లేకుండా ఇద్దరూ ఒకటయ్యారు. రంజని ఉద్యోగం చేయడం ఆనంద్‌కు తప్ప ఎవరికీ ఇష్టం ఉండదు. సహజంగా సమాజంలో లభించే గౌరవాలు, ఆర్థిక స్వతంత్రతను వదులుకోవడం రంజినికిష్టంలేదు. ఎప్పుడూ, వంటింటికే పరిమితమయ్యే రుక్మిణికి రంజని కాస్త విశ్రాంతినిచ్చింది. రంజనికి కొడుకు పుట్టడం 6 నెలలు పోయిరావడం, హరియాణాకు ఉద్యోగనిమిత్తం వెళ్లాల్సి రావడం. అత్తకు తోడుగా తీసుకెళ్ళడం అత్తకు హరియాణా చుట్టుపక్కల దేవాలయాలు, పార్కులు

122

తిప్పిచూపించడం, వంటింటివైపు అత్తగారికి నిషేధం పెట్టడంలో రుక్మిణి ఇన్నేళ్ల తన జీవితంలో ఒక కొత్త ప్రపంచాన్ని దర్శించినట్లయింది. చదువుకున్న తన కూతుర్లకంటే, కోడలే తనకు ఇష్టంగా చూసుకుంటున్నందుకు అత్తకు ఆనందానికి సరిహద్దులే లేవు.

అనుకోకుండా టెలిగ్రాం రావడంతో అత్తాకోడళ్లు బయలుదేరాల్సివస్తుంది. ఇంటికి చేరుకోగానే గుమ్మంలోనే ఆనంద్ చెల్లెలు రంజనిని దుమ్మెత్తిపోస్తుంది. చదువుకున్న ఆడవాళ్లు ఉద్యోగం చేయడం మా వంశంలో నువ్వే మొదటిదానివి భర్తలేకుండా ప్రయాణాలు మేమెవరూ చేయలేదు. అని ఎడాపెడా వాయిస్తుంది. దీంతో చదువుకున్న మరదలి మూర్ఖ మనస్తత్వాన్ని ఎలా మార్చగలం అని లోలోపల మథనపడిరది రంజని. భర్తతో సమానంగా బాధ్యతలు పంచుకొని కుటుంబాన్ని మోస్తున్న రోజుల్లో కూడా ఆడవాళ్లు చులకనగా చూడబడటం ఎంతో శోచనీయం అని బాధపడుతుంది. రోజులు మారాయి. దృక్పథాలు మార్చుకోవాలి. ఛాందసభావాలు మార్చుకోవాల్సిన అవసరాన్ని రంజని మరదలికి తెలియజేస్తుంది. అత్త చదువుకోక పోయినా కోడలిని అర్థంచేసుకుంది. ఆర్థిక స్థిరత్వం స్త్రీలు సాధించగలిగితే వివక్ష తగ్గడానికి అవకాశం ఉంటుంది.

'సంగమం' మలయాళీకథ దీనిని లలితాంబికా అంతర్జనం అనే రచయిత్రి రాశారు అంతర్జనం అంటే నంబూద్రిమహిళని అర్థం. పదేళ్ల వయసున్న అమ్మాయిని ముప్పయిముూడేళ్ల కూతురున్న తండ్రికిచ్చి పెళ్లిచేయడం, ఫలితంగా పదేళ్లవయసున్న కూతురుతండ్రికి ముప్పయిముూడేళ్ల వయసున్న అమ్మాయినిచ్చేలా పెళ్ళిచేయడంగా ఒప్పందంచేసుకుంటారు. ఒకరకంగా ఒకరికొకరు ఇచ్చిపుచ్చుకోవడం ఆ అమ్మాయిని పెళ్లిచేసుకానే నాటికే ఆ ముసలోడికి ముగ్గురు భార్యలు ఏడుగురు ఉంపుడు కత్తెలుండేవారు. పద్నాలుగేళ్ల వయసుకే తాళిని తెంపేస్తారు. ఇరవైఏళ్ల వయసొచ్చే దాకా నిప్పులా బతికిన అమ్మాయి ఇప్పుడు అందరిమధ్య దోషిలా నిలబడింది. ఆవిడ నిలబడలేదు, కులపెద్దలు నిలబెట్టారు.

బ్రాహ్మణ విధవరాలు ఎవరితోనూ కలవకూడదు, ఎవరితోనూ మాట్లాడకూడదు దైవధ్యానంలో ఒంటరిగా గడపాలి. నంబూద్రిలది ప్రత్యేకమైన గుంపు, ఛాందస భావాలకు నిలయం, ఇన్ని నియమాల మధ్య ఆమె ఎలాగర్భవతిఅయ్యిందో, దానికికారకులెవరో నేరాన్ని కులపెద్దలు (స్మార్త) తెలుస్తున్నారు. తప్పుచేసినవారిని 'థింగ్‌' అంటారు. ఆమె చేసినతప్పులో తననుచిన్నవయసులోనే పెళ్ళిచేసి పెద్దలందరిదీ

భాగం ఉందనేది ఆమె వాదన. అందుకే ఆమె పెళ్ళిచేసిననాటి పెద్దమనుషులందరినీ గద్దించి రమ్మంటుంది పంచాయితీకి. ఆ గర్జన, ధైర్యం ఆమె ఒంటరి జీవితంలోని శక్తిది. దేవాలయాల్లో భాగవతం చదువుతుంటే బాలవితంతువులు, భర్తఅనురాగం నోచుకోనిపడతులు, పెళ్ళికానియువతులు వెళ్ళేవారు, భాగవత శ్రవణంకన్నా బాహ్యప్రపంచాన్ని చూడొచ్చు అనే ఆశ. మగగొంతుక వినవచ్చనే కోరికరెండూ ఉండేవి. ప్రతిరోజూ దేవాలయానికి తెల్లవారే వెళ్ళేది ఈఅమ్మాయి. ఉపవాసాలతో పేదరికాన్నినెట్టుకొచ్చింది. జీవచ్ఛవంలాబతికినఆమెకునిత్యం పజచేసే పూజారి నిజమైన ప్రేమమూర్తిలా కనిపించాడు. అతని చూపులకు పరవశించింది నిర్వేదంలో మునిగిన ఆమెపెదాలు అతడి మెత్తని ముద్దుతో వేలతేనెవర్షాలు వరుసగా కురిసినట్లయింది. నిర్జీవమైన ఆమె శక్తులన్నీ అతని ఆలింగనంతో వేయిఏనుగుల బలం తన్నుకొచ్చినట్లయింది. అతని మెత్తటిస్పర్శలో తనను తాను మరిచిపోయింది. పదేళ్ళవయసులో చూసుకొన్న ముఖాన్ని మళ్ళీ అప్పుడే అద్దంలోచాటుగా చూసుకున్నది. అందుకే పెద్దమనుషులను ఎదురించింది. నేను చేసింది తప్పయితే నా బాల్యాన్ని, నా యవ్వనాన్ని చిదిమేసిన పెద్దమనుషుల సంగతేంటి అంటూ నిలదీసింది. బాల్యవివాహాల ద్వారా ఆడవారి జీవితాలు ఎలా అంటకాగిపోతాయో తెలుస్తోంది. కోరికలను బలవంతంగా నియంత్రిస్తే, అవి కట్టలుతెంచుకొన్నరోజు ఆచారాలు, సంప్రదాయాలు ఆపలేవనే నిజం కూడా తెలుస్తుంది. చాందసభావాలతో మనసుల లోతులను తెలుసుకోలేక కట్టుబాట్ల వేర్లతో కట్టేస్తున్నారు. ఎడారిజీవితపుతాలూకు బాధలువింటే వారికే తెలుస్తుంది, నియమాలకేం చాలా పెట్టుకుంటాం కానీ వాస్తవం గొప్పది కదా అవి ఇలానే ఉంటాయి.

    'జౌనౌ' ఉర్దూకథను ఇస్మత్ చుగ్తాయి రాశారు ఉర్దూ సాహిత్యంలో ఇస్మత్‌చుగ్తాయి పేరు అందరికీ సుపరిచితమే. విలాసవంతమైన ఒక వేశ్య జీవితాన్ని పరిచయం చేసే కథ. అంతే కాకుండా అభం శుభం తెలియని అమ్మాయిలను వేశ్యావాటికలోకి ఎలా తోసేస్తారో తెలియజెప్పేకథ. సేఠానికి అనే ఆవిడ పోతపోసిన విగ్రహంలా ఉంటుంది. అపార్ట్‌మెంట్‌లో ఉండే అందరికంటే సేఠాణి జీవితం చాలా హంగులతో కూడివుంటుంది. చీకటి పడిరదంటే చాలు పెద్దమనుషులని చెప్పుకొనే మగమ్మెగరాయుళ్ళు ఒక్కొక్కరే వాసనపట్టి వచ్చినట్లు వచ్చేస్తారు సేఠాణి ఇంటికి. ఇక రంగురంగుల లైట్లమధ్య వికృత నృత్యాలు విరగీగే కామాంధుల మధ్య సేఠాణి

వెలిగిపోతుంటుంది.   ఉన్న కూతుర్ని కూడా మెల్లమెల్లగా తనదారిలోకేలాక్కొస్తావుంది. ఇదేఅపార్ట్మెంట్లో ఉండే ముస్లిం ఉపాధ్యాయునిని కూడా ఇదే రంగంలోకి లాగడానికి ప్రయత్నాలు ముమ్మరం చేసింది. కానుకలు స్వీట్లు అప్పుడప్పుడు ఎరగావేస్తూ వుంది. హమీద్ అనే యువకుడితో ఒప్పందం చేసుకొని ఇద్దరినీ సినిమాకు తీసుకెళ్లడానికి పథక రచన చేసి నమ్మించి తన ఇంటికి రమ్మని ఆహ్వానించింది సేఠాణి. కుదరదని చెప్పలేక ముస్లిం ఉపాధ్యాయురాలు వెళ్లింది. విషయాన్ని పసిగట్టిన ముస్లిం ఉపాధ్యాయురాలు ఒక్క సినిమా టికెట్కే తను పవిత్రంగా భావించే శీలాన్ని అపవిత్రం చేసుకోడానికి ఇష్టపడలేదు. తనను అలా చేసినందుకు సేఠానిని రాత్రంతా నిందించుకొన్నది. భౌతిక విలాసాలకు నీతిమాలిన పనులు చేసే సేఠానిలాంటి ఆడవారికి దూరంగా ఉండటమే దీనికి విరుగుడని, వెంటనే తను నివసిస్తున్న అపార్ట్మెంటను ఖాళీచేస్తుంది. ఒకేమతంలోనే నీతి, నియమాలతో బతికే ఒక పాత్ర. వాటన్నింటికీ దూరంగా బతికే ఒక పాత్ర మనకు కనిపిస్తుంది. మతం అవసరంలేదు సమాజంలో రెండు పార్శ్వాలుంటాయి. ఎటు నడవాలన్నది మనం నిర్ణయించుకోవడమే జీవితం.

        'ఇంకోనాన్న' పంజాబీ కథ అమృతాప్రీతం రాశారు ఈమె పన్నెండుకథల సంపుటిలు వెలువరించారు దేశంకోసం ప్రాణాలనుత్యాగంచేసినజీవితాన్నితెలిపేకథ. భర్త మరణంతో ఊపిరాదని ఒంటరితనంలోకి వెళ్ళిపోయిన జవాన్ భార్య, కూతురు 'కానూ' ను కూడా సరిగ్గా పట్టించుకోదు. 'కానూ' ఒంటరిగా ఫీలవుతూ ఉంటుంది తను తననాన్నభుజాలపై ఎక్కించుకొన్నట్లు ఎవరైనా ఎక్కించుకొంటే బాగుండేది అనుకుంటుంటుంది మనసులోనే. చనిపోయిన జవాను దగ్గరిమిత్రుడైన శ్రీకృష్ణ పాపను ఏలోటూలేకుండా చూసుకుంటుంటాడు. నాన్నలేని లోటుతీరుస్తాడు ఇంటికి ఆసరాగా ఉంటారు. ఇంతలోనే మరణించిన జవాన్లకు ఇంటిపట్టా ఇస్తారనితెలియడంలో పట్టణానికి వెళ్తుంది జవానుభార్య. అలాపట్టణంలోని ఆఫీసులు చుట్టూ తిరుగుతుండగా ఒక ఆఫీసర్ పరిచయం అయ్యాడు అతన్నిఇంటికికూడాతీసుకొస్తుంది. 'కానూ' కు ఆరోగ్యం బాలేకుండా ఆస్పత్రిలో చికిత్స ఇప్పిస్తుంటారు, అక్కడ ఇకపై ఈయనే నీకు నాన్నని ఆవిడపరిచయం చేస్తుంది కానూకి. కానూ తనకు శ్రీకృష్ణ బాబాయ్ ను నాన్న అని అంటుంది, తల్లి తిట్టడంతో ఇక చేసేదిలేక పాప నిశ్శబ్దంగా ఉండిపోతుంది. అప్పటినుండీ శ్రీకృష్ణ కానూవారి ఇంటివైపు రావడం పూర్తిగా తగ్గించాడు. చనిపోయిన తనమిత్రుడి భార్య ఒంటరితనంగా ఉందని సాయం చేయడం ఒకఎత్తయితే

ఆవిడమీదకన్నేసి పాపకు దగ్గరయ్యాడు. తీరా ఆమె ఇంకొకరికి దగ్గరయ్యేసరికి తనవ్యూహం బెడిసిందని తీర్మానించుకుంటాడు. అంటే ఏస్వార్థం లేకుండా మనిషి పొరుగువారికి మంచిబుద్ధితో సహాయపడేగుణం ఉండదని ఈకథ మనకు తెలుపుతుంది.

'ఎడబాటు' అనే గుజరాతీకథ దీరూబెన్ పటేల్ రాశారు. ఎక్‌లహార్, విశ్రంక్ కథ, ప్రసిద్ధ కథాసంపుటాలు.

విమల్, రానా ఒకరంటే ఒకరికి ఇష్టం ఇరవైఏండ్లు కాపురంచేసిన దంపతులు విడిపోవాలని నిర్ణయించుకొంటారు. కారణం ఇద్దరూఒంటరిగా ఫీలవడం ఒకరికి ఒకరు తోడున్నట్లు అనిపించకపోవడం, వీరిద్దరి గుర్తుగా పుట్టిన 'దీపాలి' కూతురు ఆరోగ్యం బాలేక చనిపోవడం. రానాకు విమల్ దగ్గర అసలు ఇమడకపోవడం వల్ల, ఇక మనోవేదన భరించలేనని, రాత్రి ట్రైన్‌కు బయలుదేరి పుట్టింటికి వెళ్ళాలని నిర్ణయించుకుంటుంది. ఏదో పండుగకు పుట్టింటికెళ్ళి వచ్చే ఆవిడలాగా భర్త విమల్‌కు అన్నీ సిద్ధంచేసింది. ఇక ఒంటరిజీవితాన్ని తలచుకుంటూ విమల్ బాధపడుతున్నారు. స్టేషన్‌కు వద్దామని అడుగుతాడు వద్దంటుంది. చివరికి స్టేషన్‌దాకా రావడానికి ఒప్పుకుంటుంది. ఒకే కార్లో ఇద్దరూ వెళ్ళుతుంటారు. వేగం తగ్గించమంటుంది స్టేషన్‌లో దిగగానే బండి సిద్ధంగా ఉంది, చివరిక్షణాలు నెమ్మదిగా గడవాలనేలా కారు వెళుతోంది. ఇక పెళ్ళి బంధంనుండి ఇద్దరూ ఒక్కొక్క అడుగే దూరమవుతూ వచ్చారు. ఇద్దరికీ ఎడబాటే మిగిలింది. ఇరవైఏళ్ల దాంపత్యజీవితం నిస్సారమైపోయిందంటే ఆలూమగలిద్దర్లోనూ ఏదోదూరం అప్పటికే నిండిపోయింది. అది అహంకారమో, లేక ప్రేమ రాహిత్యమో, లేక అవగాదనారాహిత్యమో, ఎందుకో ఇద్దరిమధ్య దూరం కరిగిపోలేదు. ఫలితంగా ఇద్దరూ జనాలనాలుకలపై కరిగిపోయారు.

'తరాలు – అంతరాలు' బెంగాలీ కథ, మహాశ్వేతాదేవి రాశారు. ఈమె సాహిత్యలోకానికి సుపరిచితులే తండ్రి మనీష్ ఘటక్ ప్రసిద్ధ బెంగాలీ రచయిత, 1996లో శ్వేతాదేవి జ్ఞానపీఠ పురస్కారాన్ని సైతం సొంతం చేసుకొన్నారు.

రెండు తరాలను, రెండు విభిన్న మనస్తత్వాలను, రెండు వంటగదులను, రెండు విభిన్న కా పరిస్థితులను తెలియజేసే కథ తరాలు– అంతరాలు. రమాపతి, నీరజలకు శుభ్రో అనే కొడుకు, తండ్రి గుడ్డి, చెవిటి. కానీ కొడుకును మాత్రం తనకు వచ్చేజీతంతో బాగా పెద్దచదువులు చదివిస్తాడు. సౌకర్యవంతమైన జీవితానికి శుభ్రో, రత్నను పెళ్ళిచేసుకుంటాడు. వారిద్దరికీ ఓ బిడ్డపుడతాడు, నీరజ అందరికీ

కట్టెలపొయ్యిమీద వండిపెడుతుంది. కాస్తమంచి భోజనం తినాలనుకుంటే కోడలు రత్నకు గ్యాస్‌పొయ్యి ఉంది. అందులో వండిన ఆహారం, టీ వగైరాలు అత్త, మామలకు నిషేధం. అత్తగారంటే పనిమనిషి మామగారు సంపాదనచేసే ఒక మరమనిషి ,మామగారైన రమాపతికి కవిత్వం రాసే అలవాటు ఉంటుంది రాసిన కవితలను ముద్రించడానికి కొడుకును డబ్బు అడుగుతాడు. అలాంటి ఉపయోగంలేని వాటికిడబ్బును ఖర్చుచేయడం దండగ అని శుభ్రో నాన్నతో తెగేసి చెబుతాడు. అప్పటినుండి రమాపతికి కొడుకు మనసు అర్థమవుతుంది. భార్యనీరజతో అంటాడు ఇక నాకు నువ్వు, నీకు నేను అంతే మనకు కొడుకుమీద ఆశ ఉండకూడదు, అంచనాలను పెట్టుకోవద్దంటాడు .

తల్లిదండ్రులకోసం పైసా ఖర్చుపెట్టడం కూడా సుతారంకూడా ఇష్టంలేదు. రమాపతి కడుపునిండా రుచికరమైనభోజనం తినడంకూడా కోడలు రత్నకు ఇష్టం ఉండదు. తల్లిదండ్రులతో ఉండటం ఇష్టంలేక దూరంగా కొత్తఇల్లుకొన్నారు. అక్కడికి రమాపతి, నీరజలకు అనుమతిలేదు. ఇన్‌స్టాల్‌మెంట్ ప్రకారం డబ్బుకట్టే ఇల్లవదంతో ఉన్నపాతఇల్లు అమ్మేస్తే తొందరగాఅప్పు తెగిపోతుందనుకుంటారు శుభ్రోదంపతులు. అమ్మానాన్నల తదనంతరం ఆ ఇంటికి సర్వహక్కులు శుభ్రోకే దక్కుతాయని ధీమాగా ఉంటారు. కొత్త ఇంటిని అత్తగారితో రిబ్బను కటింగ్ చేయించి ఇంట్లో చేరిపోతారు. కొత్తింటికి అమ్మనుతీసుకెళ్తే పనిమనిషిగా ఉంటుందని అనుకొంటారు. ఉన్నవిషయాన్ని కొడుకు తల్లిదండ్రులకు చెబుతాడు. వారు సౌకర్యాలనుభవించి కలుపుకున్న బంధం కాకపోవడంతో వారిద్దరూ కలిసే ఉంటామని చెప్పారు. కొడుకుబుద్ధి తెలుసుకొని తల్లి కుమిలిపోతుంది. ఎంతో ఎత్తుకు ఎదగాలని మేము ఆశపడ్డాం అంతకంటే ఎక్కువగానే ఎదిగావు. ఎంత అంటే తల్లిదండ్రులు చస్తే ఇంటిని అమ్మేసి అప్పు కట్టెద్దామనేంత. ఒంటరైన రమాపతిదంపతులు వచ్చిన పెన్షన్‌తో బతుకుతుంటారు. భార్యనీరజ దేవుడికి రోజూ విన్నవించుకానేది. నన్ను నాభర్త మరణం తర్వాతే తీసుకెళ్ళమని ఎందుకంటే అతడు ఒకడే బతకలేడు అనేది ఆమె బాధ. శుభ్రోకు కొడుకున్నాడనే విషయం మరిచిపోయాడేమో. తల్లిదండ్రులకంటే డబ్బే ప్రధానమని బతికే కొడుకుకథ. నమ్మకం ఎదురుతిరిగితే పడేవేదన. తరానికి తరానికి వచ్చే బంధాల్లోని పలుచని మనస్తత్వాలు తెలుస్తాయి.

'జడివాన' కృష్ణాబాయి రాసిన 'మరాఠీకథ' ఈమె అసలు పేరు ముక్తాబాయి దళితరచయిత్రిగా మరాఠీ సాహిత్యంలో మంచిస్థానాన్ని సంపాదించుకున్నారు. గణితం

ఆడవాళ్లకు బోధపడదనే అపోహలను చెరిపేసి ఒక బృహత్ గ్రంథాన్ని తీసుకురావాలనే ఒక మహిళా అధ్యాపకురాలి ఆశయం. అందుకోసం ఆమె అలుపెరుగక పోరాటం చేస్తూ ఉంటుంది. అధ్యాపకురాలిగా పనిచేస్తుంటుంది. అదే కళాశాలలో అధ్యాపకులు ఇద్దరూ ఆమెను ప్రేమిస్తున్న సంగతిని బహిర్గతం చేశారు, ఒకడేమోగణితం, ఇంకొకడేమో మానసిక శాస్త్ర అధ్యాపకుడు ఇద్దరికీ నేను పెళ్ళిచేసుకోనని తెగేసి చెప్పింది. మానసిక శాస్త్ర అధ్యాపకుడు ఆమె ఇష్టంతో పనిలేకుండా, ఆమె ఆశయాన్ని చిదిమేసి, ఆమెను బలవంతంగా లొంగదీసుకుంటాడు. పెద్ద పెద్ద ఆశయాలు పెట్టుకొని ఎన్నో త్యాగాలను చేయడానికి కూడా వెనుకాడని మహిళల జీవితాలను పెళ్ళిమాత్రమే ఆశయంగాపెట్టుకొని వారిఆశలకనుగుణంగా బతకాలనే కొంతమంది పురుషపుంగవుల బుద్ధి మనకు ఈ కథ ద్వారా తెలుస్తుంది.

'మనఇల్లు' అనే హిందీకథను హోమతీదేవి (1906'1951) 'ఆప్నఘర్' పేరుతో హిందీలో వచ్చింది. ఇందులో ఉమ ప్రధానపాత్రధారి. అల్లారుముద్దుగా పెరిగిన ఉమపెళ్లవగానే మెట్టినింట్లో చాలా ఇబ్బందులు ఎదుర్కొంటుంది. భర్త చనిపోవడం. అతనికి రావాల్సిన ఆస్తిని ఇవ్వరు ఇన్సురెన్సెపాలసీ డబ్బులుకూడా వాళ్ళే తీసుకుంటారు. కొడుకు ఆరోగ్యం బాలేకపోతే వైద్యం చేయించడానికి కూడా డబ్బులుండవు. పుట్టింట్లో మహారాణిలా పెరిగిన ఆవిడకు తన హంగు ఆర్భాటాలు విలాసాలు తన తల్లిదండ్రులమరణంతోనేఅన్నీవెళ్ళిపోయాయి. ఒక్కపూట భోజనానికి కూడా అందరినీ అడుక్కోవాల్సి వచ్చింది. ఆరోగ్యం బాగాలేని కొడుకును చూసి చాలా ఏడ్చింది. చివరికి తనబాబాయి చిన్న జమీందార్ తనకష్టాన్ని విని, అన్నింటికీ మద్దతుగా నిలిచాడు. ఇన్నేళ్ల జీవితంలో తనమాటను గౌరవించేవారు దొరికినందుకు ఆమె చాలా సంతోషించింది. విలాస, విలాప జీవితాన్ని రెండింటినీ ధైర్యంగా ఎదుర్కొన్న స్త్రీ జీవితం ఈ కథలో కనిపిస్తుంది.

భారతీయ భాషలన్నింట్లోను స్త్రీ స్థానమానాలు అనేక అవమానాలు ఎదుర్కొంటున్నట్లు ఈ కథల ద్వారా తెలుస్తోంది. శ్రీశ్రీగారన్నట్లు ఏదేశచరిత్ర చూసినా ఏముంది గర్వకారణం, మాట గుర్తుకువస్తుంది. అన్ని భాషల్లోనూ, అన్ని ప్రాంతాల్లోనూ ఆడవారి జీవితాల్లో మబ్బులు కమ్ముకొన్నట్లే అనిపిస్తుంది. మబ్బులు తొలగిపోవాలి ఆడవారిజీవితాలు రాబోయేరోజుల్లో వెన్నెలలువిరబూయాలని. అనేకఅకృత్యాలు

జరుగుతున్నతీరును మానసికపరిపక్వతతో ఆలోచించి ప్రతిఒక్కరూ బాధ్యతతో ప్రేమగా నడుచుకోవాలి.

ఆధారగ్రంథాలు

1)	భారతీయ భాషల్లో స్త్రీవాద కథలు – అనుసరణ డా. దేవరాజు మహారాజు. విశాలాంధ్ర పబ్లిషింగ్ హౌస్, 2012.

2)	కథావారధి ఎల్. ఆర్. స్వామి. విశాలాంధ్ర పబ్లిషింగ్ హౌస్, 2014.

డా.బి. నాగశేషు

18. ద్రావిడ భాషల్లో శైవసాహిత్యం

మన దేశంలో శైవం అనేది చాలా ప్రాచీన కాలంనుండే ఉన్నది. వేదాలలో త్రిమూర్తుల గురించి చెప్పబడిరది. ఈ త్రిమూర్తులు మన దేశంలోని సర్వమతాలకు సర్వజ్ఞాన సంపదకు మూలభూతమైన దైవ స్వరూపాలుగా భావింపబడ్డరు.

వేదాల తర్వాత మనకు ప్రామాణికాలు పురాణాలు, పురాణ సాహిత్యంలో శివుడు లయకారుడిగా చిత్రింపబడి ఉన్నాడు. శివుని ప్రస్థావన మొట్టమొదటిసారిగా బుుగ్వేదంలో చెప్పబడిరది. అందులో శివుడిగా కాకుండా రుద్రస్వరూపుడిగా కీర్తించడం జరిగింది. అంతేగాకుండా శివున్ని ఈశానుడు, యువానుడు, ఉగ్రుడు అని కూడా పిలవబడ్డడు. ఆ తరువాత సంహితలలో రుద్రని గురించి ప్రస్తావన ఉంది. యజుర్వేదంలో రుద్రుడు త్రిపురాసురులను, వారి పట్టణాలను నాశనం చేశారని చెప్తారు. శతరుద్రీయ యాగాన్ని గూర్చి కూడా యజుర్వేదంలో చెప్పబడిరది. అంతేకాదు దాక్షిణాత్య పురాణమైన పెరియపురాణంలో కూడా శతరుద్రీయ యాగాన్ని గూర్చి చెప్పబడిరది.

వేదాలకంటే పూర్వమే శివుని గురించి ప్రస్తావన ఉన్నట్లు, హరప్పా, మొహజందారో శిథిలాల్లో శివలింగం కనిపించడం చూస్తే మనకర్థమవుతుంది. వేదాల ఆవిర్భావం కంటే పూర్వమే భారతీయులు శివున్ని ఆరాధించేవారని పండితులు అభిప్రాయం. (తెలుగు సాహిత్యం' శైవమత ప్రభావం పుట '3) వేదాలు ఆగమాలలో వచ్చిన మహేశ్వరుని విశేషాలను పరిశీలిస్తే శతరుద్రీయంలో శివుడు "పశునాంపతిః" అని వర్ణింపబడ్డడు. కైవల్లోపనిషత్తులో శివయోగమార్గాన్ని ముక్తికి మార్గంగా సూచింపబడిరది. హరిభద్రుడు అనే జైనముని కనాదుడు, గౌతముడు అనేవారు శైవులని పేర్కొన్నారు. మహాభారతంలో శ్రీకృష్ణుడు స్వయంగా శివుని ప్రధాన భక్తుడిగా చెప్పబడిరది. ఆదిపర్వంలో వ్యాసుడు ద్రుపదునికి పంచేంద్రయోపాఖ్యానాన్ని వివరించెను. ఈ కథలో శివుని విశేషాలున్నాయి. ఆది పర్వంలో అమృతమథన వృత్తాంతంలో దేవదానవులు సముద్రాన్ని చిలికేటపుడు విషం పుట్టగా దానిని శివుడు మింగాడని చెప్పబడిరది. అరణ్యపర్వంలో కిరాతార్జునుల కథ ఉంది. అందులో కిరాత వేషధారి శివుడు, అర్జునుని పరాక్రమాన్ని మెచ్చి ప్రత్యక్షమయ్యాడు. శివుడు అర్జునునికి పాశుపతాస్త్రం ఇచ్చినట్లు, దాంతో అన్ని లోకాలను జయించేలా వరాలిచ్చాడు. "శివుని

లింగ స్వరూపంగా పూజించడం అశ్వత్థాముడి గురించి వచ్చిన కథా సందర్భంలో లింగార్చన ప్రశంస ఉంది" (తెలుగు సాహిత్యం, వైనమిత ప్రభావం, పు.09)

చారిత్రకంగా శైవాన్ని ఎప్పటినుండి వాడుతున్నామో మొట్టమొదట చెప్పినవారు మెగస్తనీసు. క్రీ.పూ. మూడవ శతాబ్దం నాటికి మనదేశంలో శివారాధన ఉండేదని మెగస్తనీస్ చెప్పాడు. క్రీ.పూ. రెండవ శతాబ్దం నాటికే పతంజలి, శివయోగులు, శివభాగవతుల గురించి చెప్పాడు. గుప్తచక్రవర్తులు భారతదేశాన్ని పరిపాలించేనాటికి శైవం బాగా వృద్ధి చెందిందని తెలుస్తున్నది. రెండవ చంద్రగుప్త విక్రమాదిత్యుడు ప్రకటించిన మధుర స్తంభ శాసనం ద్వారా శైవప్రాభవం అవగతమవుతుంది. ఉదితుడు సమస్త మహేశ్వర్లను, ఆచార్యులను, ఆరాధించినట్లు ఈ శాసనం తెలుపుతుంది.

దక్షిణ భారతదేశంలో శైవమతాన్ని గూర్చి చాలా పూర్వమే చారిత్రకంగా, సాహిత్యపరంగా ఆధారాలు లభిస్తున్నాయి. ఈ దేశాన్ని పాలించిన పల్లవుల కాలంలోనే బౌద్ధ, జైన మతాలతో సంఘర్షణ పొందినట్లు తెలుస్తున్నది. సంగం కాలం తమిళ సాహిత్య చరిత్రలో గొప్ప కావ్యాలను ఆరంభంగా నిలిచిన కాలం. శిలప్పాదిగారంలో పంచాక్షరి మంత్రం గూర్చి చెప్పబడిరది. మణిమేఖలలో కూడా శైవ వాదినుల ప్రస్తావన కలదు. మహేంద్రవర్మ రచించిన 'మత్తవిలాస' కావ్యంలో శైవ మహత్యం వర్ణించారు. దక్షిణ భారతదేశాన్ని పాలించిన చోళరాజు వంశం శైవులే శైవమతాలను ఆదరించారు. చోళ రాజులు శైవమతాలను సైతం స్థాపించారు. ఇవి మతాభివృద్ధికి ఎంతగానో దోహదంచేశాయి. ఇవే కాకుండా వివిధ శాసనాలలో, క్షేత్రాలలో శైవమత సంబంధమైన అనేక విషయాలు చారిత్రకాధారాలు లభిస్తున్నాయి. కంటా తిరువయ్యూర్ మేలపాడి, కొడంబలూరు అనేవి కాపాలిక, కాలముఖ, శైవాలకు ప్రధానకేంద్రాలుగా ఉండేవి.

శైవమతం చాలా కాలం పూర్వమే జావా, సుమిత్రా, ఇండోనేషియా మొదలైన ఇతర దేశాలకు వ్యాపించినట్లు తెలుస్తున్నది. క్రీ.శ. 5వ శతాబ్ది ప్రారంభంలోనే జావాలో పాశుపతశైవం వ్యాపించిందని పాహియాన్ రాశాడు. నేటికీ ప్రలనాం పానాతరన్ ప్రాంతాలలోని శివాలయాలే సాక్ష్యాలు, కాంభోజదేశంలో కూడా శైవమతం వ్యాపి చెందిందని తెలుస్తున్నది.

తమిళ దేశంలో భక్తిసాహిత్యం అత్యధికంగా వెలువడిరది. శైవ, వైష్ణవ యుగంలోనే మొత్తం 63 మంది నయనార్లు, క్రీ.శ. 7వ శతాబ్దంలో జీవించినట్లు తెలుస్తోంది. వీరి సమయంలో 'మమనీటిచోడడికథ', 'ఏనాది నాథర్ కథ',

131

'కుంగులియక్కలయర్ కథ' ఇలాంటివెన్నో తమిళ శైవసాహిత్యంలో మనం చూడవచ్చు. తమిళ సాహిత్యంలో "తిరుమూళర్" శైవమత సాహిత్యానికి మూలపురుషుడిగా చెప్పుకోవచ్చు. ఇతను 'తిరుమందిరమ్' అనే గ్రంథాన్ని రచించారు. ఒక శివజ్ఞానికి ఆహారం పెట్టడం అంటే కోటి బ్రాహ్మణులకు భోజనం పెట్టడంతో సమానం. వేయి ఆలయాలు నిర్మించడం కంటే గొప్పదని 'తిరుమూళర్' చెప్పాడు. శైవ సిద్ధాంతం సాహిత్యం 'నంబి అండార్‌నంబి' అనే శైవమతాచార్యుని నుండి వచ్చినట్లు తెలుస్తోంది. ఇతను క్రీ.శ. 10వ శతాబ్దం చివరలో జీవించాడని చరిత్రకారుల అభిప్రాయం. క్రీ.శ. 14వ శతాబ్దంలో ఉమాపతి శైవాచార్యులు తన విరుముౖె కందపురాణంలో 'నంబినండియారనంబి' గురించి ప్రస్తావించాడు. మేయకందర్ అనే మహాకవి శివజ్ఞాన బోధము గ్రంథాన్ని క్రీ.శ. 13వ శతాబ్దం మధ్య భాగంలో రచించాడు. శైవ సూత్రాలను, సిద్ధాంతాలను క్రమపద్ధతిలో రచించిన ప్రథమ గ్రంథం. ఈ సూత్రాలలో పతిపాశ, పశు శబ్దాలను గూర్చి, వాటి పరస్పర సంబంధాన్ని గూర్చి చర్చింపబడిరది. మేయకందర్ గ్రంథాన్ని చదివితే 'ఘృతాన్ని' రుచిచూసినట్లే అని అతని తరువాతి కవులు చెప్పారు. ఆ తరువాత ఆరునంది రచించిన 'శివజ్ఞాన సెట్టియార్' గ్రంథం చెప్పుకోదగ్గది. తమిళ దేశంలోని శైవులకు నేటికీ ఇది ప్రామాణికంగా నిలుస్తున్నది. ఆ తరువాత 'మానవాసగంగదండ' రాసిన 'ఉనమైవిలక్కమ్' చెప్పుకోదగినది. ఆ తరువాత సిద్ధుల పాటల్లో కూడా శైవమతం గొప్పతనం గూర్చి ప్రతిపాదించడం జరిగింది.

తరువాత కన్నడ దేశంలో శైవమతం గూర్చి తెలుసుకుంటే 'లింగాయత్' సంప్రదాయం ప్రధానం కనిపిస్తుంది. దీనినే వీరశైవ సంప్రదాయం అని కూడ అంటారు. క్రీ.శ. 12వ శతాబ్దానికి చెందిన బిజ్జలుని మంత్రి అయిన బసవేశ్వరుడు వీరశైవమతాన్ని స్థాపించాడు. వర్ణాశ్రమ ధర్మానికి వ్యతిరేకంగా పుట్టినటువంటిది ఈ మతం, అందువల్ల ఈ మతానికి ప్రజలమద్దతు దొరికింది. ప్రబలంగా నిలబడగలిగింది, ఈ మతానుయాయులు నేటికీ కన్నడ ప్రాంతంలో ఉన్నారు. తమ కంఠంలో లింగాన్ని ధరిస్తున్నారు వీరశైవ మతంలోని శివలింగానికి అత్యంత ప్రాధాన్యత ఉంది. అదే మార్గదర్శక సూత్రంగా కూడా ఉంటున్నది. ప్లేట్, రైస్, ఎంథోౖకన్ అనే పాశ్చాత్య పండితులు కూడా ఈ మతసూత్రాల గూర్చి, సంప్రదాయాలను గూర్చి రాశారు. మెడలో శివలింగాన్ని ధరించినవాడు శివాలయంతో సమానమని వారి భావన వీరిలో మంత్రదీక్ష అనేది ముఖ్యమైనది. ఈ వీరశైవమతంలో అనేక వృత్తులవారు, అనేక కులాలవారు

ఉంటారు కానీ భేదభావాలుండవు. అందరినీ దయతో చూడాలి ఆధ్యాత్మిక క్రమశిక్షణ వీరిలో చాలా అవసరం.

వీరశైవం, జైన, బౌద్ధ మతాలను ప్రతిఘటించడానికి ఏర్పడినది. శివభక్తి పరవశులైన భక్తులు తమ కళ్యను, పుత్రుల్ని, ప్రాణాలను శివార్పణంచేసి కైవల్యంపొందిన విధానములభక్తుల కథలు తెలుపుతాయి. కన్నప్ప, సిరియాళుడు, నిమ్మవ్వ, గండయ్య, చౌడయ్య, గుడ్డవ్వ మొదలైనవారి వీరభక్తి కథలు కలవు. అనుభవమంటపంలో విప్రుడు స్వీకరించారు ఇలా కన్నడ ప్రాంతంలో శైవమతం ప్రాధాన్యతను సంపాదించుకొన్నది.

నన్నెచోడుడు శైవమత ప్రభావంతోనే కావ్యరచనకు పూనుకొన్నాడు. నన్నెచోడుడు స్వయంగా శైవసంప్రదాయం పట్ల మక్కువ గలవాడు కావ్యం ప్రారంభంనుండి "ఆద్యుడైన మహాదేవుడు తనకు అభిమతములిచ్చుగాక అని నమస్కరం పూర్వ ప్రార్థన చేశారు. ఆ తరువాత రెండు పద్యాలలో "అంబికాధవుడు పరమేశ్వరుడు' అంటూ స్తుతింపబడ్డాడు. తనగురువైన మల్లికార్జునుడికి శివుడికి సారూప్యం చేస్తూ గురువును స్తుతిచేశాడు. తాను రాయబోయే కథలను, విశేషాలను ఒక క్రమంలో చెప్పాడు. దీనిలో మొదటిది సతీదేవి జన్మవృత్తాంతం. ఇందులో ప్రజాపతికి ఆదిశక్తిjౌౖైన సతీదేవి జన్మించిన కథను చెప్పాడు. ఈమె ఈశ్వరుని భార్య. అందువల్ల ఈకథ ఈశ్వరుని గొప్పతనాన్ని చాటేదే అవడంలో ఏమాత్రం సందేహం లేదు. రెండవ కథ గణాధీశ్వరుడైన విఘ్నేశ్వరుని జన్మకథ. ఈ కథ కుమారసంభవంలో అపూర్వమైన కథ. ఉమామహేశ్వరుల అతిలోక ప్రణయం చక్కగా వర్ణించాడు. ఇందులో కూడా గణేశ్వరుని ఆధిక్యం కంటే శివాధిక్యమే ఎక్కువగా ప్రదర్శితమైంది. దక్షక్రతు ధ్వంసం, పార్వతీదేవి జననం, ఈశ్వరుని తపస్సు మన్మథ వివాహ వృత్తాంతం, పార్వతి తపఃశౌర్య, పార్వతీ పరమేశ్వరుల వివాహం, కుమారుని జననం, కుమారస్వామి తారకాసురుని యుద్ధంలో సహకరించడం. ఈ కథలన్నీ శైవ మహిమలనే తెలియజేస్తాయి.

ఇక ఆంధ్రదేశంలో శివలెంకమంచన పండితుడు, శ్రీపతి పండితుడు, మల్లికార్జున పండితుడు పండితత్రయం అని ప్రఖ్యాతి. వీరు ఆంధ్ర, కర్ణాటక ప్రాంతంలో శైవ సంప్రదాయం ప్రచారం చేసిన మహానుభావులు.

ఆంధ్ర కర్ణాటక ప్రాంతాలలో శైవ సంప్రదాయాన్ని విస్తారంగా ప్రచారం చేసినవారు పండితత్రయం. వీరిలో మల్లికార్జున పండితారాధ్యుడు ప్రధానమైన వ్యక్తి. దేశ సంచారంచేస్తూ శైవమత గొప్పతనాన్ని వివరిస్తూవెళ్ళాడు. దక్షిణ ప్రాంతంలో శైవమత

వ్యాప్తికి దోహదపడినవారు బసవేశ్వరుడు. మల్లికార్జున పండితారాధ్యుడు ముఖ్యులు. 'శివతత్వసారం'లో త్రిమూర్తులలో శివుడే అధికుడని చెప్పాడు శివుని మాహాత్మ్యం గురించి తెలియనివారు నూతిలోని కప్పలతో సమానమని చెప్పాడు. శివతత్త్వసారంలో కాటకోటునికథ, మొరటదవంకయకథ, ఉడుమూరి కన్నప్పకథ, సకలేశు మాదిరాజయ్యకథ, మడివాలు మాచయ్యకథ, ఇరువదత్తుడు, బ్రహ్మయ్యకథ, మలహన్నుని కథ, కదిరేమణార్యునికథ ఇలా శివతత్త్వసారంలో అనేకమంది వీరభక్తుల చరిత్రలను తెలియజేశారు.

పాల్కురికి సోమనాథుడు కావ్యరచనారంభం చేసేనాటికి శైవమతం ఒకస్వరూపం స్వభావం నిర్ధిష్టమైంది. స్త్రీ, పురుష, కులవివక్షత లేకుండా కర్ణాటకాంధ్ర ప్రాంతాలలో ఈ మతాన్ని నిత్య జీవితంగా పాటిస్తూ ఉండేవారు. పాల్కురికి సోమనాథుడు రచించిన గ్రంథాలలో అనుభవసారం మొదటిది. ఇందులో నిందలుపడకుండా ఉండటం ఇతరులను హింసించకూడదు. పరులనెవరినీ చేయిచాచి అడుక్కోరాదు. ఇతరుల రహస్యాలను తెలుసుకోకుండా ఉండటం అనేవి శివభక్తులు కలిగిఉండాలి. రెండవకృతి, బసవపురాణం. ఇందులో 'ఇరిత్తాండి' అనే పుట్టగ్రుడ్డివాడు శివున్ని ప్రార్థించి రెండు కన్నులూ తెచ్చుకొన్నాడు. 'నమినంది' భక్తుడు ప్రతిదినమూ నేయితో దీపం పెడుతుంటే అతనికి నేయి దొరక్కుండా చేశారంట జైనులు లింగోదకాలలోనే దీపాలు వెలిగించి, జైనుల గోవులు చచ్చేటట్లు శపించాడట. 'వృషాధిపశతకం' బసవా! బసవా! వృషాధిపా! అనే మకుటమే పరమశివభక్తుని చాటుతుంది. 'చతుర్వేదసారం' రచనలో బసవనామాక్షర మహిమ, పంచాక్షరమంత్ర మహిమ, శివవిభూతి, రుద్రాక్షలింగధారణ మహాత్మ్యం, శివభక్తిరమ్యం, శీలరక్షణ, శివభక్తుల ప్రశస్తి మొదలైన అంశాలను వివరించారు. 'చెన్నమల్లుని సీసములు', 'పండితారాధ్య చరిత్ర' రచనల్లో కూడా వీరశైవధర్మం సంపూర్ణంగా వివరింపబడింది. తదనంతరం కూడా శివభక్తి ప్రతిపాదితాలైన కావ్యాలు వచ్చాయి. శ్రీనాథుని 'భీమేశ్వర పురాణం', 'కాశీఖండం', 'హరవిలాసం', 'శివరాత్రీ మహాత్మ్యం', రామలింగడి 'ఉద్భటారాధ్య చరిత్ర', ధూర్జటి 'శ్రీకాళహస్తి మహాత్మ్యం', కాశెసర్వప్ప 'సిద్దేశ్వర చరిత్రం', ఏకామ్రనాథుని 'ప్రతాపరుద్ర చరిత్రం', 'నవనాథ చరిత్రం', 'నవాచోళచరిత్ర', 'సర్వేశ్వర' శతకాలలో శైవతత్త్వం శివభక్తుల కథలు విరివిగా వివరించబడ్డాయి. శివకవుల యుగంనుండి ప్రబంధయుగం దాకా శైవం తెలుగు సాహిత్యంలో పరిఢవిల్లింది.

ఆధార గ్రంథాలు

1) తెలుగు సాహిత్యం – శైవమత ప్రభావం – డా. వి. రత్నమోహిని, తి.తి.దే ప్రచురణలు, 1992.

2) సారస్వత వ్యాసములు – డా. జి.వి. సుబ్రహ్మణ్యం – ప్రథమ సంపుటి.

3) ద్రావిడ భాషల్లో భక్తి సాహిత్యం ' తిరుపతి తమిళ సంఘం. రెండవ సంపుటి.

4) సమగ్రాంధ్ర సాహిత్యం ' ఆరుద్ర, తెలుగు అకాడమీ.

డా.బి. నాగశేషు

19. స్వాతంత్ర్య పూర్వం కన్నడ నవలలు–స్త్రీలు

భారతీయ సాహిత్యంలో నవలా సాహిత్యానికి వచ్చిన ప్రచారం మిగతా ప్రక్రియలకు రాలేదనే చెప్పవచ్చు. కారణం సామాన్య ప్రజాసమూహంపై దృష్టి కేంద్రీకరించడంవల్ల భారతీయ భాషల్లో నవల ప్రజల్లోకి చొచ్చుకెళ్లింది. ఆధునిక సమస్యలను నవలలాగా చూపించగలిగే మహత్తర సాధనం మరొక ప్రక్రియకు లేదేమో. నవలను గురించి సాంత్యాయన్ " A theoretic vision of things" అన్నారు. ఆర్నాల్డ్ ప్రకారం " an interpretation of life" ఈ రెండూ అవ్వచ్చు. పాశ్చాత్య శిక్షణవల్ల భారతదేశంలో గణనీయమైన మార్పువచ్చింది. గుత్తాధిపత్యాలు, మూఢనమ్మకాలు, అర్థంలేని ఆచరణలపట్ల ప్రజల్లో ప్రజ్ఞను కలిగించాల్సిన అవసరం ఏర్పడిరది. నవల కేవలం నూతనమైనదే కాదు వినూత్నమైంది. కన్నడ ప్రపంచంలోకి నవలా సాహిత్యం ఆలస్యంగా వెలుగుచూసినా ఆదరణలో మాత్రం చాలా మందిని తిప్పుకోగలిగింది. నవలను కన్నడంలో కాదంబరి అని అంటారు. కాదంబరి పదానికి పర్యాయంగా నల్గతె, నీల్గతె, అనే పదాలను కెరూరు వాసుదేవాచార్యులు ఇందిరలో (1908) ఉపయోగించారు. రంగనాథగారు కాదంబరిని "నవకథె" అని పిలిచారు. 18 వ శతాబ్దం చివరిరోజుల్లో ఇంగ్లీషుభాషాసాహిత్యం మొదటిఅడుగుపెట్టింది బెంగాలి, మరియు మరాఠి సాహిత్యంలోనే. తరువాత అనువాదాలు పెరిగిపోవడంతో కన్నడంలో కూడా నవల అనే పేరే స్థిరపడిపోయింది. కన్నడ భాషలో 1892లో వచ్చిన లక్ష్మణభీమరావు గదగ 'సూర్యకాంత' అనే నవలలో మొదటిసారిగా కాదంబరి అనే మాటని ఉపయోగించారు. కన్నడంలో కాదంబరి అనే పదం విస్తృతంగా వినిపించిన కాలం19వశతాబ్దం ఆరంభంలోనే అని డా.హరికృష్ణ అంటారు. అయితే కె వి నారాయణ ఆంగ్లప్రభావానికి గురికాకమునుపే కన్నడభాషలో నవలారచన జరిగిందని 'సౌగంధికాపరిణయ', (ముమ్మడి కృష్ణరాజ ఒడెయరు), 'కలావతిపరిణయ' (యాదవ), 'ముద్రామంజూష' (కెంపునారాయణ) రచనలను ప్రస్తావించడం జరిగింది. ఈ మూడు రచనలు పాశ్చాత్యుల ప్రభావ పవనాలు వీయక మునుపే వచ్చినవి. కాదంబరి అనే పేరే సంస్కృతం నుండి వచ్చింది. కన్నడభాషలోకి బాణుని కాదంబరి నుండే వచ్చింది. ఈ రచనలో నాయిక పేరే కాదంబరి అవడం ప్రత్యేకత. కన్నడంలో కలావతి పరిణయ 1815 మొట్టమొదటి కాదంబరి అంటారు. ఇందులో వస్తువు కాదంబరిలాగా ఉన్నా కూడా పదాల ఉపయోగంలో తేడా ఉన్నది. ప్రారంభంలో నవలను వచనప్రబంధం అని

పిలిచేవారు. దీనికంటే ముందే మరాఠి సాహిత్యంలో నవల సాహిత్యం ఉపయోగంలో ఉందని తెలుస్తోంది. మరాఠి భాషాకోశంలో నవలకు ''కల్పితకథ'' అనే అర్థం ఉన్నది. అంతే కాకుండా చంద్రిక అనే పత్రికలో 1854 అక్టోబర్ నెలనుండి నీతిపర కాదంబరి అనే పేరుతో సీరియల్‌గా వచ్చింది. 1859 మరాఠి భాషలో రచించిన విచిత్రపురి అనే రచనలో కాదంబరి అనేపేరు ఉంది (హొస కన్నడ సాహిత్య ఉగమ మత్తు వికాస పుట 9, భరణ్యహరికృష్ణ). కన్నడ భాషకు కాదంబరిని పరిచయం చేసింది మరాఠులని శ్రీనివాసహొవనూరు అభిప్రాయం వ్యక్తంచేయగా, కాదంబరి పదం కన్నడ పదమే అని, ఉత్తరకర్ణాటకలోని ప్రజలు ఉపయోగించి తరువాత కర్ణాటక మొత్తం కాదంబరి పదం వ్యాపించిందని పండితుల అభిప్రాయం. నవలా లక్షణాలన్నీ కలిపి ఉన్న గుల్వాడి వెంకటరాయలు రచించిన ఇందిరాబాయి 1899 ''సద్ధర్మ విజయ''ను స్వతంత్ర నవలగా చెప్పుకోవచ్చు. ఉత్తరార్ధంలో శోషింపబడిన విధవ సనాతన ధర్మాలను పక్కకు నెట్టి మర, మాన్యాల బహిష్కరణకు గురె, సాంప్రదాయాలను విడిచిపెట్టి పునర్వివాహానికి సిద్ధమవటం నిజంగా సద్ధర్మవిజయంగా చెప్పుకోవచ్చు. ఆ కాలంనాటి మూఢనమ్మకాలను ఎత్తిచూపి వాటిని పోగొట్టి, ఆడవారిని చదువుపట్ల ఆసక్తులుగా తీర్చిదిద్ది, బాల్యవివాహాలను, విదవా వివాహాల సమస్యల పట్ల స్పందించి స్త్రీల సామాజిక సమస్యలపట్ల మనసు పెట్టడమే ఈ నవలా ఉద్దేశ్యం.

బోళార బాబురాయర వాగ్దేవి 1915 భ్రష్టసమాజ వాస్తవ చిత్రీకరణ వాగ్దేవి నవలలో కనిపిస్తుంది. వాగ్దేవి ఒక పేద బ్రాహ్మణ కుటుంబానికి చెందిన తమ్మణ్ణభట్ట, భాగీరథి దంపతులకు వాగ్దేవి ఏకైక కుమార్తె, వాగ్దేవికి అబాచార్యునితో వివాహం జరుగుతుంది. భర్త నుంచి సంసారిక సుఖాన్ని పొందలేదు కదా స్త్రీగా పుట్టినందుకు అన్ని ఆనందాలకు దూరంగా బతుకుతుంటుంది. సరిగ్గా ఇదే సమయంలోనే కుముదాపురం మఠాదీశుడైన శ్రీపాదంగారు వాగ్దేవికి దగ్గరవుతారు. వీరిద్దరిని వెంకటపతి కలుపుతారు. జీవనానికి గడవడమే గగనమైనరోజుల్లో కూతురు తప్పు చేస్తున్నా అడ్డుచెప్పలేదు తల్లితండ్రులు. వాగ్దేవి మఠంలోనే తల్లిదండ్రులతోపాటు వుంటుంది. తాళి కట్టింది అబాచార్యులైనా మనసు, తనువు రెండూ అర్పించింది మాత్రం శ్రీపాదంగారికే. వాగ్దేవిని మెప్పించాలని తన దగ్గరున్న సంపదను విచ్చలవిడిగా ఖర్చు పెడతారు శ్రీపాదం. ఇతని కలయికవల్ల సూర్యనారాయణనుడు అనే కుమారున్ని పొందుతుంది వాగ్దేవి. మఠం అంతా వాగ్దేవి చేతిలోకి చేరుతుంది. వయసు, డబ్బు రెండూ కోల్పోయిన శ్రీపాదంగారు

కైవల్యం చెందుతారు. వాగ్దేవి తల్లితండ్రులు కూడా కాలం చెల్లడంతో కుదేలవుతుంది వాగ్దేవి. మతం రక్షణలో భాగంగా శాబయ్యకు కూడా తన శరీరాన్ని అప్పగించడానికి సిద్ధపడుతుంది వాగ్దేవి. తనకు అడ్డొచ్చిన నేమిరాజును రెండు లక్షలరూపాయలకు ఒప్పందం చేసుకొని అడ్డు తప్పిస్తుంది. మతంలో జరిగే అసాంఘిక కార్యకలాపాలన్నీ ప్రజల్లోకి చేరిపోతాయి. జనం చీదరించుకొంటారు. ఉన్న డబ్బుని కచేరిల పేరుతో ఖర్చుచేస్తుంది. వయసు, హోదా, ధనం కోల్పోయిన వాగ్దేవి చివరికి పనిమనిషిగా బతుకుతుంటుంది. కొడుకు కూడా అల్లరిగా తిరుగుతుంటాడు. జీవితం మీద విరక్తి చెందిన వాగ్దేవి ఆత్మహత్యకు పాల్పడుతుంది. కొడుకు కాపాడటంతో నవల ముగుస్తుంది. హొస కన్నడ ప్రారంభ కాలంలోని నవలల్లో సాంప్రదాయక ధోరణులతో కూడిన నవలలు రాసిన ఎం.ఎస్.పుట్టణ మాడిద్దుణ్ణో మహారాయ. 1915 ముసుకుతెగెయే మాయాంగనె 1928 మరియు అవరిల్లదూట 1959 అనే నవలలు రాశారు. వీటిలో మాడిద్దుణ్ణోమహారాయ నవలలో లంచగొడితనం వల్ల జరిగే అనార్థాలు, గ్రామాల్లోని వర్గ కక్షలు, మూఢనమ్మకాలు, పతివ్రతల చరిత్రలు, ఉపాధ్యాయుల కఠిన శిక్షలు స్మశానంలో జరిగిన అతిభయంకర సంఘటనలు ఇవన్నీ నవలలోని అంశాలు. సదాశివ దీక్షితులు మైసూరు రాజుల కృపకు పాత్రులై వినయ విధేయతలతో నడుచుకుంటుంటారు. ఇతనికి భార్య పుత్రునికి జన్మనిచ్చి మరణిస్తుంది. దీక్షితులు తిమ్మమ్మను రెండోపెళ్ళి చేసుకొంటాడు. సవతి తల్లి అయినా సదాశివుని ఆప్యాయంగా చూసుకొంటుంది. దీక్షితుల అమ్మగారు మనవడైన మహాదేవున్ని పెంచి పెద్దచేస్తుంది. నారప్ప అనే గురువు ఎప్పుడూ విద్యార్థులను కొడుతూవుంటాడు బుద్ధి చెప్పిన దీక్షితులపై పగ పెంచుకొంటాడు. మహాదేవుడు తన మేనమామ కూతురైన సుశీలను పెళ్ళి చేసుకొంటాడు. పేరుకే కాదు గుణంలో కూడా సుశీలగానే ఉంటుంది. తిమ్మమ్మ చెప్పిన సంబంధం చేసుకోలేదని కోడలను సాధిస్తుంది. కష్టాలేవి భర్తతో చెప్పకుండా మౌనంగా భరిస్తుంటుంది. దైవం పట్ల, పెద్దల యెడల గౌరవం సుశీల సౌందర్యాన్ని మరింత పెంచాయి. సీత కథ అంటే సుశీలకు చాలా ఇష్టం, అరుంధమ్మ గుడికి నిత్యం వెలుతూ వుంటుంది. అమ్మగారికి పూజ చేయడానికి కపటపూజారిగా వచ్చిన అప్పాజి కన్ను సుశీలపైన పడుతుంది. కానీ, సుశీల లొంగదు. బలవంతంగా లొంగదీసుకోవడానికి ప్రయత్నించి విఫలమైతాడు. అప్పటినుండి నీ పాలిట మృత్యుదేవత నేనే అని ప్రతిజ్ఞ చేస్తాడు. అతని మాటలకు, మంత్రాలకు సుశీల ఆరోగ్యం చెడిపోతుంది. చావును జయించలేక ఓడిపోతుంది. రెండేళ్ల

కొడుకు తల్లికోసం అరిచే అరుపులు మనసుల్ని కలచివేస్తుంది. నదీ పరివాహక ప్రాంతంలో అంతిమసంస్కారాలు చేసి పచ్చి కట్టెలు కదా నెమ్మదిగా అంటుకొంటాయని తిరుగుముఖం పడతారు. చితిమీద బతికి ఉన్న సుశీలను భటజి అనే మంత్రగాడు ఇంటికి తీసుకొస్తాడు. తిరిగొచ్చింది సీతకాదని మాఇంట భాగ్యలక్ష్మి అని భావిస్తారు. మోసకారి పూజారిని శిక్షిస్తారు. సీతవాళ్లు ఉన్న ఊరును వదిలి మైసూరుకు చేరుకొంటారు. అన్ని కష్టాలను ఎదుర్కొన్న సీత రామాయణంలోని సీతలా కనిపిస్తుంది.

స్వాతంత్ర పూర్వం సమస్యలను పురుషులకంటే స్త్రీలు ఇంకా నిశితంగా పరిశీలించారు. అందులో నంజనగూడు తిరుమలాంబ ఒకరు. ఈమె సుశీలె, నభా, విద్యుల్లతా, విరాగిణి, మాతృనందిని, మణిమాలా మొదలైన నవలలు రాసి ఆధునిక కన్నడ సాహిత్యంలోనే ప్రత్యేకను సంపాదించుకున్న కవయిత్రిగా సుపరిచితురాలు. సుశీల ఒక ఆదర్శ మహిళగా స్ఫూర్తిదాయకమైన జీవితాన్ని గడుపుతుంటారు. సాంప్రదాయక బ్రాహ్మణ కుటుంబానికి చెందిన సుజ్ఞానశర్మ రెండవ కుమార్తె సుశీల, ఈమెకు మరెయపురానికి చెందిన వినోద్‌తో వివాహం జరుగుతుంది. సుశీల ఎంత మంచిగుణవంతురాలో భర్త అంత చెడ్డవాడు. సుశీలకు చదువంటే ప్రాణం ఎప్పుడూ పుస్తకం చేతిలోనే ఉంటుంది. అత్త మామలు సుశీలపై లేని పోని నిందలేసి కొడుకుతో కొట్టిస్తుంటారు. అయినా అన్నీ ఓర్చుకొంటూనే ఉంటుంది. చంచల అనే ప్రియురాలి మొజులోపడి భార్యను చావు దెబ్బలు కొడతాడు. చంచల వినోద్‌తో పాటు తంత్రనాథ అనే మరొక వ్యక్తితో సంబంధం పెట్టుకొంటుంది. వీరిద్దరూ కూడి ఉన్నప్పుడు వినోద్ చూసి ఓర్చుకోలేక గొడవకు దిగుతాడు. తంత్రనాథ కోపంతో కొడవలిని విసురుతాడు అడ్డంగా వచ్చిన చంచలకు తగిలి అక్కడికక్కడే చనిపోతుంది. తంత్రనాథుడు పరారీ అవుతాడు వినోద్ పోలీసులకు దొరుకుతాడు. పరారీలో ఉండే తంత్రనాథుడు సుశీలను లైంగికంగా వేధిస్తుంటాడు. సుజ్ఞానశర్మకు విషయం తెలిసి కూతురును రక్షిస్తాడు. నేను క్షేమంగా వుండాలంటే సుశీల, వినోద్‌ను అడ్డు తప్పించాలనుకొని పథకం వేసి విఫలమై జైలుకు వెళ్తాడు. తన తప్పు తెలుసుకొన్న వినోద్ సుశీలను క్షమించమని అడుగుతాడు. అప్పుడు నేను నీ చరణదాసినని మనమధ్య క్షమించడాలెందుకని భర్తతో సంతృప్తిగా ఉంటుంది. పతి తోడులేని సతి ఒంటరి జీవితం ఎంత కష్టమో ఆ నవల తెలుపుతుంది.

తిరుమలాంబగారి ఇంకొక నవల నభా 1914 తల్లి కోసం అన్ని సుఖాలకు దూరమై తన తల్లి రోగంతో మంచం పట్టింటే ఓపికగా తల్లిని చూసుకుంటుంది. బిడ్డ

భర్తకు దూరంగా ఉండటం సుతారము ఇష్టంలేని తల్లి ఏమి చేయలేని నిస్సహాయ స్థితిలో ఉండిపోతుంది. నభా దురదృష్టంకొద్దీ భర్త శ్రీనివాస అనారోగ్యానికి గురై చనిపోతాడు. నావల్ల నా బిడ్డ బతుకు బలైపోతోందని తెలుసుకొన్న తల్లి తనను తాను నిందించుకొంటూ బిగ్గరగా అరుస్తుంది. ఒకవైపు బిడ్డకాపురం చింత, మరొకవైపు ముదిరిన రోగం రెండు చింతలతో పోరాడలేక చితికెక్కిన తల్లి. చుట్టూ బీడులాంటి జీవితం ఏ తోడులేని నభా చేసేది లేక చిన్నాన్న పంచన చేరుతుంది. ఆస్తికోసం కాసుకూర్చున్న చిన్నాన్న శంకరనాథ ఆ కార్యక్రమాన్ని సునాయాసంగా భార్య సహకారంతో దిగ్విజయంగా ముగిస్తాడు. ఒట్టిచేతులతో జీవితాన్ని నెట్టుకురావడంకంటే నభాకు రాజశేఖరుడనే బలుపెక్కిన ఆంబోతు కొర్రెకల కోరలనుండి తప్పించుకోవడం పాము07నోటిలో కప్పలాడుంటుంది ఎంతగా సర్దిచెప్పినా పట్టించుకోడు. పైగా వరుసకు బంధువవుతాడు ఒంటిగా ఉన్న నభాపై రివాల్వర్‌తో బెదిరిస్తాడు. మగ తోడులేని నభా పట్టింపుకుపోతే విషయం చెడుతుందని, నీ కోర్కె ఈ రోజు రాత్రికి తీరుస్తానని నమ్మబలికి ఒక చీటీ రాసిపెట్టి ఇంటినుండి పరారవుతుంది. భర్త చనిపోయినా ఎంతమంది చెప్పినా పునర్వివాహానికి ఒప్పుకోలేదు. అన్ని ఇబ్బందులను ఓర్చుకొని కొత్తజీవితాన్ని ప్రారంభిస్తుంది. విధవకు ఆనాటి కాలంలో ఏ విధంగా ఇబ్బందులున్నాయో ఈ నవల వల్ల తెలుస్తుంది. అప్పుడే కాదు ఇప్పటికీ పరిస్థితి అలాగే ఉంది. ఒంటరి మహిళలపై చుట్టూ చూపుల వలలయినా నభా అన్నిటినీ ధైర్యంగా ఎదురీదుతుంది. ప్రతీ సమస్యను తెలివిగా ఓర్పుగా జయిస్తుంది. అపాయం వచ్చినపుడు చావు పరిష్కారం కాదు. ఆశావాదంతో బతకాలి కష్టాలను అధిగమించాలి కడదాకా నిలవాలి నభా నిలుస్తుంది. నిలిచి గెలుస్తుంది. గొప్ప ఇతివృత్తంతో రచించబడిన నవలగా పేరుకెక్కింది.

నిర్భాగ్యవనిత 1921స్వాతంత్రపూర్వరచయిత్రి ఆర్ కల్యాణమ్మ రాసిన ప్రియంవద, నిర్భాగ్యవనిత, సుఖలతా, భక్తిమీరా మొదలైన రచనలు కన్నడ సాహిత్య ప్రపంచానికి అందించారు. మానసికంగా, శారీరకంగా ఎదగని ఆడపిల్లలను సంపదకోసమో, వారసత్వం కోసమో, సంబంధాన్ని కలుపుకోవడం కోసమో, లేదా చావుకు దగ్గరున్న ముసలివాళ్ల కోరిక తీరడంకోసమో చెట్టుమీది పిందెలనే చిన్న చిన్న బాలికలను బాల్యవివాహాలు చేసి అమ్మాయిల ఆశలన్నీ అడియాశలు చేస్తున్నారు. అబార్షన్ కంటే హీనంగా అమ్మాయిల జీవితాలను బాల్యవివాహాలు బలిగొంటున్నాయి.

అలాంటి సాంప్రదాయిక సంక్రమిక రోగాలు ఎలా దాడిచేసేవో నిర్భాగ్యవనిత నవల కళ్లకు కట్టిచూపిస్తుంది.

కలెక్టర్ సతీష్, స్వర్ణ అనే దంపతులకు శచీంద్ర, ఇందిర ఇద్దరు సంతానం, సతీష్ చెల్లెలకొడుకైన నారాయణ కలకత్తాలో నివసిస్తుంటాడు. నారాయణ చూడటానికి అందవిహీనంగా ఉంటాడు. స్వర్ణగారి అన్న కొడుకు సుందరేశ ఇతను కల్లికోటలో ఉంటాడు. నారాయణ చదువులో వెనుకబడ్డాడు. అందవిహీనుడు, సుందరుడు అందగాడు, ఎఫ్.ఎ. చదువుకొన్నాడు. మనిషి ఎంత సొగసుగాడో మనసు అంతకంటే విశాలం. స్వర్ణ తన కూతురిని సుందరేశుడికిచ్చి వివాహం జరిపించాలని నిశ్చయించు కుంటుంది. ఇందిర కూడా చిన్నతనం నుండి తన బావగారైన సుందరేశ వాళ్ల ఇంట్లోనే ఉంటూ అతనితో ఆడుకొంటూ ఉంటుంది. సతీష్ అమ్మగారు సాంప్రదాయాల్ని నమ్ముతూ బతుకుతుంటుంది. తల్లిదండ్రులకు ఏ మాత్రం ఇష్టం లేకపోయినా సతీష వాళ్ల అమ్మకోసం ఇందిరకు తొమ్మిదేళ్ల వయసుకే కురూపి నారాయణతో వరకట్నం ఇచ్చి వివాహం జరిపిస్తారు. ఆడుకానే పిల్లకు పెళ్లిగురించి ఏమీ తెలియదు. సుందరేశుకి ఇందిర అంటే చాలా ఇష్టం. కానీ, అనుకొన్నట్లు ఆమెతో పెళ్లి జరగలేదు. బాధపడుతూనే సుందరేశ కూడా వేరే అమ్మాయితో పెళ్లి చేసేసుకుంటాడు. కానీ దాంపత్య జీవితం అన్యోన్యంగా సాగదు. భార్య సుందరేశుని రాచిరంపాన పెడుతుంటుంది మనసులోనే బాధ పడతాడు. చేసేదిలేక నిశ్శబ్దంగా ఉండిపోతాడు. ఇందిర రజస్వల అవగానే శోభనానికి సిద్ధం చేస్తారు జబ్బుచేసిన నారాయణ అనారోగ్యంతో చనిపోతాడు. తల్లిదండ్రులిద్దరూ కూతురు పరిస్థితిని చూసి కుంగిపోతారు. వయసులో ఉన్న ఇందిర భర్తశవంపై పడి బోరునవిలపిస్తుంది. సుందరేశ ఇందిర పరిస్థితి తెలుసుకొని కుంగిపోతాడు. పిచ్చివాడిలా మారిపోతాడు. ఇందిర గొంతును మేమే దగ్గరుండి కోశామే అనే వేదనతో తల్లి చనిపోతుంది. తండ్రేమో ఇంకొక పెళ్లి చేసుకొంటాడు. ఇదిలా ఉండగా సుందరేశ భార్య అనారోగ్యంతో చనిపోతుంది. విధవ ఇందిరను విదురుడైన సుందరేశ మళ్లీ పునర్వివాహం చేసుకొంటాడు. మనసులు కలిసిన ఆ కాపురం నూతనంగా చిగుర్లు తొడిగి మహా వృక్షంగా ఎదుగుతుంది.

ఆర్. కల్యాణమ్మ 1923 సుఖలత

డా.బి. నాగశేషు

సుఖలత జ్యోతిపురం రాజైన అమరసింహ, సరస్వతి ఏకైక సంతానం. అరవై ఏళ్ల అమరసింహకు భార్య చనిపోతే మంజుల అనే ఆమెను ద్వితీయ లగ్నం చేసుకొంటాడు. 18 ఏళ్ల వయసులోనే తల్లిని కోల్పోయిన సుఖలతను సవతి తల్లయిన మంజుల అధికార దాహంతో జులాయిగా తిరిగే తన తమ్ముడికిచ్చి పెళ్లి చేయాలనుకొంటుంది కానీ అది సుఖలతకు ఇష్టం ఉండదు. సుఖలతకు ఏ ఇబ్బందీ లేకుండా రాజు ప్యాలెస్ లో ఉంచి పద్మలత అనే చెలికత్తెను సపరిచర్యలు చేయడానికి కేటాయిస్తాడు. అంతఃపురంలో సుఖలతను అపురూపంగా చూసుకుంటుంటారు. ఒకరోజు అనుకోకుండా బికనీర్ యువరాజు సర్ధార సింహ, మంత్రి ప్రతాపసింహ దారి తప్పిపోతారు. పద్మలత వారిని స్వాగతించి రాచ మర్యాదలు చేస్తుంది. సుఖలత అందానికి ముగ్ధడైన రాజు సుఖలతను వివాహం చేసుకోవాలని బలంగా నిర్ణయించుకొంటాడు. తండ్రి ప్రతాపసింహుడు వచ్చేది చూసి తిడతాడని తెలిసి యువరాజును సొరంగమార్గంలో వారిని పంపించేస్తుంది. కూతురి ప్రవర్తనలోని మార్పును గమనించి సన్యాసులకు సేవచేసే పనికి పురమాయిస్తాడని తెలుసుకొన్న సుఖలతా రాజ గృహాన్ని వదిలి పారిపోతుంది. అంతలోనే యువరాజు వచ్చి సుఖలతను ఎత్తుకెళ్లిపోతాడు. హఠాత్పరిణామానికి భయపడిన సుఖలత మూర్చపోతుంది. ఎన్ని మందులువాడినా వాసి కాదు యువరాజు కన్నీరెడతాడు. జీవితం పట్ల విరక్తి చెందిన యువరాజు తన రాజ్యాన్ని మొత్తం మంత్రి కొడుక్కిచ్చేయాలని నిర్ధారించుకొంటాడు. స్పృహలోకి వచ్చిన సుఖలత భయపడి ఆ చీకటి గదినుండి బయటపడుతుంది. ఒక గురుమఠంలోకి చేరుకొంటుంది పేరు అనసూయగా మారిపోతుంది. చపల చిత్తంతో సుఖలతకోసం పరితపించే యువరాజు గురువు ఆశీర్వాదం పొందాలని ఆశ్రమానికి వస్తాడు. ఇద్దరి చూపులు కలిసి పెళ్లి దాకా నడిపిస్తాయి. చివరికి విషయాలన్నీ గుర్తుకు తెచ్చుకొని పెద్దల ఆశీర్వాదంతో ఒక్కటవుతారు. పతినే ప్రత్యక్షదైవం అని నమ్మిన సుఖలత తన యువరాజుతో విలాసవంతమైన జీవితం గడుపుతుంది. ఆనాటి కాలపు స్త్రీలు ధర్మరీతిని కాపాడుకొంటూ బతకడమే గెలుపు జీవితం అని భావించుకానేవారు.

సుబ్బణ్ణ1938

ప్రారంభకాలానికి చెందిన నవలాకారులల్లో ఒక్కరైన మాస్తి, కథకుడిగా ప్రసిద్ధి అందుకే కన్నడిగలు మాస్తిని కన్నడద ఆస్తి అని అంటారు. ఈయన కథలతో పాటు

142

నవలలు కూడా రాశారు. సుబ్బణ్ణ, మెరవణిగె, హేమావతి, చెన్నబసవనాయక, చిక్కవీర రాజేంద్ర మొదలైన నవలలు ప్రాముఖ్యతను సంతరించుకొన్నాయి. మారుతున్న సమాజం ఒకవైపు, పరంపరగా పాటిస్తున్న జీవన సాంప్రదాయాలు ఒకవైపు ఈ రెండంటి మధ్య సంఘర్షణ మనకు ఈ నవలలో కనిపిస్తాయి. ఒక రకంగా ఆకలి రాజ్యం సినిమాని పోలి ఉంటుంది ఈ నవల. సాంప్రదాయ బ్రాహ్మణకుటుంబానికి చెందిన నారాయణశాస్త్రి మైసూరు ముమ్మడి కృష్ణరాజ ఒడెయర ఆస్థానంలో సంస్కృతపండితుడు, అతనికి ముగ్గురు సంతానం అందులో ఇద్దరు ఆడ, ఒక మగ సంతానం. కొడుకును తనలాగే పండితునిగా తయారు చేయాలని సంకల్పిస్తాడు. అయితే కొడుక్కి సంగీతం పట్ల మక్కువ ఉండటంతో తల్లిదండ్రులనుంచి తిరస్కారానికి గురవుతాడు. సంగీతంలోనైనా రాజును మెప్పిస్తాడనుకొంటే చెడు తిరుగుళ్ళకు బానిసైపోతాడు. పదిహేడేండ్లకే లలిత అనే సుసంస్కృత అమ్మాయిని వివాహం చేసుకుంటాడు. అత్త మాటకు ఎదురు చెప్పకూడని పరిస్థితి చిన్నచిన్న కారణాలకే తిడుతుంటుంది అత్త. ఇక కొడుకు సుబ్బణ్ణ అలవాట్లకు తండ్రి నారాయణశాస్త్రి కోరికలకు పొంతన కుదరక గొడవవుతుంది. గొడవ జరిగిన రోజంతా ఇంట్లో వాళ్ళందరూ ఉపవాసం ఉంటారు. ఈ కోపంలో లలితను సుబ్బణ్ణ కొడతాడు. భర్త ఎంత కొట్టినా భర్త చేతిని ముద్దాడుతుంది. తప్పితే కోపగించుకోదు. సుబ్బణ్ణ మనసు కరిగి రెండు హృదయాలు ఒకటైతాయి. సుబ్బణ్ణకు తన భార్య అయిన లలితను తిట్టడం ఏ మాత్రం ఇష్టం ఉండేది కాదు. ఈ విషయంలో రానురాను తల్లిమీద ప్రేమ తగ్గిపోతుంది కొడుక్కి. చిన్నదానికి పెద్దదానికి ఉన్నదానికి లేనిదానికి లలితను అత్త తిడుతూనే ఉండేవారు. ఒక బిడ్డకు తండ్రి అయినా పరిస్థితిలో మార్పు కనిపించలేదు. లలిత రెండోబిడ్డకు గర్భంతో ఉండగా కాన్పుకు వచ్చిన ఆడబిడ్డకు పిండివంటలు చేసిపెట్టే విషయంలో పెద్ద గొడవ జరుగుతుంది. సుబ్బణ్ణ ఇల్లు వదిలి వెళ్ళిపోతాడు. ఇష్టంలేని లలిత కూడా పతిని అనుసరిస్తుంది. కొడుకు ఇంటినుంచి వెళ్ళిపోయింది. మొదలు తల్లిదండ్రులు నిద్రహారాలు మానేసి, కొడుకును ఇక చూడలేమనే నిరాశతో నారాయణశాస్త్రి మరణిస్తాడు. భర్తమీద బెంగతో భార్యకూడా చనిపోతుంది. తల్లిదండ్రుల మరణాన్ని కూడా తెలుసుకోలేని సుబ్బణ్ణ కలకత్తాలో అందరికీ దూరంగా బతుకుతుంటాడు. సుబ్బణ్ణ పెద్దకొడుకు జబ్బుచేసి చనిపోతాడు. కూతురు గంగానది ప్రవాహంలో కొట్టుకుపోతుంది. ఇవన్నీ చాలవన్నట్లు తన ప్రాణానికి ప్రాణమైన భార్యకూడా చనిపోతుంది అన్నీ పోగొట్టుకొన్న సుబ్బణ్ణ తిరిగి తన స్వస్థలానికి మరలుతాడు. ఉండటానికి ఇల్లుకూడా లేని

స్థితి, దేవస్థానం దగ్గరే పడుకొంటుంటాడు. అన్నంలేక ఉపవాసంతోనే ఉంటూ ఆధ్యాత్మిక జీవితాన్ని గడుపుతూ స్వర్గస్తుడవుతాడు. రకరకాల మలుపులు, రకరకాల జీవితాలు కనిపించే సుబ్బణ్ణ నవల పదిహేడు పునర్ముద్రణలు పొంది అమితంగా కన్నడ ప్రజల మనసు దోచుకొన్నది. అందుకే టి.పి అశోక్‌గారు సుబ్బణ్ణ నవల ఆధనిక కన్నడ సాహిత్యంలో ఒక మైనర్ క్లాసిక్ అన్నారు.

జీవనయాత్ర 1934

ప్రగతిశీల భావాలు నిండిన అ.న.కృష్ణరాయరు జనప్రియ నవలలను రచించారు. 'జీవనయాత్ర', 'ఉదయరాగ', 'సంధ్యారాగ', 'మంగళసూత్ర', సాహిత్యరత్న, నటసార్వభౌమ, కన్నీరు, హొసలుదాటిన హెణ్ణు ఇలా వందకు పైగా నవలలను రాశారు.

జీవనయాత్ర నవలలో స్త్రీ జీవితంలోని సమస్యల మూలాలను ముఖ్యవస్తువుగా చేసుకొని రచించిన నవల. బెంగళూరులోని బసవనగుడిలోని పేదల గుడిశెల్లో జీవించే వృద్ధ రామక్క మిఠాయిలు అమ్ముకొంటూ తన పెంపుడు కుమార్తె సుందరితో జీవిస్తుంటుంది. క్రైస్తవ మతప్రభావంతో అందులో చేరిపోతుంది. చంద్రమ్మకు సంతానంలేక రామక్క దగ్గరికెళ్ళి సుందరిని దత్తత అడుగుతుంది. రామక్కకు ఆ మాట వినేసరికి తల తీసేసినట్లవుతుంది. కానీ రామక్క వయసు మీద పడటంతో సుందరి జీవితం ఎక్కడ నలిగిపోతుందో! అని పెంపుడు బిడ్డను ప్రయోజకురాలిగా చెయ్యమని చంద్రమ్మకు అప్పగిస్తుంది. సెకండరీ విద్యనభ్యసించిన సుందరి సంగీతం, నృత్యం నేర్చుకుంటుంది. అన్నింటికంటే తనకు గుడిసెలోని జీవితం ఇష్టం అవుతుంది. మంచిశ్రావ్యమైన గొంతు వలన ప్రజల మన్ననలను పొందుతుంది. సహజంగా సుందరికావడంతో యువకులను ఆకర్షిస్తుంది. తండ్రి వయసున్న గజేశరాయ తన ఆర్థిక బలంతో లోబరచుకొంటాడు. పాటలుపాడటంతో తనజీవితాన్ని గడుపుతుంటుంది. వీరకర్ణాటక పత్రిక సంపాదకులైన అనంతరాయ సుందరి కళను నాడుకు పరిచయం చేస్తాడు. నృత్యకారిణిగా మద్రాసులోని కృష్ణపుర రాజాస్థానానికి చేరుతుంది. నెలకు వెయ్యిరూపాయల జీతం, రాజుపెట్టే వేదనకు తట్టుకోలేక రాజగృహం నుండి వెళ్ళిపోతుంది. రాజుగారి పీడన ఎలా ఉండేదనేదానికి నిదర్శనంగా ఒక్కమాటలో చెప్పలంటే అయితే నిద్ర, లేదంటే రాజు ఎప్పుడూ లాగుతుండేవారు అంటుంది. తనబాధను చెప్పుకొని పెంపుడుతల్లి రామక్కను హత్తుకొని ఏడుస్తుంది. వకీలు స్వామి

ఇరుగు పొరుగు

ఎప్పుడూ తాగడం, తనకంటికి ఇంపుగా కనిపించిన ఆడవాళ్లను అనుభవించడం ఈ రెండే అతని జీవితపు లక్ష్యాలుగా పెట్టుకొని బతుకుతుంటాడు. తన గుమాస్త రామకృష్ణ భార్యతో సంబంధం పెట్టుకొంటాడు. ఇది ఊరందరికీ తెలుస్తుంది. రామకృష్ణకు కూడా విషయం తెలియదంతో మౌనంగా ఉంటాడు. కొన్నాళ్లకు రామకృష్ణతో ఒప్పందం చేసుకొని మొగుడు పెళ్లాలమాదిరిగానే జీవిస్తుంటారు. స్వామివల్ల గర్భం దాల్చిన లలిత కాన్పుకు పుట్టింటికి వెళ్లడానికి స్వామి ఎడబాటును తట్టుకోలేక తీవ్రదుఃఖం వ్యక్తం చేస్తుంది. స్వామి నిరంతర కామక్రీడలకు భట్టరు అనేవాడు ప్రోత్సాహం అందిస్తుంటాడు. సుందరి మీద కూడా స్వామి కన్ను పడుతుంది. కానీ, జుగుప్సకు గురవుతాడు. సుందరి పట్ల స్వామికి జాలి. తన అలవాట్లను మానుకుని పద్ధతిగా పెళ్లిచేసుకొని సంసారిక జీవితం గడపమని అన్న సలహా ఇచ్చినా, జీవితం ఇంటికే పరిమితం కాదని తన తప్పులకు ప్రాయశ్చిత్తం చేసుకోడానికి మహిళలకు సేవచేయడానికి నిశ్చయించుకోవడంతో నవల ముగుస్తుంది. డబ్బున్న దొరలు ఆడవాళ్లని ఎలా లొంగదీసుకొంటారో ఈ నవల వల్ల తెలుస్తుంది. అంతే కాకుండా పిల్లలు పుట్టని ఆడవాళ్లు సమాజంలో ఎంత చులకనగా చూడబడతారనే విషయం, సామాజికంగా ఆర్థికంగా వెనుకబడిన మహిళలను డబ్బుతో, మదంతో ఎలా వశపరచుకొంటారో తెలుస్తుంది. నేటి సాంఘిక జీవితం కళ్లకు కట్టినట్లుంది. నవల పేరుకు తగ్గట్టుగా నిజంగా ఇది జీవన యాత్రే.

శివరామకారంతగారి సరసమ్మన సమాధి 1923 ఆడవారి దాంపత్య జీవిత కష్టాలు తెలియజేస్తుంది. మరళిమణ్ణిగె 1942 నవల గ్రామీణ బ్రాహ్మణ కుటుంబంలోని మహిళల జీవితాల్లోని మార్పులను తెలుపుతుంది. ఈ విధంగా స్వాతంత్ర్యానికి పూర్వం నవలల్లో అన్ని వర్గాల మహిళల సామాజిక సమస్యలను అప్పటి నవలాకారులు దాదాపు అన్ని వర్గాల స్త్రీలను దృష్టిలో ఉంచుకొని, మహిళల జీవన పార్శ్వాలను స్పృశించారు. కన్నడ నవలా సాహిత్యాన్ని సుసంపన్నం చేశారు.

ఆధారగ్రంథాలు

1.   బెళగలి దు. నిం, కన్నడదల్లి కాదంబరి సాహిత్య. ఉపన్యాస గ్రంథమాల కర్ణాటక విశ్వవిద్యాలయ 1935

2.   భరణ్య హరికృష్ణ, హొసగన్నడ సాహిత్య ఉగమ మత్తు వికాస 1990

145

3. కన్నడకాదంబరిగళలల్లి స్త్రీ డా. శివ లింగప్ప ఆయ్, భండారి.
4. శరణస్ఫూర్తి ఎస్.బి. ప్రతిష్ఠాన, సింధనమడు. 2010

20. కురుబ, కురుమ స్త్రీలు – సాహిత్య కృషి

భారతదేశంలో అనేక కులాలు మతాలు ఉన్నాయి. ఆయాకులాలకు మతాలకు వాటికే ప్రత్యేకమైన చరిత్ర, సంస్కృతి సంప్రదాయాలు కలిగి ఉన్నాయి. కులాలన్నీ ప్రాచీనమైనవన్నప్పుడు. ఎక్కువ తక్కువలు ఎక్కడనుండి వచ్చాయో తెలియలేదు. విభిన్నసంస్కృతులు కలిగిన కులాల గురించి కులపురాణాలలో చెప్పడం జరిగింది. తెలుగు కన్నడ ప్రాంతాలలో కురుబల సంస్కృతి సంప్రదాయాలు ఏ విధంగా ఇతర కులాలకంటే విభిన్నంగా ఉన్నాయో తెలుసుకొందాం. కురుబలను వివిధ ప్రాంతాల్లో వివిధ పేర్లతో పిలుస్తారు. అంతే కాకుండా వారి సంస్కృతి సంప్రదాయాలు కూడా ప్రాంతానికి ప్రాంతానికి వేరుగా ఉన్నాయి. భారతీయ స్త్రీలస్థానమానాల విషయంగురించి ప్రస్తావిస్తే 12వ శతాబ్దవు కన్నడ శరణుల వచన సాహిత్యం మొలెముడి బందరె హెణ్ణెంబరు, గడ్డ, మీసె బందరె గండెంబరు అని స్త్రీ పురుష తారతమ్యాన్ని వ్యతిరేకించినా, శరణ తత్వం కంటే మనుతత్వం పురుష ప్రపంచాన్ని బాగా ఆకర్షించింది. స్త్రీల శారీరక అవయవాల అభివృద్ధిని శాపంగా చూసే సమాజంలో ఏ జాతి స్త్రీ కూడా ఈ వివక్షకు అతీతం కాదు. కాకపోతే నిమ్న వర్గాల స్త్రీలు శారీరక, మానసిక, ఆర్థిక కులపర వివక్షలను అదనంగా మోయాల్సి ఉంటుంది. మొత్తంగా ఏ జాతి స్త్రీ బాధల రాగమైనా ఒకేవిధంగా ఉంటుంది. ఆలాపనే కాస్త భిన్నంగా ఉంటుంది. గుంపుపరంగా ఎక్కువున్నా, సామాజికంగా వెనుకబడిన కురుబ వర్గ మహిళ చారిత్రకంగా ఏ విధమైన ప్రస్థానాన్ని పొందింది అని ఒక్కసారి చరిత్ర పుటల్లోకి తొంగిచూస్తే కురుబ లేదా కురుమ స్త్రీల ఆర్థగీతాలను వినవచ్చు.

కులం ఒకటే వేరువేరు ప్రదేశాల్లో వేరువేరు పేర్లు, కర్ణాటకలో కురుబ, గొరవ, గొండ, రాజగొండ అని తెలుగురాష్ట్రాలలో కురుబ, కురుమన్ అనే పేర్లతో పిలుస్తారు. అస్సంలో గొండ్ల, ధనవరా అని, గుజరాత్‌లో గడాలియా, అహీర్, ధనగర్, అని బీహార్‌లో ధనగర్, గడెవియా అని హరియాణలో బంగీల, బరేల, బిల్రా, కలనాలియా అని హిమాచల్ ప్రదేశ్‌లో గదేరియా అని జమ్మూకాశ్మీర్ గడ్డి, కేరళలో రాజగొండ, గోదారి, హెగ్డె, గాడి, పులయన్, అని మధ్యప్రదేశ్‌లో ధనగర, బాగ్లా, గాడ్రి, హతగార్, పాల్, కురుయర్ అని మహారాష్ట్రలో ధనగర్, కురుబర్, గడారియా అని మేఘాలయలో కుమర్, రుద్రపాల, గొండ, ఒరిస్సాలో కురువన్, కురుంబ, మధ్యగొండ అని పిలుస్తారు. పంజాబ్‌లో గడారియా, గదారియా, రాజస్థాన్‌లో గడారియా, చందాలియా, గావళ అని

తమిళనాడులో కురుంబ, గొండ అని త్రిపురాలో గొండ, కురారియా అని ఉత్తరప్రదేశ్‌లోగడ్డి, గదరియా, పాల్ అని పశ్చిమ బెంగాల్‌లో గొండ, గుడేరి, పాల్ అని చండీగఢ్‌లో గదారి, గడ్డి అని, ధల్లోంలో గడ్డి, గార్రి కుమార్ అని, గోవా దామన్‌లలో ధనగర్ అని పాండిచ్చేరిలో కురుబ, మొద్యగొండ, రాజగొండ అని పిలుస్తారు. మొత్తంగా దేశవ్యాప్తంగా కురుబ కులం వ్యాపించింది. కురుబ, గొండ, గౌరవ, ధనగర అనే పేర్లు సామాన్యంగా కనిపిస్తాయి. వీరిలో కురుబలు కాస్త ఆధునీకరణ చెందినవారు కురుబలో కురు, గొండలో కొండ అనే రెండు శబ్దాలు కొంచెం ఎత్తు ప్రదేశాలను సూచిస్తాయి. ఒకరకంగా కొండగుట్టలల్లో నివశించేవారని, కర్ణాటకలో హట్టి అని పిలిచేలాంటి ప్రదేశాలలో నివసించేవారని తెలుస్తున్నది. పేర్లు వేరేవేరే అయినా సాంస్కృతికంగా వీరిందరూ ఒకే వర్గానికి చెందినవారే. ఈ కులాల్లోని మహిళల బాధలు కూడా ఒకటే.

చారిత్రకంగా కూడా చాలా ప్రాచీనకాలం నుండే కురుబలున్నట్లు తెలుస్తున్నది. జానపద పురాణాల్లోను, జానపదుల కథల్లోను, పొడుపు కథల్లోను, సామెతల్లోను కులగురువుల గురించి చర్చించడం జరిగింది. ఈశ్వరుని అంశతో పుట్టారని చాలా శ్రేష్టమైనవారని ఐతిహ్యాలలో ఉంది. వీరిలో మహిళకు ద్వితీయ స్థానాన్ని కట్టిపెట్టారు. డా.వీరణ్ణదండె సంపాదించిన ఆలు మతస్థుల మహాకావ్యంలో కురుబల అనేక విషయాలు చారిత్రకంగా చర్చించబడ్డాయి. వీరికి బీరప్ప, మాళప్ప, జక్కప్పలు ఆరాధ్య దైవాలుగా కొలుచుకొంటారు. అంతేగాకుండా రేవణసిద్దేశ్వరుడు, అరకేరి అమోఘసిద్ధ కూడా కులగురువు. మైలారలింగ ఆరాధ్యదైవం, కురుబలకు సుదీర్ఘచరిత్ర ఉంది. ఇంతటి ప్రాశస్త్యం ఉన్న కురుబలు తదనంతరకాలంలో కనిపించకపోవడం చరిత్రవక్రబుద్ధికి నిదర్శనంగా భావించవచ్చా?లేక వారిని వారు ఆవిష్కరించుకోలేని వెనుకబాటుతనం అనుకోవచ్చా. భారతదేశంలోని దక్షిణాపథంలోని సమాధులు, ఇతర అవశేషాలను ఆధారంగా వంశశాస్త్రజ్ఞులైన హ్యాడన్‌గారు కురుబల చరిత్రను క్రీ.శ.4000-5000 వెనుకటిదని చెప్పారు. మధ్య ఏషియానుండి బయలుదేరివారి మూలాలను వెతుకతూ కైబర్ బోలన్ మార్గం గుండా భారతదేశంలో ప్రవేశించి, వారిదైన గొప్పసంస్కృతిని నిర్మించుకొన్నారని ఆయన చెప్తారు. కురుబలను హట్టికారులని పిలిచేవారు. వీరిగురించి రుద్రాధ్యయంలో ఉంది. క్రీ.శ.12వ శతాబ్దంనాటికే కురుబ సమాజం బాగా పేరుగాంచినదని శంబాజోషి అభిప్రాయ పడ్డారు. క్రీ.శ 3వ శతాబ్దం నాటికే కురుబలు

రాజులై అధికారంలో ఉన్నరని సర్. డబ్లు ఇలియట్ అభిప్రాయపడ్డారు. దక్షిణ భారతదేశంలో దొరికిన అతిప్రాచీన నాణాలు కురుబలవే అని అంటారు ఇలియట్. కురుబలు మొట్టమొదట స్థాపించిన పట్టణం పులాల, ఈ రాజ్యానికి కురుంబరు అని పిలిచేవారు. కేరళలోని మలబారు జిల్లాలో ఈ ప్రదేశం నేటికీ ఉంది. విజయనగర సామ్రాజ్యానికి పునాదివేసిన అక్క,బుక్కలు,కదంబులు,పల్లవులు,దేవగిరియాదవులు, ఇందూరు హోళ్కర్, బడోదయగాయకవాడులు, రాష్ట్రకూటులు వీరందరూ కురుబలనే చరిత్రకారులు నిర్ణయించారు. ఇంతటి సుదీర్ఘ చరిత్రలో ఎక్కడా కురుబ మహిళ ప్రస్తానం లేదు. అహల్యాబాయి హోళ్కర్ అనే మహిళ తప్పితే చరిత్ర వెలుగులో ఏ మహిళ కనబడలేదు. కురుబలు రాజులుగా ఉన్నరోజుల్లోనే మహిళలు వెలుగులోకి రాలేదంటే మిగతా సంగతిని ఆలోచించుకోవచ్చు. అయినా కూడా అక్కడక్కడ మెరుపులగా మెరిసిన కొంతమందిని పరిచయం చేసుకొందాం.

దానచింతామణి కంచికబ్బె

బెళగావి జిల్లా బైలహొంగల సమీపంలో సొగల క్రీ.శ. 980లోని శాసనంలో కంచికబ్బె అనే కురుబ మహిళ ప్రస్తావన ఉంది. ఒక రకంగా శాసనాలలో దొరికిన మొట్టమొదటి కురుబ మహిళ ఈమె వీరు బెళవడియ రాజైన కరియ కేతిమయ్యభార్య, 65వరుసల శాసనంలో 35వరుసలు కంచికబ్బెవర్ణన ఉంది.

పరహిత గుణ చరితద ధన

గరగోత్రద కంచియబ్బె మాతారత్నం

ధరెగెసెవ ధా నదర్కద

పరిణతికెయ పిరిదు పరమ మహేశ్వరియే. (దానచింతామణి కంచికబ్బె)

ఆముగె రాయమ్మ

ఈమె రాసిన 116 వచనాలు లభ్యంగాడున్నాయి. శరణుల సమాజోద్ధరణ ఉద్యమంలా తాను పొందిన సామాజిక, ధార్మిక సమానత్వాన్ని మరియు వ్యావహారిక జాగృతిని తనకే పరిమితం చేసుకోకుండా, సామాజిక శుద్ధికరణ కోసం, సామరస్య జీవితం కోసం ఆసక్తిని విస్తరించుకోవడం నిమ్న వర్గానికి చెందిన వచన కవయత్రుల విశేష సాధన, తత్త్వనిష్ట, వ్రతాచారం పట్ల గౌరవం సత్యశుద్ధి ఇవన్నీ ప్రామాణికమైన బతుకును బతకడానికి మూలసూత్రాలయ్యాయి.

డా.బి. నాగశేషు

సమకాలీన ధార్మిక మరియు సామాజిక పరిస్థితుల గురించి రాయమ్మ విస్తృతంగా ఆలోచించారు. వాస్తవ జీవితంలోని వైరుధ్యాలు రాయమ్మను తీవ్రంగా తట్టిలేపాయి. అందువల్లే రాయమ్మ వచనాల్లో స్వానుభవంతో పాటు సామాజిక ప్రజ్ఞ, ఆసక్తి ప్రధానంగా కనిపిస్తాయి. ఏదైనా విషయం పట్ల తీవ్రంగా ఆలోచించే మనస్తత్వం కాదు. ఆత్మనిర్భరత, ధైర్యం, న్యాయం, కర్తవ్యనిష్ట, రాయమ్మ గుణస్వభావాలు. రాయమ్మ మాటల్లో వ్యంగ్యం, కటువైన భాష, ఏదైనా మొహమాటంలేకుండా అవతలి వ్యక్తికి చెప్పడంలాంటి విషయాలు ఈమె స్వభావాన్ని తెలిపే గుణాలుగా ఈమెకు విశేషమైన గుర్తింపునిచ్చాయి.

ఉన్నత కులాలు అని పిలవబడే వాళ్ళు క్రింది కులాలపట్ల చూపే తారతమ్య నీతి, అహంకారపు మాటలు, అనైతికత, అసమానతలను చూసి కోపంతో రగిలిపోయారు. వాటన్నింటినీ ఎప్పటికప్పుడు ప్రతిఘటిస్తూ ఖండిస్తూ వాటి పట్ల తన స్వరాన్ని పెంచింది. రాయమ్మలో ఉండే వ్యక్తిత్వానికి నిదర్శనం ఈ విషయాలు. స్వతహాగా స్వాభిమానురాలైన రాయమ్మ తనలో ఉండే ఆత్మవిశ్వాసం జాగృతి ఆనాటి స్త్రీలోనికి మార్గదర్శకాలయ్యాయి.

అరివే గురువు అంటారు. మనకు బుద్ధి (తెలివి) ఉంటే గురువు అనేవారు అనవసరం అంటారు. తెలివి ఉన్నవారికి గురువు అవసరం ఏముంటుంది? తెలివి ఉన్నవారికి భయం ఏముంటుంది. తెలివి ఉన్న వారికి జంగమభయం ఎందుకు అని ప్రశ్నించే రాయమ్మకు గురులింగ జంగమ తత్త్వాలు తెలివి సంపాదనకు సాధనాలే కానీ అవే లక్ష్యాలు కాదు అనే స్పష్టత ఆమెకు ఉంది.

విజయనగర రాణి గంగాంబిక

14 వశతాబ్దం కర్ణాటక చరిత్రపుటల్లో కనిపించే ఇంకొక పేరుగాంచిన మహిళ, విజయనగర సామ్రాజ్యాన్ని పాలించిన సంగమ వంశపు కోడలు గంగాంబిక బుక్కన్నరాజు కొడుకైన కంపణ్ణ భార్య ఈమె. సంస్కృత భాషలో 'మధురావిజయం' లేదా 'వీరకంపరాయచరితం' రచించారు. సంస్కృతంలో పాండిత్యం గడిరచడం చాలా గొప్పవిషయం. ఒక చారిత్రక కావ్యాన్ని రాసెంతటి జ్ఞానాన్ని ఒక వెనుకబడిన వర్గ రచయిత్రి సంపాదించిందంటే అదొక చరిత్రగా చెప్పుకోవచ్చు. తన భర్త ముస్లింలనుండి మధురైను వశం చేసుకోవడం, ముస్లింల పాలనలో దక్షిణభారతదేశంలో వైదికధర్మం,

సామాన్యుల జనజీవితం ఎంత హీనాతిహీనంగా ఉండేదో ఈ కావ్యాన్ని చదివితే అర్థమవుతుంది. ఈ కావ్యంలో రచయిత్రికూడా ఒక పాత్రగా కనిపించడం కొసమెరుపు.

రాణి అవ్వమ్మ

16,17 శతాబ్దంలో బళ్లారి పాలేగళ్లలో అవ్వమ్మ రాణి ప్రస్తావన ఉంది. విజయనగర రాజుల పతనానంతరం బళ్లారి ప్రాంతం చిన్నచిన్న పాలేగళ్ల ౦ల్వశమైంది. వారిలో బళ్లారి పాలేగారుడైన బాలద హనుమప్ప నాయకుడు ఒకరు. ఇతను కురుబ కులస్థుడని గెజిట్, కైఫీయతులు స్పష్టంగా చెబుతున్నాయి. బాలదహనుమప్ప కొడుకైన రామప్పనాయకుని భార్యే అవ్వమ్మ. నేటికీ బళ్లారిలో అవ్వమ్మ పేరుతో బావి ఉన్నది. పరిపాలనలో చాలా మంచి పనులు చేశారు అవ్వమ్మ.

వీరరాణి బెళవడి మల్లమ్మ

17వ శతాబ్దంలో దాదాపు మున్నూట అరవై గ్రామాల అధిపతయిన ఈశప్రభువు భార్య మల్లమ్మ పేరు కూడా చరిత్రలో లిఖించదగ్గదే. మల్లమ్మ పేరుమీద మరాఠి దాఖలాలు, కైఫీయతులు ఇవన్నీ మల్లమ్మ చరిత్రను తెలియ జేస్తాయి. మల్లమ్మపతి ఈశప్రభు శివాజియొక్క మరాఠ సైన్యంతో పోరాడి యుద్ధంలోనే మరణిస్తాడు. మల్లమ్మ కదనరంగంలోకి కాలు దూకుతుంది ఎంత పోరాటం చేసినా మరాఠ సైన్యం చేతిలో ఓడిపోతుంది. శివాజీ ఆమెను ఎంతో గౌరవంగా చూసుకొంటాడు. నీలాంటి సుందర వీరనారి కడుపున నేను పుట్టింటే ఎంతో అందంగా కనిపించేవాన్ని కద అంటాడు. ఆమెతో యుద్ధం చేసే సమయంలో అనుచితంగా ప్రవర్తించిన సుకజి అనే సైన్యాధ్యక్షుని కళ్లు పీకేపిస్తాడు. కురుబ మహిళలు రాజకీయంగానే కాకుండా ఆధ్యాత్మిక రంగంలో కూడా రాణించారు.

ఇటగిభీమవ్వ

ఆధ్యాత్మిక రంగంలో ఇటగి భీమవ్వకు అంత పెద్ద ఘనమైన ఆహ్వానాలేమి రాలేదు. తన భర్త అయిన ఒగెదాదప్ప యదార్థబుద్ధి వల్ల భీమవ్వ ఇహ, పర జీవితాలను సమానంగా గడిపింది. ఆధ్యాత్మకతను కాలయాపనకోసం కాకుండా రాట్నం పెట్టి నూలు వడుకుతూనే ఏకాగ్రతతో ఒకవైపు దైవచింత మరొకవైపు ఆదాయ సమీకరణ రెండిరటిని సమానంగా చూసింది. తన జీవనోపాధికి రాట్నాన్నే సాధనంగా నమ్ముకొన్నది ఖాళీగా కూర్చుని

ఊసుపోని కబుర్లతో కాలాన్ని గడపకండి. చేతిలో ఒక రాట్నం ఉంటే నూలు తీసుకొని నెమ్మదిగా బతకవచ్చు అంటూ స్వావలంబన బతుకు గురించి చెబుతుంది. హిందూ ముస్లిం మతాల మధ్య సామరస్యాన్ని తీసుకొచ్చింది భీమవ్వ.

సజ్జల గుడ్డ శరణమ్మ

కుష్టగి తాల్లూకు ముదనూరులో శరణమ్మ జన్మించారు. చిన్నతనంలోనే తండ్రిని పోగొట్టుకొన్నది. తల్లి పోషణలో పెరిగింది. ఊరూరు తిరుగుతూ సజ్జల గుడ్డలో స్థిరపడిరది. గుడదూరు దొడ్డబసవార్య నుండి లింగదీక్ష స్వీకరించి, గురూపదేశం తీసుకుంది. ఒక బహుజన సమాజానికి చెందినది అందునా స్త్రీ అయి అంతమాత్రం పేరుగడిరచిందంటే అదొక పెద్ద సాధనగానే పరిగణించవచ్చు. భారతజాతి జీవితానికి ఆయువుపట్టులాంటి వృత్తి అయిన పశువుల పెంపకం, వ్యవసాయం రెండిరటినీ సమానంగా నెరవేర్చి, జాతి మనుగడకు పునాదులు వేసిన కురుబలు చరిత్రలో అణగారిపోవడానికి కారణాలు తెలియరాలేదు.

వీరి ఆచార వ్యవహారాలు గమనిస్తే వింతగా అనిపిస్తాయి. కురుబలలో పత్తికంకణం, ఉన్ని కంకణం అని రెండు సంప్రదాయాలున్నాయి. ఈ ఆచారం బహుశా గొర్రెలు కాసేవాళ్లు ఉన్ని అందుబాటులో ఉండటంవల్ల వారు ఉన్ని కంకణాన్ని, వ్యవసాయకారులు పత్తికంకణాన్ని ఉపయోగించుమంటారు. అది కాలక్రమేణ ఒక సాంప్రదాయంగా పరిణమించి పత్తికంకణం కట్టుకునేవాళ్లు, ఉన్నికంకణం కట్టేవాళ్ల ఇండ్లల్లో పెళ్లిళ్లు చేసుకోరు. పత్తికంకణం కట్టుకునే వాళ్లు కురుబల్లోశ్రేష్టులు అనేంతగా స్థిరపడింది. నిజానికి ఇద్దరూ ఒకటే, ఎవరికనుకూలంగా వాళ్లు నడుచుకొన్నారు తప్పితే, కంకణం ఏదైనా ఒకటే ఇద్దరూ సమానమే. పూర్వం కురుబల్లో స్త్రీలు స్నానం చేయడమంటే అదేదో అపవిత్రమైనదనే భావన వ్యవసాయం చేసే స్త్రీలలోను, గొర్రెలు కాసే స్త్రీలలోను ఉండేది, కారణంవీరికి ప్రత్యేకంగా స్నానపుగదులు ఉండేవికావు, ఇంటి ప్రధానద్వారం మూసేశారంటే అప్పుడు వారుస్నానం చేస్తున్నట్లు లెక్క స్నానం చేయాలంటే ఒక కారణం ఉండాలి లేదా పండుగ ఇది ఒకనాటిమాట నేడు చాలా నాగరికతగా కురుబలు జీవిస్తున్నారు. గొందుమహిళలు చీరనుకాళ్లు కనపడకుండా కట్టుకానేవారుకాదు కేవలం మోకాళ్ల వరకే చీరకట్టుకానే వారు ఎదపైన కొంగువేసుకానేవారు. వీపంతా కనిపంచినా పట్టించుకానేవారు కాదు ఇప్పుడు పరిస్థితిలో

మార్పు చాలా వచ్చింది. భర్త చనిపోతే భార్య తాళిలోని ఒక చిన్న ముక్కను భర్త నోట్లో వేసేవారు. వైద్యానికి దూరంగా ఉండే గోండులు అడవుల్లో కలియతిరిగి ఆయుర్వేద గులికలను తయారు చేసుకొనేవారు. ఇప్పుడు వైద్యవృత్తిలో చాలా మంది ఉన్నారు. ఇక అమ్మాయిల పెళ్లి విషయంలో సంతలో గొర్రె మాదిరిగా బేరమాడుతుంటారు. ఆడ, మగ తేడాలేకుండా అనేక అగ్ని పరీక్షలు పెడుతుంటారు వాటినన్నిటినీ నెగ్గుకొని రావడమంటే మాటలు కాదు. అమ్మాయి ఒళ్లంతా చూసేవారు సుడులున్నాయని, ఎదురుసుడి వివాహానికి పనికిరాదని తిరస్కరించేవారు. వక్షస్థలంలో కాస్త తగ్గగా ఉంటే అలాంటి ఆడవారు పరీక్షల్లో నెగ్గేవారుకాదు. కన్య కాలివేళ్లు పొడవుగా ఉంటే వివాహానికి అనుకూలవతిగా నిర్ణయించేవారు. అమ్మాయి నిలబడ్డప్పుడు అరికాలు నేలకు తాకకపోతే సంతానం కలగదని పెళ్లికి పనికిరాదని నిరాకరించేవారు. ప్రస్తుతం ఇవన్నీ తగ్గముఖం పట్టాయి. తాను దాటాల్సిన అగ్ని గుండాలు తక్కువయ్యాయి. 14వ శతాబ్దం తర్వాత దాదాపు అరు శతాబ్దాలు కురుబ రచయిత్రులు కనిపించకపోవడానికి కారణాలు తెలియరాలేదు. ఆ తరువాత శైక్షణిక ప్రభావంతో అనేకమంది కురుబ స్త్రీలు చదువుకోవడం, సాహిత్య కార్యక్రమాలలో పాలుపంచుకోవడం జరిగింది. ఆధునిక కన్నడ సాహిత్యంలో డా.మల్లికాఘంటిగారు విశేషమైన కృషి జరిపారు అట్టడుగుస్థాయినుండి విశ్వవిద్యాలయ కులపతి స్థాయికి ఎదిగారంటే ఆమెలోని కార్యదీక్షను అభినందించవచ్చు. క్రాంతివీరసంగొళ్లిరాయణ్ణ, అహల్యాబాయిహోల్కర్, ఇటగిభీమాంబ జీవిత చరిత్రలను రాశారు. అంతే కాకుండా అనేక ప్రక్రియల్లో అనేక రచనలు చేశారు. డా.సునందమ్మ కూడా కథ, నవల, నాటకం, విమర్శ, పరిశోధనలాంటి మహిళల పరంగా రచనలు చేశారు. వాటిలో లేబర్ వార్డునల్లి ఒందుదిన, ద్వితీయ, పరివర్తన, హోలుమతద మహిళ చెప్పుకోదగ్గవి. శ్రీమతి సరోజా ఇట్టణ్ణ గృహిణిగా ఉంటూనే అనేక వైవిధ్యమైన రచనలుచేశారు. సోమణ్ణన కథెగలు బిసిలు-నెరలు, కాయుతిరు అనేవి ప్రముఖ రచనలు. సరోజా ఇట్టణ్ణ కూతురు విజయశ్రీ "నాన్యాకె బరెయుత్తెనె, వచనసాహిత్యదల్లి మహిళె, కంబలి-సాంస్కృతిక అధ్యయన" అనే అంశంమీద పరిశోధన చేశారు. డా. చంద్రకళా బిదరి ఎచ్చరదాగ, కెణకదిరి, మహిళాబతుకు అనే రచనలు చేశారు. సునీతా బిరాదార హూదోట, ఒలిదజీవ అనే రచనలు చేశారు. డా. అన్నపూర్ణ గోసబాళ తగర పవాడ, సిద్ధమంక చరిత్రె, హోలుమత పురాణ, మాలింగరాయకావ్య, మైలారలింగకావ్య మొదలైన రచనలు చేశారు. అన్నపూర్ణ

నరేంద్ర వచనాలు, గజల్స్ కూడా రాశారు. బెక్కణ్ణ ఉపాయ, పాటీచీల ముఖ్యమైనవి. సుమలతా అళకవాడి మహిళా బదుకిన మజలుగళు అనే రచనలు చేశారు. హరయబ్ కెంచమ్మ, కెండతుంబిద మడిలు, ఆశాకిరణగళు, బాళినబెళకు ఈమె రచనలు. డి.పి.విద్యావతి చుకుచుకుబుకు రైలే, విజయామోహన్, కవనకుసుమ, తబ్బలిసారు, కణ్ణి, సరస్వతిగారి హంపియశాసనగళు, కనకదాసరు ఒందు అధ్యయన వీటితో పాటు చాలా రచనలు చేశారు. ఆధునికుల్లో శాసనాల పైన పరిశోధన చేసిన కురుబ మహిళ ఈమె. ప్రేమ్ వాయ్, శోభాతమ్మణ్ణ, డా.నళినిలాంటి వారు బహుముఖ ప్రజ్ఞ కలిగినవారుగా గుర్తింపు పొందారు. ఇలా ఆధునికసాహిత్యంలో చాలామంది కురుబ కవయిత్రులు ఉన్నారని తెలుస్తున్నది. చారిత్రకంగా, రాజకీయంగా, సాహిత్యపరంగా, నాటకరంగపరంగా, సినిమా ఇలా అనేక రంగాలలో నేటి మహిళ ముందుకు దూసుకుపోతోంది. చారిత్రకంగా ఇంతటి గుర్తింపుపొందిన కురుబ కవయిత్రులు ఎందుకు మరుగున పడ్డారో తెలియరాలేదు.

ఆధారగ్రంథాలు :

కురుబమహిళ, చెన్నప్ప కట్టి. ప్రసారంగ కన్నడ విశ్వవిద్యాలయ, హంపి. 2017
కురుబ జనపద (సం) చెన్నప్పకట్టి, ఆర్.ఎస్.వాడేద
కురుబర హెజ్జెగళు. చంద్రకాంత బిజ్జరిగి

21. తిరుమల రామచంద్ర పరిశోధనలో చారిత్రక దృష్టి

ఇరవయ్యవ శతాబ్దంలో బాగా ప్రాచుర్యం పొందినకవి శ్రీ తిరుమల రామచంద్ర. ఇతను 17-6-1913 శ్రీమతి జానకమ్మ శేషాచార్యులకు అనంతపురం జిల్లా రాఘవంపల్లెలో జన్మించారు. తెలుగు పతాకాన్ని దేశం నలుమూలలా ఎగురేసినవారు. తన అనుభవాల నిధి "హంపినుండి హరప్పదాకా" ఇది ఒక చారిత్రాత్మక గ్రంథం. ఒక గొప్ప ఆధునిక కావ్యం, ఇతిహాసం భారతీయ సంస్కృతిని దర్శింపజేసే రచన. 61 అధ్యాయాల్లో చాలా విలువైన విషయాలను పంచుకొన్నారు ఒక విషయానికే పరిమితం కాకుండా అనేక విషయాల సమిష్టి తెలుగుభాష, తెలుగు జాతంటే ఎంత మమకారం చూపిస్తారో అంతే స్థాయిలో దేశంపట్ల అమితమైన భక్తిని కలిగుండేవారు. మచ్చుకు ఒక విషయాన్ని మీ ముందుంచుతాను. స్వాతంత్ర్యం సంపాదించాక లాహోర్ పాకిస్తాన్లో చేరడంతో నా పిత్రార్జితం పోయిందని ఏడ్వరంట, బ్రిటీష్ వాళ్ళు మనల్ని చరిత్రలో ఎంత క్రూరంగా చిత్రించారో తన అనుభవాన్ని పంచుకొన్నారు. ఒకసారి గంగాతీరంలో ఒక చిన్నపిల్ల తిరుమల రామచంద్రగారిని చూసి, మా చరిత్ర పుస్తకాల్లో మద్రాసీయులంతా ద్రావిడులని, రాక్షసులని, పరమ కురూపులని ఉండే మీరు మా ఉత్తరదేశం వారిలాగా ఉన్నారే, రాక్షసుల్లాగా లేరే అని అడిగారంట బ్రిటీష్ చరిత్రకారుల నిర్వాకం చూసి నిర్ఘాంతపోయారట. ఆయన దేశభక్తి శంకించరానిది. దేశంకోసం జైలుశిక్షకూడా అనుభవించిన కవివర్యులు. కుటుంబంలో ఎంత నిజాయితీగా బతకాలనుకొన్నారో సమాజంలో కూడా అంతే నిబద్ధతతో బతికారు. సత్యం, తపస్సు, జ్ఞానం అహింసాగుణం విద్వాంసులను పూజించే ఉత్తమశీలం ఈ సుగుణాలన్నీ ఉన్నవాడే విద్వాంసుడు. ఒట్టి చదువుతో విద్వాంసుడు కాదని తాను తెలుసుకొని ఆచరించిన వ్యక్తి. తనజీవితంలో ఎలాంటి ప్రలోభాలకు లొంగలేదు. పేరు ప్రతిష్టలకోసం ఎగబడలేదు.

నిరక్షరే వీక్ష మహాధనత్వం
విద్యానవిద్యా విదుషాన హేయా
రత్నవతంసాకుకులాటూ సమీక్ష్య
కిమార్య నార్యకులటా భవన్తి

డా.బి. నాగశేషు

విద్యలేనివారు, వినయదూరులైనవారు మహాధనవంతులైపోవడం చూసి పండితులైన వారు విద్యను త్యజించరు. రత్నభూషణ భూషితులైన జారకాంతలను చూసి కులకాంతలు జారస్త్రీలు కారుకదా అనే శ్లోకం ఉదాహరిస్తారాయన.రామచంద్ర పూర్వీకులు తిరుమల వాస్తవ్యులు రామానుజుల మేనమామగారైన తిరుమల నంబివంశం వారు ప్రతిరోజూ శ్రీనివాసుని సేవకోసం తిరుపతినుండి తిరుమలకు కాలినడకన వెళ్లేవారట, అలా తిరుమల అనేది ఇంటిపేరైంది. తాడిమర్రుపాలకులు తిరుమలరామచంద్ర పూర్వీకులను గురువులుగా భావించి ఆదరించేవారట. బ్రిటిష్ సంస్థానాన్ని ఎదురించి నిలబడిన వారిలో తాడిమర్రు సంస్థానం కూడా ఒకటి. కానీ, ఆధునిక సైన్యానికి ధీటుగా తాడిమర్రు పాలకులు నిలబడలేకపోయారు. తాడిమర్రువారు విజయనగర సార్వభౌములకు సైనికులను ఒనకూర్చేవారు. విజయనగర సార్వభౌముడైన శ్రీకృష్ణదేవరాయలకు గొడుగుపట్టే గొడుగుపాలుడు ఉండేవాడట. అతనొకసారి పెనుగొండ నుండి విజయనగరానికి గుర్రం వెంట 80 మైళ్లు పరిగెత్తాడట. ఇతనిసేవకు మెచ్చి ఇతన్ని ఒకరోజు రాజుగా చేశాడట, గొడుగుపాలుడు ఆ ఒక్కరోజు చేతినిండా దానాలు చేశాడని రామచంద్రగారు చారిత్రక విషయాలను మనముందుంచారు. ప్రస్తుతం ప్రపంచం మొత్తం అనుభవిస్తున్న ఒక ప్రకృతి విపత్తయిన కరోనాలాంటి ఒక విపత్కర పరిస్థితిని రామచంద్రగారి జీవితంలో చాశారు. ఆయన చిన్నతనంలో ప్లేగుబాధ, మలేరియా వరుస జ్వరాల బాధలుండేవట. ప్లేగు సోకినపుడు జనమంతా ఊరువిడిచి పొడుపట్నం అడవుల్లో కాపురం ఉన్నారట. అవి మిలటరీ క్యాంపుల్లాగా ఉండేవట. హంపీదారిలోని ఉద్ధాన వీరభద్రప్పగుడి ప్రాంతంలో రామచంద్ర కుటుంబీకులు రెండు నెలులు పాటు కాలం గడిపారట. చావు భయం పేద, ధనిక అనే బేధభావం లేకుండా అందరినీ వ్యాధి మిత్రుల్ని చేసింది. ఆపత్కాలంలో మానవుని ధర్మబుద్ధి వికసించి వివేకం జాగ్రతమవుతుంది అని తెలియజేస్తూ ఆపద గడిచాక కూడా అది కొనసాగితే మనస్సు పరిపక్వమవుతుందంటారు. ఇలాంటి కష్టాలను చిన్నతంలోనే రామచంద్రగారు అనుభవించారు. ఆనెగొందిలో సంస్కృతాభ్యాస జీవితం, స్కూలు జీవితం ప్రారంభమయ్యాయి. రామాచార్యులు గురువులు, గురువంటే రామచంద్రగారికి గురెక్కువ. రామచంద్రగారికి నిద్రలో నడిచే అలవాటు ఉండేది. ఒకరాత్రి నిద్రలో నాలుగుస్తంభాల భవంతి చుట్టూ తిరుగుతూ భజన చేస్తున్నాడట. అందరూ మేల్కొని చూస్తున్నారు. ఎక్కడా ఏ స్తంభానికీ ధీకొట్టకుండా తిరుగుతున్నారు. ఇది ఒకవిచిత్రంగా

తోచింది. గురువుగారికి రామాచార్యులగారి బంధువుల్లో ఆయుర్వేద వైద్యనిపుణులైన శ్రీనివాస రాఘవాచార్యులచే ఆయుర్వేదం మందు ఇప్పించారు. అరచేతిలో పుండులేచి భయంకరమైన దుర్వాసన వస్తుండేదట. దానికి కూడా ఆయుర్వేదంతో నయం చేయించారు గురువుగారు. రామచంద్రకు ఎడమ మడమ తెగినపుడు నరకాన్ని చూశారు. ఆ సమయంలో తనకు సేవచేసిన కొండమ్మవ్యను కర్పూరపుకొండగా కీర్తించారు. 1944లో ఇతన్ని చూడటానికి కొండమ్మ వచ్చినవిషయాన్ని చెప్పుకొని ఎంతగా మురిసిపోతారో ఇక తన అనుభవాల పొట్లాన్ని విప్పితే బాధల గుభాళింపులు గుప్పుమంటూ మనసులోపలి పొరలను తాకుతాయి. ఆయన తెలుగు సాహిత్యానికి చేసిన సేవకు ఎన్ని అవార్డులిచ్చి సత్కరించినా తక్కువే అవుతుంది. కానీ వాటిజోలికి వెళ్ళేవారు కాదు రామచంద్రగారు. 'మనలిపి పట్టుపూర్వోత్తరాలు', 'నుడినానుడి', 'మరపురానిమనిషి', 'హంపినుంచి హరప్పాదాకా' ఇలా విలువైన పరిశోధనాత్మక గ్రంథాలు తీసుకొచ్చారు. ఈయనకు తెలుగు, కన్నడ, తమిళ, సంస్కృత భాషల్లో మంచి పాండిత్యం ఉన్నది. ఒక రకంగా చెప్పాలంటే దాక్షిణాత్య భాషల్లో చాలా విషయాలను వెలికితీశారు. తన వ్యాసాలద్వారా, అనుభవాలద్వారా అంతే కాకుండా ఖండాంతరాల విషయాలను చాలా పరిశోధనాత్మకంగా వివరిస్తారు. 'నుడి–నానుడి' రచనలో ఒక నుడినో నానుడినో తడవండి ఒక్కొక్క జాతి సంపూర్ణ చరిత్ర బయటపడుతుంది అంటారు. చెంబుచరిత్ర చెబుతూ సెమెటిక్ జాతులు రాగిని ముందు కనిపెట్టారని, ప్రపంచంలో మొట్టమొదటి లోహం రాగి అని తమిళంలో సెంబు, సెప్పు అంటారని, ఎర్రనిదని, కెన్, కెంపు, చెంగ్, చెన్ అనే పదాలన్నీ ఈ జాతివే. కెంపు అంటే ఎర్రనిది, అందమైనదని సెమెటిక్ జాతులు రాగిని ఎక్కువుగా ఉపయోగించడం వల్ల వాళ్ళ నుండే చెంబు వచ్చింది. శెంబు, చెంబయ్యిందంటారు. కంచానికి కూడా మంచి వ్యుత్పత్తిని చెప్పారు. కంగ్–చ మని ప్రోగదాన్ని కంచు అంటారు. కాంస్యం అన్నమాట. కంచుతో జీవించేవారు కంచరులయ్యారు. కంచర శబ్దం రూపాంతరమే కంసల. పూర్వం రాయి, లోహం, కర్ర పనులు చేసేవారందరూ ఒక తెగవారు. వీరలో ఒకతెగవారు బ్రాహ్మణులే వృత్తిపనులు చేసేవారు బ్రాహ్మణుల నుండి వేరయివుంటారు. నేటికీ కంసాలివారు జందెంవేయడం, శాకాహారులై ఉండటం, ఇతరుల ఇల్లలో భోజనం చేయకపోవడంలాంటివి గమనించాల్సిన విషయం. నూరిపోయడం పదాన్ని పరికించిచూస్తే ఆ పదం పుట్టుక పదప్రయోగ రీతులన్నింటినీ పూసగుచ్చినట్లు చెప్పారు. మనకెవరైనా పదేపదే చెబితే

ఎందుకండీ అలా నూరిపోస్తారు నాకు తెలీదూ అంటారు. ఎవరిపై నుండి ఈ కత్తినూరడం అంటాం. నూరు అనే క్రియతో చేరిన నానుడులు స్థూలంగా మనజాతి చరిత్రను తెలుపుతాయి. నూరు వైద్యశాస్త్ర చరిత్రను తెలుపుతుంది. గోల్కొండసీమ తెలుగు కావ్యాలలో ఎవడో చిత్తాబుఖానును విభుడు కనిపించాడు. సొంతపాండిత్యం వెలిగించదలచిన లేఖకోత్తముడెవడో చిత్తాబ్జఖానువిభుడు అని సవరించుకొని రాసుకొన్నారు. కందుకూరిలాంటివారే ఖానులోని ఖా వ్రాలు సెబ్బర అనుకొని బాగాదిద్ది చిత్తాబ్జభానుడని సాధుపాఠం చేసుకొన్నారు. ఇంతలో ఓరుగల్లు కోటలోని సంస్కృత శాసనాలలో ఒకవింత శాసనం కనిపించింది. దానిలో చిత్తాపఖానుడనేవాడు నాయకుడు. అతనికి ఆ శాసనంలోనే సీతాపఖాన్ అనే నామాంతరం ఉంది. ఓరుగల్లు కోటలో షితాబ్ ఖాన్ దీవానే ఆమ్ దర్బార్ హాలు, షితాబుఖాన్ చబూతరా (వేదిక) అనేవి జనం అనుదినం చూస్తున్నవే అంత వరకు కట్టుకథలని అనుకొన్న చరిత్ర పరిశోధకులను ఈ శాసనం నిజంవైపు మళ్ళించింది (మరుపురాని మనిషి పుట–14). షితాబుఖాన్‌ను తనవైపు తిప్పుకోవడానికి నిజాం ప్రభుత్వం కలలుకన్నది. షితాబుఖాను హిందువేకాని తదితరుడు కాదని సీతడు, సీతాపతి అయి ప్రభావ దినాలలో షితాబుఖాను, చిత్తాబుఖాను అని బిరుదులు ధరించినవాడని కైఫీయతులు మొదలైన ఉపపత్తులతో సాహిత్యంలోని ప్రస్తావనలతో ఉటంకించారు. నిజాం ప్రభుత్వం కలలను కల్లచేయడంలో శ్రీ ఆదిరాజు వీరభద్రరావుగారు ఎంతో కృషిచేశారు.

ప్రాచీన ఈజిప్టు జీవితానికి భారతీయ జీవితంలాగే ఆముష్మిక ప్రధానం, ప్రతిరాజు తనకంటే ముందురాజు నిర్మించిన అభివృద్ధిని నేలకూల్చడం, గుప్త నిధులను తవ్వినట్లుగా మమ్మీ సమాధులను తవ్వడం ధ్వంసంచేయడం జరిగింది. ఈజిప్టుల మొదటి ఆయుధం ముక్కోణపుబాకు, మనదేశంలోని ఆడవాళ్లలాగే ఈజిప్టు ఆడవాళ్లు పచ్చబొట్టు పొడిపించుకొంటారు. మనదేశంలో భర్త లేదా సంబంధీకులెవరైనా చనిపోతే శవం దగ్గర ఏడ్చినట్లు ఆ దేశపు స్త్రీలుకూడా ఏడ్చేవారని అక్కడి స్త్రీల ఏడుపు చిత్రాలద్వారా తెలుస్తున్నది. సమాధిలో చనిపోయినవారికి ఇష్టమైనవి మనం ఉంచినట్లు ఈజిప్టులో కూడా ఉంచేవారని అక్కడి సమాధుల తవ్వకాల ద్వారా తెలిసింది. ఈజిప్టులో నౌకాయానం రాజవంశాల పాలనకంటే ముందే ఉన్నట్లు మనకు కొన్ని ఆధారాలున్నాయి. మనం స్వర్గ, నరకాలను నమ్మినట్లేవారు కూడా నమ్ముతారు. మరణానంతరం ఆత్మ సూర్యునితో పాటు తేజోలోకాలకు ప్రయాణం చేయగలమని

నమ్మేవారు. ఆత్మ ప్రయాణించడానికి సమాధుల్లో నావలను కూడా ఉంచేవారు. ఇహ, పర జీవితాల ప్రయాణానికి నావలే సాధనంగా పెట్టుకొనేవారు. భారత నౌకా చరిత్రకూడా అతి ప్రాచీనమైనదే. ఋగ్వేదంలో "ఓ అగ్నీ నీవు మమ్మల్ని నావ నదిని దాటించినట్లు మహారణ్యాలు దాటిస్తున్నావు" (సనఃపరుషదతిదుర్గాణి విశ్వనావేవ సింధుం దురితా త్యాగ్నిః) అనే అగ్ని సూత్రాలున్నాయి (పుట 182).

ఆఫ్రికా ఖండంలోని నీగ్రోల సంస్కృతి సంప్రదాయాలు ఎంతమంది చొరబాటుదార్లు దాడులు చేసినా నశించలేదు. క్రీస్తుపూర్వం రెండవ శతాబ్దంలో ముస్లింలు ఎన్ని దండయాత్రలు జరిపినా మధ్యయుగంలో ఆధునిక పాశ్చాత్య దేశాలు ఎంత బలం ప్రయోగించినా నీగ్రోల సహజ స్వాతంత్ర్య వాంఛ చావలేదు. వారి సంస్కృతి నశించలేదు. కారణం క్రీస్తుకు పూర్వం ఆరువేల సంవత్సరాల నుండి అలెగ్జాండర్ దండయాత్ర వరకూ 21 వంశాలవారు ఈజిప్టును పాలించి దేశ సంస్కృతిని భద్రపరిచారు. మనలాగా ఇతిహాసాలు లేకపోయినా సమాధుల్లో దాచిన సూక్తాలు, ఫరోనా రాజుల విజయగీతాలు తుంగకాగితాల మూలంగా ఈజిప్టు సాహిత్యం కొంత దక్కింది. ఈజిప్టులోని 12వ వంశం రాజైన మూడవ యుపెర్టైసెన్ ప్రజలకు ఎంత అండగా ఉండేవారో అని రాజుని కీర్తిస్తూ ఇసుక తుఫానును ఆదుకొనే కొండ ఆసరా అని క్రీ.పూ.2640 సంవత్సరాలదని, ఇది ఒకగీతంలో దొరికిన తుంగకాయల చుట్ట, ఇది చిత్రలిపిలో ఉంది. ఈజిప్టు వాళ్లకు మనలాగే దేవతాగణం ఎక్కువ, దేవుళ్లలో గొప్పవాడు 'రా' అట "ఓ! ప్రభూ నీ ఆకారం అప్రత్యక్షం, నీవు దేవతలకు ప్రభువి, బెఫెరా నావలో పయనిస్తావు, నీ ఆజ్ఞతోనే దేవతలు జన్మిస్తారు. నీవు సర్వదాతవు. నీకు జయం. నీవ ఒక్కడివి. చేతులు అనేకం" అంటూ 'రా' దేవున్ని కీర్తించారు. ఈజిపు టదేశానికి భారతదేశానికి చాలా వాటిలో పోలికలున్నట్లు మనకు రామచంద్రగారు చాలా చారిత్రాత్మకంగా వివరించారు. ఈజిప్టు ప్రాచీనులు ఆలపించిన రాత్రి సూక్తం ఋగ్వేదర్షుల రాత్రి వర్ణనకేమీ తీసిపోదు. నీవు పశ్చిమ దిగంతంపై ఉదయించగానే, భూమి మరణించిన దానివలె చీకటిలో మునిగిపోతుంది. మనం రాత్రిని స్త్రీగా భావించాం. వారు పురుషడిగా సూర్యునికి ప్రత్యర్థిగా భావించుకొన్నారు. మనం నదుల్ని పూజించినట్లే వారూ నదుల్ని పూజిస్తారు ఆ మంచిదేవుడు సుఖంగా ఉండనీ, స్వర్గం ప్రేమించే నైలునదీ పూజ్య నైలునదీపై వసించే దేవతల తండ్రీ సుఖంగా ఉండు అంటూ నైలునదీపై వారికున్న మమకారాన్ని చూపించారు. ఈజిప్టువారి జానపద గాథలూ మన చందమామ కథల్ని

పోలి ఉంటాయి. పూర్వం మనకు మాతృస్వామ్య వ్యవస్థ ఉన్నట్లే ఆఫ్రికా ఖండాలలో కూడా ఉంది. మనం దేశాన్ని మాతగా భావిస్తాం అందువల్లే చాలామంది దేవతలను పూజిస్తున్నాం. ప్రతిదేశంలోను ఆచార సంప్రదాయాలనేవి ఉంటాయి అవి ఆయాదేశాలు అనుసరించే దానినిబట్టిఉంటాయి. అంతేకాకుండా కాలంతోపాటు మనం ఆచరించే సంప్రదాలైనా, అలవాట్లయినా అవి మనఅభివృద్ధికి ఎంతవరకు ఉపయోగ పడుతున్నాయి. అవి మనల్ని జ్ఞానం వైపు నడిపిస్తున్నాయా, అజ్ఞానం వైపు తీసుకెళ్తున్నాయా అనేది కూడా ఆలోచించాలి. సంప్రదాయాలనేవి పరంపరంగా వచ్చేవి వాటినిచాలావరకు ప్రోత్సహించేవారు ఎక్కువగా ఉంటారు. ఎందుకంటే అవి వారికి అవసరంకూడా. కాబట్టి భారతదేశం ఒకటే సంప్రదాయాల్లో మునిగిపోయింది అనేదేం లేదు. కాకపోతే మనలో ఉండే నిరక్షరాస్యత, పేదరికం, పాపభీతి మనల్ని మరింత వెనక్కి నెట్టుతోంది. మనం తెల్లవారితో స్వాతంత్ర్యం కోసం ఎంత పోరాటం చేశామో! అంతే పోరాటం వాళ్లూ చేశారు. లుముంబా రాసిన గీతం చూస్తే దాశరథి కృష్ణమాచార్యులు గుర్తొస్తారు నిజాం పాలన అణచడానికి

నిగళాలు త్రెంపుకొని

నీవు నిలిచినారె

కటికకాలము పీడ

కలవోలె కరగురా

తమ్ముడూ

నీగ్రో తమ్ముడూ (పుట 206)

వైష్ణవమతం ఆళ్వారుల గురించి చెబుతూ ఆళ్వారులు విష్ణుభక్తి ప్రియులు, విష్ణు ఆరాధన ఉత్తరా పథంనుంచి దక్షిణాపథానికి విస్తరించింది. నానాఘట్ శాసనాన్ని బట్టి భక్తి ప్రధానమైన భాగవత వైష్ణవమతం దక్షిణాపథానికి క్రీ.పూ మొదటి శతాబ్దంలో వచ్చింటుందని, డా. రాధాకృష్ణన్ అభిప్రాయపడ్డారు. క్రీ.శ మొదటి శతాబ్దంలో ఉన్న హోల శాతవాహనుడు సేకరించిన గాథాసప్తశతిలో కృష్ణుని లీలలను తెలిపే గాథలున్నందువల్ల ఆ కథలు దక్షిణాన అంత ప్రాచుర్యం పొందడానికి రెండుమూడు శతాబ్దాలైన పట్టవచ్చునని భావిస్తే కృష్ణభక్తి మతం అంతకు కొన్ని శతాబ్దాలకుముందే దక్షిణానికి వచ్చింటుందనుకోవచ్చు (పుట15 – భార్గవపురాణం).

ఇరుగు పొరుగు

ఈ మతవ్యాప్తిని ప్రొఫెసర్ హేమచంద్రరాయ్ చౌదరి చర్చిస్తూ, ఉత్తర భారతం నుంచి దక్షిణానికి వలస వచ్చిన భాగవత సాంప్రదాయానుయాయులలో నాథముని మొదటివాడు కావచ్చు. ఆయన తమిళదేశానికి భాగవతాన్ని తీసుకువచ్చి ఉంటారు (పుట–15, భార్గవపురాణం).

వాస్తవానికి ఆళ్వారు దక్షిణాపథానికి వచ్చిన ప్రాచీన బ్రాహ్మణ మత ప్రచారకులు వారి వేదాంత తత్వపు భక్తి అంశాన్ని ప్రచారం చేశారు. ఆ ప్రచారానికి ప్రజల భాషవాడి మంచి ప్రభావం కల్పించారు. వీరు ఉత్తర భారతదేశం నుంచి వచ్చి ముఖ్యంగా తమిళనాడుకు వచ్చి వివిధ శాఖలలో ఉన్న విష్ణుభక్తి మతాన్ని తమిళ భాషలోనే ప్రచారంచేసి తమిళదేశాన్ని విష్ణుభక్తి ప్రవాహంలో ముంచెత్తడమే కాకుండా తమిళ సాహిత్యాన్ని అమృతమయం చేశారు. మరలా దక్షిణం నుండి ఉత్తరానికి ప్రవహింపజేసి చాలామంది మహాపురుషులను అవతరింపజేసింది.

పత్రికా రచన నామనః ప్రవృత్తి విషయంలో అనుగుణమైన వృత్తి అని దేశసేవ కూడా చెయ్యొచ్చని భావించి తెలుగు పత్రికల్లో పనిచేశారు. చాలా దేశం చుట్టారు. అనుభవం గడించారు. తిరిగిన అనుభవాన్ని సాహిత్యంకోసం సమాజంకోసం ఉపయోగించారు. మన వర్ణమాలరాయడంలో శాస్త్రీయమైన లోపాలున్నాయని బయటపెట్టారు. సమానత, లేఖన సులభత లేకపోవడం నిజమని భావించారు. తెలుగు భాషను సంస్కరించేబాటలో పయినిచారు. 'మనలిపిపుట్టు పూర్వోత్తరాల'లో ఈ విషయాలన్నీ చర్చించారు. పి.వి.నరసింహారావు విద్యామంత్రిగా ఉన్నపుడు లిపిసంస్కరణ సదస్సులో తెలుగు కన్నడ లిపుల ఏకీకరణ సంఘం సమావేశకర్తగా పై విషయాలన్నీ చర్చకు తీసుకొచ్చారు.

డా.బి. నాగశేషు

రచయిత గురించి

డా.బి. నాగశేషు

ప్రాచీన తెలుగు విశిష్ట అధ్యయన కేంద్రం, నెల్లూరు

స్వంత ఊరు:   గరిమేకలపల్లి

రామగిరి మండలం

అనంతపురం జిల్లా

ప్రచురించిన గ్రంథాలు:

1. వారధి (వ్యాస సంపుటి 2015)
2. వివిధ జాతీయ, అంతర్జాతీయ సదస్సులలో పాల్గొని 30 వరకు పత్రసమర్పణలు
3. 7 రేడియో ప్రసంగాలు
4. 40 విమర్శనాత్మక వ్యాసాలు
5. 6 కవితలు
6. తెలుగు 'కన్నడ అనువాదాలు

అముద్రితాలు:

1. ప్రాచీన తెలుగు కన్నడ కవయిత్రుల తులనాత్మక పరిశీలన,

(ప్రాచీన విశిష్ట అధ్యయన కేంద్రంలో పూర్తి చేసిన ప్రాజెక్టు)

2. తగటు: వ్యాససంపుటి

ప్రస్తుతం తెలుగు నవలా సాహిత్యం మొత్తం డిజిటల్ రూపంలో తీసుకు రావడానికి కృషి చేస్తున్నాను.